விதியின் சிறையில் மாவீரன்

முனைவர் துர்காதாஸ்

தஞ்சையில் பிறந்து, மயிலாடுதுறையில் வளர்ந்தவர். இளம் வயதிலேயே இலக்கிய மன்றங்களாலும் தமிழின் வலிமையாலும் ஈர்க்கப்பட்டவர். நடிப்பிசைப் புலவர் கீரன் ‘ துர்காதாஸ்‘ என்னும் பெயரை ‘துர்க்கை தாசன்‘ என்று நற்றமிழால் உயிர்ப்பித்தார். தமிழ் வழியில் தேசிய உயர்நிலைப் பள்ளியில் தேர்ச்சி அடைந்தார். இந்தியாவில் வணிகவியலில் இளநிலை, முதுநிலை, முனைவர் பட்டம் பெற்றது முதல் இங்கிலாந்தில் சிறப்பு கணக்கியல் (CA, ICWA) பட்டம் வரை அனைத்திலும் முதற்பரிசினையும், தங்கப் பதக்கங்களையும் பெற்றவர். புது வகை புதினங்களைத் தற்சமயம் எழுதி வருகிறார்.

விதியின் சிறையில் மாவீரன்

துர்காதாஸ்

தமிழில்: ஜனனி ரமேஷ்

கிழக்கு

விதியின் சிறையில் மாவீரன்

Vidhiyin Siraiyil Maaveeran

Authorised translation of the book *Shackles of the Warrior.*

First Edition: May 2019
200 Pages
Printed in India.

ISBN 978-93-5135-017-0
Kizhakku 1155

Kizhakku Pathippagam
177/103, First Floor, Ambal's Building, Lloyds Road,
Royapettah, Chennai - 600 014. Ph: +91-44-4200-9603
Email : support@nhm.in Website : www.nhm.in

kizhakkupathippagam kizhakku_nhm

Author's Facebook page: theshacklesofthewarrior, drdurgadoss
Author's website: www.drdd.co.in

Kizhakku Pathippagam is an imprint of New Horizon Media Private Limited

சமர்ப்பணம்

புதினங்கள் எழுத
என் ஆர்வத்தைத் தூண்டிய இறைவனுக்கு...
அடுத்ததாக பெருவாரியான 'வாசகர்களுக்கு'

எல்லோரும் பிரபலமாக முடியாது; ஆனால் இந்த
'எல்லோரும்' இன்றி பிரபலங்கள் இல்லை.

யார் அந்த 'எல்லோரும்'?

ஆம். 'எல்லோரும்' என்பது பிரபலங்களின் வாழ்க்கையை
உருவாக்க அல்லது அழிக்கும் சக்தி கொண்ட 'வாசகர்'
சமூகமே.

நூலின் நோக்கம்

எதிர்பார்ப்புகளுக்கு ஏற்ற முடிவுகள் அமையாதபோது
லட்சக்கணக்கான இளைஞர்கள் மன அழுத்தத்துக்கு உள்ளாகின்றனர்.
இந்தக் கதை, தீர்வுகளைச் சொல்லவில்லை. ஆனால் முடிவுகள்
எதிர்பார்ப்புகளுக்கு மாறாக உங்களை மன உளைச்சலுக்கு
உள்ளாக்கும்போது விழிப்புணர்வை ஏற்படுத்த முயற்சி செய்யும்.

உள்ளே

பொறுப்புத் துறப்பு

1. இந்நூல் ஒரு புதினம். இதன் கதாபாத்திரங்கள் கற்பனையே. இதில் காணப்படும் ஒரு கதாபாத்திரம் நிஜ வாழ்க்கையிலுள்ள ஏதேனுமொரு கதாபாத்திரத்துடன் ஒத்துப்போனால் அது தற்செயலான நிகழ்வே ஆகும். இந்த ஒற்றுமைக்கு ஆசிரியர் எவ்வகையிலும் பொறுப்பல்ல.

2. மகாபாரதக் காலத்துடன் தொடர்புடைய இந்தப் புதினத்தில் பயன்படுத்தப்பட்டுள்ள தொன்ம / வரலாற்று நிகழ்வுகள் குறித்த உண்மைத் தன்மைக்கு ஆசிரியர் பொறுப்பேற்க மாட்டார்.

3. இந்தப் புதினத்தில் காணப்படும் கற்பனைக் கதாபாத்திரங்கள் பொதுவான தளத்தில் ஏற்கனவே ஆவணப்படுத்தப்பட்டுள்ள தொன்ம / வரலாற்று கதாநாயகர்களுடன் வாழ்ந்து கொண்டிருக் கின்றனர். இருப்பினும் இந்நூலில் பயன்படுத்தப்பட்டுள்ள தகவல்களின் அதிகாரப்பூர்வ மற்றும் நம்பகத்தன்மைக்கு ஆசிரியர் பொறுப்பேற்க மாட்டார்.

4. கதையின் சீரான ஓட்டத்தை மேம்படுத்தும் வகையில் ஏற்கனவே பொதுத்தளத்திலுள்ள காலம் / தொன்மம் அல்லது வரலாற்று நிகழ்வுகள் தேவைப்படும் இடங்களில் சிறிய அளவில் மாற்றப் பட்டுள்ளன.

5. இந்நூலைப் புதினமாக மட்டுமே படிக்க ஆசிரியர் பரிந்துரைக்கிறார். புதினத்தில் காணப்படும் கதாபாத்திரங்கள் வெளிப்படுத்தும் கருத்துக்களை ஆசிரியர் ஆதரிக்கவில்லை.

6. நிறைவாக, இப்புதினத்திலுள்ள கதாபாத்திரங்களுக்கோ, செய்தி களுக்கோ, சமூகத்திலுள்ள எந்தப் பிரிவையும் காயப்படுத்தும் நோக்கமில்லை என்று ஆசிரியர் தெளிவுபடுத்துகிறார்.

அன்புடன்
துர்காதாஸ்

நன்றியுரை

இந்தப் புதினத்தை (ஆங்கில மூலம்: Shackles of the Warrior) எழுதும் ஆர்வத்தைத் தூண்டிவிட்ட இறைவனுக்கு முதலில் நன்றி தெரிவித்துக் கொள்கிறேன். இந்த எண்ணம் எனக்கு வேறெங்கிருந்தும் வரவில்லை, ஆழ்மனத்தில் ஏற்பட்ட ஆன்மிக உத்வேகம் என்று கண்டுபிடித்தேன். கடந்த நாற்பது ஆண்டுகளாகத் தோன்றாத சிந்தனை தீடீரென ஒரு நாள் காலை தீப்பொறியாக எழுந்தது. எனக்குள் இருந்த கட்டுக்கடங்காத ஆர்வத்தை இத்தீப்பொறி ஜோதியாகக் கொழுந்துவிட்டு எரிய வைத்தது.

தங்களுடைய தனிப்பட்ட நேரத்துக்குள் நான் அடிக்கடி ஊடுருவியபோதும் என்னைப் பொறுத்துக்கொண்ட சிந்தனையாளர்களுக்கு எனது நன்றியைத் தெரிவித்துக்கொள்கிறேன். கதையின் கட்டமைப்பைச் சரி செய்து, திரைக்கதையின் சீரான ஓட்டத்துக்கும் மூல ஆங்கில நூலின் விளம்பரச் செயல்பாடுகளுக்கும் எனக்கு ஆதரவளித்தனர்.

சிந்தனையாளர்கள் குழுவின் முக்கிய மூளையாகச் செயல்பட்ட திருமதி பிரியங்கா தாஸ் (அமெரிக்கா) இந்நூலின் இணை ஆசிரியர் என்று சொல்லும் அளவுக்கு உறுதுணையாகச் செயல்பட்டிருக்கிறார். ஸ்டான்ஃபோர்ட் பல்கலைக்கழகத்தின் கடுமையான பணிகளுக்கு இடையேயும் நூலுக்கான அவரது பங்களிப்பு அளப்பரிது.

என்னோடு தோளோடு தோள் நின்று ஆங்கில நூல் சிறப்பாக வெளி வர உதவிய சிந்தனையாளர்களை உள்ளடக்கிய குழுவின் ஏனைய உறுப்பினர்களான திரு பத்பநாப திவாஞ்சி (பாடி - ஐக்கிய அமீரகம்) மற்றும் திருமதி ஜோத்ஸ்னா (அமெரிக்கா) ஆகியோருக்கும் நன்றி.

ஆய்வு, கையெழுத்துப் பிரதிகளை டிஜிடல் கோப்புகளாக மாற்றுதல் மற்றும் விமர்சகர்களாகத் தளர்வின்றி எனக்கு ஆதரவளித்து உதவிய சிந்தனையாளர்களுள் திரு சந்திரமௌலி இராமன் (அமெரிக்கா), திருமதி ஜனனி ராமசாமி (அமெரிக்கா), திருமதி ஸ்ரேயா குப்தா (ஐக்கிய

அமீரகம்), திருமதி மான்ஸி ஐயர் (ஐக்கிய அமீரகம்), திருமதி ரூபாலி பாட்டியா (ஐக்கிய அமீரகம்) மற்றும் திரு விஜயகுமாரன் (ஐக்கிய அமீரகம்) ஆகியோர் குறிப்பிடத்தக்கவர்கள்.

தொடக்கம்முதல் நூல் நிறைவுபெறும்வரை என்மீது நம்பிக்கை வைத்த 'பாம் ட்ரீ புக்ஸ்' பதிப்பதகத்துக்கு எனது நன்றி. எனது கனவை நனவாக்க ஆர்வத்துடன் வழிகாட்டி உதவிய திரு மாதவன் மேனனுக்கு (ஐக்கிய அமீரகம்) எனது நன்றிகள் உரித்தாகுக. திருமதி பிரியங்கா தாஸ் மற்றும் திரு பத்பநாப திவாஞ்சி ஆகியோருடன் இணைந்து ஆலோசனைக் குழு உறுப்பினராகச் செயல்பட்டதுடன், ஆங்கில நூல் அச்சாகி வெளியாகக் காரணமாகவும் திகழ்ந்தார்.

24து7 மணி நேரமும் விளம்பர ஆதரவளித்த எனது ஊடகக் கூட்டாளியான ஐபிடி (இந்தியா) நிறுவனத்தின் திரு ராஜகோபால், திரு கில்பர்ட், திருமதி நீதி அக்னிஹோத்ரி (சென்னை) ஆகியோருக்குச் சிறப்பு நன்றிகள்.

முழுமையான ஆதரவளித்து இத்திட்டத்தில் தரமான நேரத்தைச் செலவிட முக்கியக் காரணமாக இருந்தவர் எனது மனைவி திருமதி கௌரி துர்காதாஸ். அதேபோல் எனது ஒவ்வொரு திட்டப் பணிகளிலும் எனக்கு உறுதுணையாக இருந்த திரு சுரேஷ் பாட்டியா மற்றும் திரு ராஜேஷ் பாட்டியா (ஐக்கிய அமீரமம்) ஆகியோருக்கு எனது உளமார்ந்த நன்றிகள்.

எனது சமூக ஊடகப் பிரச்சாரத்தைத் தொடங்க ஆரம்பத்தில் உதவி செய்த திரு ஷிவ் ஐயருக்கு (ஐக்கிய அமீரகம்) நன்றி. என்னுடைய முகநூல் பக்கங்கள் : theshacklesofthewarrior, drdurgadoss, asaintintheboardroom ; வலைதளமான www.drdd.co.in

மற்றும் டுவிட்டர் பக்கம் ஆகியவற்றைத் தொடரும் எனது நலன் விரும்பிகளுக்கும் நன்றி.

இந்தப் புத்தகம் பல்வேறு அறிஞர்கள், நூல்கள், கட்டுரைகள், சஞ்சிகைகள், வலைதளங்கள் ஆகியவை மீதான விரிவான ஆய்வு மற்றும் கலைப் பணிகளை உள்ளடக்கியதாகும். எல்லா ஆதாரங்களுக்கும் நன்றி. எங்கெங்கு சாத்தியமோ அங்கெல்லாம் மேற்கோள் காட்டி உள்ளேன்.

நிறைவாக எல்லா நலம் விரும்பிகளுக்கும் என்னால் தனிப்பட்ட முறையில் நன்றி சொல்ல இயலாத சூழலில், கூட்டாக எனது நன்றிக் கடனைக் காணிக்கை ஆக்குகிறேன்.

அன்புடன்,
துர்காதாஸ்

1

முற்பிறவிகளினூடான பயணம் ஆரம்பம்

26/*11/2008* - மும்பை, தாஜ் பேலஸ் ஹோட்டல், கொலாபா.

எல்லா நாளையும்போலத்தான் அந்த நாளும் ஆரம்பித்தது. ஆனால், அந்த நாள் முடிவடைந்தபோது பலருடைய வாழ்க்கை தலைகீழாக மாறிவிட்டது. பலர் இந்த உலகத்தையேவிட்டே போக நேர்ந்தது. இந்த விபரீதங்களின் எந்தச் சுவடும் இல்லாமல் அன்று ஒரு பாராட்டுவிழா இனிமையாக ஆரம்பித்தது.

ஆடியோ விஷுவல் சிஸ்டம்ஸ், டிஜிடல் பேனர்கள், ஹை டெக் போடியம், கண் கவர் லேசர் ஒளிக் காட்சிகளில் மேடை என அதி நவீனத் தொழில்நுட்பத்தில் அந்த அறை மிதந்து கொண்டிருந்தது.

கைதட்டல்கள் காதுகளைக் கிழிக்க 'சைபர் ஹீரோவுக்குப் பாராட்டு விழா' என்ற வாசகங்கள் டிஜிடல் பேனர்களிலும் லேசர் ஒளிக் கீற்றுகளிலும் ஒளிர்ந்தன.

நிகழ்ச்சிக்கு வந்திருந்த விருந்தினர்களும் முக்கியஸ்தர்களும் அவரவர்களுக்கு ஒதுக்கப்பட்ட இருக்கைகளில் அமர்ந்து கொண்டனர். பன்னாட்டு வர்த்தகக் குழுவின் பிரதிநிதிகளாக வந்திருந்த பிரிட்டன் கன்சர்வேடிவ், சோஷியல் டெமோக்ராட், ஸ்பெயின், போலந்து, ஹங்கேரி உள்ளிட்ட ஐரோப்பிய மற்றும் தமிழக, கேரள மாநிலங்களைச் சேர்ந்த சில இந்திய நாடாளுமன்ற உறுப்பினர்கள் சிறப்பு விருந்தினர்களாகப் பங்கேற்றனர்.

இந்தியாவுக்கான அமெரிக்க தூதர், அமெரிக்காவுக்கான இந்திய தூதர், இந்துஸ்தான் யூனிலீவர் நிறுவனத்தின் உயர் அதிகாரிகள், இந்தியக்

கார்ப்பரேட் நிறுவனத் தலைவர்கள் என தாஜ் ஹோட்டலில் தங்கியிருந்த பிரபலங்களும் முக்கிய விருந்தினர்களாக அரங்கை அலங்கரிக்க நிகழ்ச்சி களைகட்டத் தொடங்கியது.

கிஷோர் ரத்தோட் நிகழ்ச்சியில் பங்கேற்ற விருந்தினர்களை வரவேற்றதுடன் சிவாவையும் அவரது 'ஆப்ரேஷன் சைபர் க்ளீனிங்கையும்' வெகுவாகப் பாராட்டி விளக்கினார். 'சர்வாதிகார தேசங்களின் ஹாக்கர்கள் சாட்டிலைட் கட்டுப்பாடுகளை எப்படியோ கைப்பற்றி அவற்றைச் சேதப்படுத்தியதுடன், டிரான்ஸ்மிஷன்களை யும் தடுக்கத் தொடங்கினர். நாசாவும் அமெரிக்கப் புவியியல் ஆய்வு மையமும் கூட்டாக நடத்தும் லேண்ட்சாட்-7 அவர்களது முதல் இலக்கு.

சாட்டிலைட் கட்டுப்பாடுகளைக் கையகப்படுத்தி, தகவல் பரிமாற்றத்தைத் தடுப்பதுடன், நெட்வொர்க்குகளில் வைரஸ்களைப் பரப்பி ஒட்டு மொத்த இயக்கத்தையும் நாசப்படுத்தவும் சைபர் தீவிரவாதிகள் திட்டமிட்டிருந்தனர். அவர்களது திட்டம் மட்டும் வெற்றி அடைந்திருந்தால், ரயில் விமானப் போக்குவரத்து, குடிநீர், மின் விநியோகம், வங்கி நிதி பணப் பரிவர்த்தனைகள், காவல் துறை ராணுவ ரகசியத் தகவல்கள் பரிமாற்றம், அவசர சிகிச்சை ஆம்புலன்ஸ் சேவைகள், தொலை தொடர்பு உள்படப் பல அத்யாவசிய சேவைகள் கடுமையாகப் பாதிக்கப்பட்டிருக்கும். உலகமே ஸ்தம்பித்துப் போயிருக்கும்.

சிக்கலான நிலைமையைச் சமாளிக்கவும், சீரமைக்கவும், சிஎம்ஜி பேரிடர் மேலாண்மைக் குழுவின் தலைமைப் பொறுப்பிலிருந்த 28 வயது இளைஞர் சிவசங்கர் நாராயணனை நாஸா அதிரடியாக நியமித்தது. ஆண்டவன் அபரிமிதமாக அளித்த மென்பொருள் மூளையைப் பயன்படுத்தி சைபர் தீவிரவாதிகளின் திட்டத்தைத் தவிடுபொடி ஆக்கினார். இந்த மகத்தான சாதனையை நிகழ்த்திய சிவாவைப் பாராட்டவே இன்றைய நிகழ்ச்சி ஏற்பாடாகி உள்ளது. எனவே 'சைபர் ஃப்ரீடம்' என்று பொறிக்கப்பட்ட தங்கத் தட்டைச் சிவாவுக்கு வழங்கிக் கௌரவிக்க இந்தியாவுக்கான அமெரிக்க தூதரை அன்புடன் மேடைக்கு அழைக்கிறேன்' என்றார்.

தனக்கான விருதைப்பெற சிவா மேடையை நோக்கி நடக்கத் தொடங்கியவுடன், அரங்கில் குழுமியிருந்த 250க்கும் மேற்பட்ட விருந்தினர்கள் எழுந்து நின்று கரவொலி எழுப்பி வாழ்த்தினர். அமெரிக்க அதிபர் ஜார்ஜ் புஷ்ஷும், இந்திய பிரதமர் மன்மோகன் சிங்கும் காணொலிக் காட்சி மூலம் சிவாவை வாழ்த்தியதும் நேரலையாக ஒளிபரப்பானது.

பாராட்டுக்கு நன்றி தெரிவித்து ஏற்புரை வழங்குவதற்கு முன்பாக சிவா கைக்கடிகாரத்தைப் பார்த்தார். மணி 10.15 'எனக்கு இந்த விருதை வழங்கிய உங்கள் அனைவருக்கும் மனமார்ந்த நன்றி. இருபத்தியோராம் நூற்றாண்டில் வாழும் மக்கள் அனைவரும் சந்தோஷத்தின் உச்சத்தில் தங்களது முன்னோர்களைவிட மகிழ்ச்சி யாக வாழ்கிறார்கள் என்ற எண்ணம் சிலருக்கு உள்ளது. அதிக வருமானம், நீடித்த ஆயுள், குழந்தை இறப்பு குறைவு என இன்றைய தலைமுறையினருக்குச் சாதகமான அம்சங்கள் பெருமளவு இருப்பதுபோலத் தோன்றினாலும், நடைமுறை யதார்த்தம் வேறாகவே உள்ளது............

நிகழ்ச்சி நடைபெறும் அரங்குக்கு வெளியே பலத்த வெடிச் சத்தம் கேட்கவே சிவா தனது பேச்சைச் சற்று நிறுத்தினார். 'வாசலில் திருமண வரவேற்பின்போது வழக்கமாகக் கொளுத்திப் போடும் சரவெடியின் சத்தம்' என்றும் 'இல்லை இல்லை அது பக்கத்தில் இருக்கும் கோயில் திருவிழாவில் நடக்கும் பட்டாசுகளின் வெடிச் சத்தம்' என்றும் உள்ளிருந்தோர் தங்களுக்குள் கிசுகிசுத்துக்கொண்டனர். ஆனால், அன்றைய விபரீதத்தின் முதல் காலடி எடுத்துவைக்கப்பட்டு விட்டது. யாருக்கும் அப்போது அது தெரியவே இல்லை.

அடுத்த சில நிமிடங்களில் சத்தம் குறையவே சிவா மீண்டும் பேசத் தொடங்கினார்:

'நமது இன்றைய சமூகத்தின் மீது குறை இருப்பதை ஒப்புக்கொண்டே ஆகவேண்டும். பூமியில் வாழும் மக்கள் அனைவருக்கும் உணவு வழங்கும் அளவுக்கு வசதி படைத்த நாடுகள் இருந்தாலும் உலகின் 800 மில்லியன் மக்கள் ஊட்டச் சத்துள்ள உணவின்றிப் பட்டினியில் வாடுகிறார்கள். உலகளவில் மனிதனின் சராசரி ஆயுட்காலம் ஒரு பக்கம் பெருகினாலும், சில நாடுகளில் எய்ட்ஸ்போன்ற உயிர்க்கொல்லி நோய்களால் இறக்கும் மக்களின் எண்ணிக்கையும் மற்றொரு பக்கம் அதிகரித்துக்கொண்டுதான் இருக்கிறது.

இயற்கையையும் சுற்றுச்சூழலையும் அழித்தே உலகின் உற்பத்தித் திறன் பெருகியுள்ளதால், இதை நினைத்து நம்மால் பெருமைப் பட்டுக் கொள்ளமுடியவில்லை. நாம் மேற்கொள்ளும் விவசாய மானது உலகின் நீர் ஆதாரம், மீன் வளம், காடு ஆகியவற்றின் மீது கடுமையான நெருக்கடிகளை ஏற்படுத்தத் தொடங்கியுள்ளது. உலகின் ஒரு பகுதியில் வாழும் மக்கள் தொலைக்காட்சியையும் தொலை பேசியையும் பயன்படுத்தியதே இல்லை. இதுவே தகவல் பரிமாற்றத்துக்குப் பெருந்தடையாக உள்ளது. விழிப்புணர்வோ வெளி உலகத்துடனான தொடர்போ இல்லாமல் அவர்கள் தனித்

தீவாக வாழ்ந்து கொண்டிருக்கின்றனர். இந்த இடைவெளிதான் புதுவிதமான தீவிரவாதங்களுக்கு வழி வகுத்துள்ளது என்பதில் .....

சிவா இவ்வாறு பேசிக்கொண்டிருக்கும்போது திடீரென உள்ளே நுழைந்த துப்பாக்கி ஏந்திய சிலர் கண் இமைக்கும் நேரத்தில் கண்ணில் பட்டவர்களைத் தாறுமாறாகச் சுடத் தொடங்கினார்கள். அவர்கள் கைவசம் இருந்தவை அதி நவீன சக்தி வாய்ந்த ஏகே-47 ரக துப்பாக்கிகள். சிவா மேஜைக்கு அடியில் ஒளிந்துகொண்டார். விருந்து மண்டப மேலாளர் மல்லிகா சமயோஜித புத்தியுடன் மெயின் சுவிட்சை அணைத்துவிட எங்கும் கும்மிருட்டு. என்ன நடக்குது ஏது நடக்குது என்று தெரியாதநிலையில், மரண ஓலங்களும், துப்பாக்கித் தோட்டாக்கள் வெடிக்கும் சத்தங்கள் மட்டுமே செவிப் பறையைக் கிழித்தன. திடீரென மயான அமைதி நிலவியது. மல்லிகா கொஞ்சம் தைரியத்தை வரவழைத்துக்கொண்டு மெயின் சுவிட்சைப் போட்டார்.

ஒளிந்துகொண்டிருந்த மேஜை விட்டுச் சிவா மெதுவாக எட்டிப் பார்த்தார். அங்கு அவர் கண்ட காட்சி ரத்தத்தை உறைய வைத்தது. சற்றேறக் குறைய முப்பதுக்கும் அதிகமானோர் ரத்த வெள்ளத்தில் மிதக்க இன்னும் பலர் குற்றுயிரும் குலையுயிருமாக முனகிக் கொண்டிருந்தனர். செத்தவர்கள் யார், பிழைத்தவர்கள் யார் என்று கண்டுபிடிக்கமுடியாத வகையில் அனைவரின் உடல்களும் குருதியில் குளிப்பாட்டியதுபோல் சிவந்தும் நாறாகக் கிழிந்தும் கிடந்தன. வந்த இருவரும் தீவிரவாதிகள் என்பதைத் தெரிந்து கொள்ள நீண்ட நேரம் ஆகவில்லை.

முதலில் அவர் பார்த்தது மேடையிலேயே சரிந்து விழுந்த கிஷோர் ராத்தோட் உடலைத்தான். திடீரென மைக்கேலின் ஞாபகம் வரவே நெஞ்சம் படபடக்க 'மைக் மைக்' என்று கதறினார். நல்லவேளை மைக்கும் மேஜைக்கு அடியில் ஒளிந்துகொண்டதால் தப்பிப் பிழைத்தார். மெல்ல மெல்லத் தவழ்ந்து வந்த மைக்கைப் பார்த்த பிறகுதான் சிவா நிம்மதிப் பெருமூச்சுவிட்டார்.

தீவிரவாதிகள் மீண்டும் தாக்கலாம் என்ற அச்சத்தில் விருந்து மண்டப மேலாளர் மல்லிகா குடும்பத்தினர் கூடியிருக்காமல் மூலைக்கு ஒருவராகத் தனித்தனியே தரையில் படுத்துக்கொள்ளுமாறு வேண்டுகோள் விடுத்தார். ஒருவேளை மீண்டும் துப்பாக்கி சூடு நடைபெற்றால் குடும்பத்தைச் சேர்ந்த அனைவரும் கூண்டோடு கைலாசம் போகமல் ஒருவர் அல்லது இருவராவது மிஞ்சுவார்களே என்ற நோக்கத்தில் அவர்களை எச்சரித்தார். சொல்லிவிட்டு மீண்டும் விளக்குகளை அணைத்தார்.

இந்திய மற்றும் அமெரிக்க தூதர்களின் பாதுகாப்புக்காக வந்திருந்த கமாண்டோ படை வீரர்கள் சிவாவையும் மைக்கையும் தங்கள் வளையத்துக்குள் கொண்டு வந்தனர். 'மைக் கருப்புப் பூனை கமாண்டோ வீரர்களுடன் லாபியில் பத்திரமாக இரு. இப்ப இருக்கற சூழல்ல நாம் ரெண்டு பேரும் ஒரே இடத்தில் தங்கறதோ வேலை செய்யறதோ ஆபத்தான விஷயம். இது மாதிரியான பல இடர்களைச் சமாளித்திருக்கிறோம். ஆனா ஒரேயொரு வித்தியாசம். அது எளிதான சைபர் தீவிரவாதம். இது உயிரை அச்சுறுத்தும் கடுமையான உடல் ரீதியான தீவிரவாதம்.

பாதுகாப்புக் காரணங்களுக்காக ஹோட்டல் நிர்வாகம் அல்லது தீவிரவாதிகளேகூட மின் விளக்குகளை அணைக்கலாம். தொலை தொடர்புகளைத் துண்டிக்கலாம். இருந்தாலும் நம்மிடம் இருக்கும் அதி நவீன கருவிகள் மூலம் தொடர்ந்து நாம் தொடர்பில் இருப்போம். ஜாக்கிரதை' என்று தைரியமூட்டினார் சிவா. எப்போதும் கலகலப்பாக எல்லோரையும் கலாய்க்கும் இயல்புடைய மைக்கின் முகம் முதல் முறையாக பயத்தில் வெளிறியது. தொண்டைக் குழியைத் தாண்டி வார்த்தை வராமல் 'சரி' என்று தலையை மட்டும் ஆட்டினார்.

இரவு முழுவதும் அனைவரும் அங்கேயே உயிரைக் கையில் பிடித்துக்கொண்டு தங்கினர். கையெறி குண்டுகள் மற்றும் துப்பாக்கிச் சத்தம் கேட்டுக்கொண்டே இருந்தது. தீப்பற்றி எரியும் இடங்களில் அவ்வப்போது வெளிப்படும் நெருப்பு ஜுவாலைகள் வானத்து மின்னல் ஹோட்டலுக்குள் இறங்கியதுபோல் கண்களைக் கூச வைத்தன. இந்த ஆபத்தான சூழலிலும் கருமமே கண்ணாக விருந்து மண்டப மேலாளர் மல்லிகா எங்கோ தேடிப் பிடித்து நாலைந்து மது பாட்டில்களை விருந்தினர்களுக்குக் கொடுத்து உபசரித்தது சிவாவை ஆச்சரியப்பட வைத்தது.

சிவா கையிலிருந்த அதி நவீனக் கருவி எந்தச் சூழலிலும் இணைய மற்றும் தொலை தொடர்பைத் தடையின்று வழங்கும் திறன் கொண்டது என்பதால் தாஜ் ஹோட்டல் தொடர்பான நிகழ் நேரச் செய்திகளைத் தெரிந்து கொள்ளத் தொலைக்காட்சிச் சேனலை முடுக்கிவிட்டார்.

மும்பையிலிருந்து பிரேக்கிங் நியூஸ் என்ற தலைப்பில் எல்லா சேனல்களும் தாஜ் ஹோட்டல் தொடர்பான செய்திகளை ஒளிபரப்பிக் கொண்டிருந்தன.

'நேற்று மாலை நான்கு மணி அளவில் மும்பை கடற்கரையிலிருந்து சிறிது தூரம் தள்ளி ஓர் இழுவைப் படகு நின்றுள்ளது. மாலை வெளிச்சம் மறைந்து இருள் சூழத் தொடங்கியவுடன் அதில்

வந்தவர்கள் திடீரென இழுவைப் படகைச் செலுத்தியவனைக் கொன்றுவிட்டு அந்தப் படகில் சக்தி வாய்ந்த இஞ்சினைப் பொருத்தி மும்பைக் கடற்கரையை அடைந்துள்ளனர். அநாதையாகக் கிடந்த அந்தப் படகின் எஞ்சினைப் பரிசோதித்ததில் அது லாகூரில் தயாரிக்கப்பட்டது தெரிய வரவே, வந்தவர்கள் பாகிஸ்தானியர்களே என்பது உறுதியானது.

இரவு 0830 மணி அளவில் மும்பையை அடைந்தவர்கள் தலா இருவராக ஐந்து குழுக்களாகப் பிரிந்து சத்திரபதி சிவாஜி டெர்மினஸ், நகரின் பிரதான ரயில் டெர்மினஸ் மற்றும் மும்பையின் வேறு சில முக்கிய இடங்களுக்குச் சென்றுள்ளனர். இந்தியாவின் நிதி மற்றும் வர்த்தகத் தலைநகரான மும்பை புதன் இரவு தீவிரவாதிகளின் கடுமையான தாக்குதலுக்கு உள்ளாகியிருக்கிறது. தாஜ் ஹோட்டலில் தங்கியிருந்த பிரிட்டிஷ்காரர்கள், அமெரிக்கர்களைக் குறிவைத்துத் தாக்கவந்த தீவிரவாதிகளின் வன்முறையால் முப்பதுக்கும் அதிகமான முக்கியஸ்தர்களும் ஊழியர்களும் கொல்லப்பட, நூற்றுக்கணக்கானோர் படுகாயம் அடைந்துள்ளனர். தாஜ் ஹோட்டலுக்குள் மூன்று அல்லது நான்கு தீவிரவாதிகள் இருக்கலாம் என்று சந்தேகிக்கப்படுவதால் அவர்களுடன் இந்திய அதிரடிப்படை கடுமையான துப்பாக்கிச் சண்டையில் ஈடுபட்டு வருகிறது. நகரின் சில முக்கிய இடங்களில் பலரைத் தீவிரவாதிகள் பிணைக் கைதிகளாகப் பிடித்து வைத்துள்ளதாகவும் தகவல்கள் தெரிவிக்கின்றன.'

அசோசியேட் பிரஸ் 82 நபர்கள் இறந்துள்ளனர் என்று செய்தி வெளியிட, ராய்டர்ஸ் நிறுவனமோ 11 காவல்துறை அதிகாரிகள் உள்பட 86 நபர்கள் இறந்துள்ளனர் என்றும் 250 நபர்கள் காயம் அடைந்துள்ளனர் என்றும் தகவல் தெரிவித்துள்ளது. தீவிரவாதத் தடுப்புக் குழுவின் மும்பைப் பிரிவுத் தலைவரும் இறந்துவிட்டதாக மூத்த காவல் துறை அதிகாரி கூறியதை அசோசியேடெட் பிரஸ் மேற்கோள் காட்டியது. இருப்பினும் பிரபல ஹோட்டலைக் குறி வைத்துத் தீவிரவாதத் தாக்குதல்கள் நடைபெறவேண்டிய காரணம் என்ன என்பது முழுமையாகத் தெரியவில்லை. பிரிட்டிஷ் மற்றும் அமெரிக்க பாஸ்போர்ட் வைத்திருந்தவர்களை மட்டுமே தீவிரவாதிகள் தேடியதாக நேரடிச் சாட்சிகள் தெரிவிக்கின்றன.

தீவிரவாதத் தாக்குதல்கள் மும்பைக்குப் புதிதல்ல. மதவெறி காரணமாகப் பல மோதல்கள் பலமுறை வெடித்துள்ளன. 2007-ல் நடைபெற்ற தொடர் குண்டு வெடிப்புகளில் 187 அப்பாவிகள் உயிரிழந்துள்ளனர். தாக்குதல்களுக்குப் பொறுப்பேற்று ஒரு தீவிரவாதக் குழு அறிக்கையும் வெளியிட்டது. சமீபத்தியத் தாக்குதல்களில் தானியங்கித் துப்பாக்கிகள், கையெறி குண்டுகள் ஆகியவற்றைத்

தீவிரவாதிகள் பயன்படுத்தியதாக மும்பை காவல் துறை ஆணையர் பி என் ஷெனாய் தெரிவித்தார்.

மும்பையில் நடைபெற்ற தீவிரவாதத் தாக்குதல்கள் காரணமாக உயிரிழந்தவர்களின் குடும்பங்களுக்கும், காயம் அடைந்தவர் களுக்கும், தனது ஆழ்ந்த வருத்தங்களைத் தெரிவிப்பதுடன், சோகமான இத்தருணத்தில் இந்திய மக்களுக்கு உறுதுணையாகவும் இருப்போம் என அதிபர் ஜார்ஜ் புஷ் பதிவு செய்ததை அவரது பத்திரிகைச் செயலர் டானா பெரினோ எழுத்து மூலமாக வெளியிட்டுள்ளார். 'எங்கள் குடிமக்களின் நலன் மற்றும் பாதுகாப்பு உள்ளிட்ட அனைத்து அம்சங்களையும் உன்னிப்பாகக் கவனித்து வருகிறோம். தேவையான அனைத்து உதவிகளை இந்திய அரசுக்கு வழங்கவும் தயாராக இருக்கிறோம்' என்றும் அந்த அறிக்கையில் அமெரிக்க அரசு உறுதியளித்துள்ளது.

தொலைக்காட்சிச் செய்திகளைப் பார்த்த சிவா, தான் நினைத்ததை விடவும் பிரச்னை தீவிரமாக இருப்பதை உணர்ந்து ரகசியக் கருவி வழியே மைக்கேலைத் தொடர்புகொண்டு ஹோட்டலுக்குள் நடப்பதை விவரிக்கச் சொன்னார்.

'பாஸ். நிலைமை படுமோசம்தான். தீவிரவாதிகள் லாபிக்குள் நுழைந்து அசையும் பொருள்கள் அனைத்தையும் சுட்டுத் தள்ளிக் கொண்டிருக்கிறார்கள். கண்ணுக்கு எதிரே இருபதுக்கும் அதிகமான செத்த உடல்கள் சிதறிக் கிடக்கின்றன. சிஎன்என் செய்தியாளர் ஜாகீர் தாக்குதல் குறித்த முக்கிய விவரத்தைத் தனது நிறுவனத்துக்குத் தெரிவித்த பதிவை உங்களுடன் பகிர்ந்து கொள்கிறேன்' என்று சொல்லி அனுப்பி வைத்தார். விவரம் பின்வருமாறு:

'நேற்று இரவு இந்திய நேரம் சரியாக 20:00 மணி. உருது பேசும் பத்து இளைஞர்கள் நவீன ஏகே-47 துப்பாக்கிகளுடன் மும்பைக் கடற்கரைப் பகுதியைச் சேர்ந்த கொலாபாவின் இரு இடங்களில் வந்திறங்கிச் சிறு குழுக்களாகப் பல பகுதிகளுக்குப் பிரிந்து சென்றுள்ளனர். தீவிரவாதிகளில் இருவர் 0930 மணிக்கு சத்ரபதி சிவாஜி டெர்மினஸில் பயணிகள் புழங்கும் பிரம்மாண்ட அரங்குக்குள் நுழைந்து சரமாரியாகச் சுட்டதில் காவல் துறை அதிகாரி ஹேமந்த் வாக்ளே உள்பட 8 காவல் துறை அதிகாரிகளும், 58 நபர்களும் பலியானார்கள். 104 நபர்கள் காயமடைந்தனர். தப்பியோட முயன்ற இருவரில் ஒருவன் பின்னர் பிடிபட்டான். இன்னொரு குழு காமா மருத்துவமனைக்குள் நுழைந்து சிகிச்சை பெறும் நோயாளிகளைத் தாக்க முயன்றபோது காவல் துறையினர் சுட்டதில் ஒருவன் இறந்தான். இன்னொருவன் படுகாயங்களுடன் கைது செய்யப்பட்டான்.

'லியோபோல்ட் கஃபே என்னுமிடத்தில் நடைபெற்ற துப்பாக்கிச் சூட்டில் 10 பேர் இறந்தனர். விலி பார்லேவில் டைம் பாம் வெடித்ததில் டாக்ஸி ஓட்டுனரும், பயணியும் துடிதுடித்துச் செத்தனர். அதேபோல் வாடி பந்தரில் வெடித்த டைம் பாம் 15 நபர்களைக் காயப்படுத்தியதுடன், மூவரைக் கொன்றது. தீவிரவாதிகள் திட்டமிட்ட நான்கு இடங்களில் தாஜ் மஹால் பேலஸ் மற்றும் ஒபிராய் ட்ரைடெண்ட் ஆகியவை முக்கியமானவை. இவ்விரு ஹோட்டல்களிலும் தொடர்ந்து துப்பாக்கிச் சத்தமும், கையெறி குண்டுகள் சத்தமும் தொடர்ந்து கேட்டுக் கொண்டே இருந்தன.'

சிஎன்என் செய்தித் தொகுப்பைப் பார்த்த சிவா உடனடியாக மைக்கிடம் 'தீவிரவாதிகள் கைப்பையையும் கைபேசியையும் எப்போதும் தொட்டுப் பேசிக்கொண்டே இருக்கின்றனர். எங்கிருந்தோ, யாரிடமிருந்தோ அவர்களுக்குக் கட்டளைகளும், சமிக்ஞைகளும் தொடர்ந்து வந்தவண்ணம் உள்ளன. அவர்கள் பேசுவதை எப்படியேனும் இடைமறித்துக் கேட்கவேண்டும். அவங்க யாரு, என்ன, எத்தன பேரு ....மைக் உனக்கு ஏதாவது ஐடியா இருக்கா' என்றார்.

'இல்ல. பாஸ். சரியாகத் தெரியவில்லை. பேசுவதை எப்படியாவது ஒட்டுக் கேட்க முயற்சி செய்கிறேன்.'

இருவரும் பேசிக் கொண்டிருக்கும்போதே என்டிடிவி சேனல் பிரேக்கிங் நியூஸை ஒளிபரப்பத் தொடங்கியது. 'என்டிடிவி கிருஷ் ஸ்ரீநிவாஸ் பேசுவதைக் கவனமாகக் கேள் மைக். ஏதாவது தகவல் கிடைக்கலாம்' என்றார் சிவா.

என்டிடிவி செய்திகளுக்காக கிருஷ் ஸ்ரீநிவாஸ்...

'மும்பை ரயில்வே போலீஸ் தலைவர் கே கே வருண் சொன்னதாக பிடிஐ விடுத்த செய்திக் குறிப்பு - கூட்டம் நிரம்பி வழிந்த சத்ரபதி சிவாஜி டெர்மினஸ் ரயில்வே நிலையத்துக்குள் ரைபிள்கள் மற்றும் கையெறி குண்டுகளுடன் நுழைந்த தீவிரவாதிகள் தாறுமாறாகச் சுடத் தொடங்கினர். இன்னும் சில தீவிரவாதிகள் லியோபோல்ட் உணவகத்திலும், தெற்கு மும்பை போலீஸ் தலைமை அலுவலகத்திலும் நுழைந்து குண்டு மழை பொழிந்தனர். காமா, ஆல்ப்ளெஸ் மற்றும் ஜிடி மருத்துவமனையில் புகுந்த தீவிரவாதிகள் அப்பாவி நோயாளிகளைக் கொன்று தங்கள் வெறியைத் தணித்துக்கொண்டனர். ரத்தம் ஆறாக ஓட, சிதறிய உடல்களும், மரண ஓலங்களும் கல் நெஞ்சையும் கரைய வைக்கும்.

ஒபிராய் ஹோட்டலில் தங்கியிருந்த பிரிட்டிஷ் பெண்மணி ஸ்கை நியூஸ் செய்தியாளரிடம் நெஞ்சு படபடக்க விவரிக்கையில்

‘தீவிரவாதிகள் அமெரிக்க மற்றும் பிரிட்டிஷ் பிரஜைகளைத் தனியே நிற்கச் சொன்னார்கள். 22-23 வயதுள்ள தீவிரவாதி ஒருவன் 30-40 சுற்றுலாப் பயணிகளை உணவகத்திலிருந்து வெளியேற்றிக் கைகளை உயர்த்தியவாறே படிக்கட்டுகள் வழியே ஏறி நடக்கச் சொன்னான். இந்தி மற்றும் உருது மொழிகளில் மாறி மாறிப் பேசிக் கொண்டிருந்தனர். நானும் கொஞ்ச நேரம் நின்று கொண்டிருந்தேன். எப்படியோ அவன் அசந்த நேரம் பார்த்துத் தெய்வாதீனமாக நான் தப்பித்துக் கொண்டேன். மற்றவர்களை அவன் எங்கு அடைத்து வைத்திருக்கிறான் என்று தெரியவில்லை’ என்றாள் அழுது கொண்டே.

பிரிட்டிஷ் வெளியுறவுச் செயலர் டேவிட் மில்லிபேண்டும் தாக்குதலைக் கடுமையாகக் கண்டித்து அறிக்கை விடுத்ததுடன், மும்பைத் தாக்குதல்கள் முன்பு லண்டனில் நடைபெற்ற தாக்குதல் களை நினைவூட்டின என்றார். மேலும் தற்போது மும்பையில் சுற்றுப்பயணம் மேற்கொண்டிருக்கும் பிரிட்டிஷ் பிரஜைகள் அடுத்த அறிவிப்பு வரும்வரை, தங்கியிருக்கும் வீடுகள் ஹோட்டல்களை விட்டு வெளியே வரவேண்டாம் என்றும் எச்சரிக்கை விடுத்தார்.

‘மே தொடங்கி இந்தியாவின் பல்வேறு இடங்களில் நடைபெற்ற தாக்குதல்களில் 130 நபர்கள் கொல்லப்பட்டதற்கு ஒரு தீவிரவாதக் குழு பொறுப்பேற்றுக்கொண்டுள்ளது. முழு விவரங்கள் கிடைத்தவுடன் மீண்டும் உங்களைச் சந்திக்கிறேன்’ என்றவாறு செய்தி அறிக்கை முடிவடைந்தது.

சிவா உடனடியாக மைக்குடன் தொடர்புகொண்டு ‘இதிலிருந்து ஏதேனும் குறிப்பு கிடைத்ததா?’ என்றார்.

‘மேலோட்டமாகத்தான் இருக்கு. குறிப்பாக தாஜ் ஹோட்டல்ல எத்தனை தீவிரவாதிகள் புகுந்துள்ளனர் என்ற விவரம் தெரிய வில்லை. சில தொலைபேசி உரையாடல்களை ஒட்டுக் கேட்டுப் பதிவு செய்ததை அனுப்பறேன். கேளுங்க.’

இடைமறிக்கப்பட்ட உரையாடல்களைக் கேட்டு சிவா அதிர்ந்தார். ‘பிணைக் கைதிகள் உங்களிடம் இருக்கும் வரை காவல் துறை சுடாது. ஒரு வேளை உங்களைச் சுட ஆரம்பித்தால் தயங்காமல் பிணைக் கைதிகளைக் கேடயமாக வைத்துத் தப்பிச் செல்லுங்கள். அங்கு நடைபெறும் ஒவ்வொரு விஷயமும் டிவியில் ஒளிபரப்பாவதால், முடிந்த வரை எத்தனை பேரைக் கொல்லமுடியுமோ அத்தனை பேரைக் கொல்லுங்கள்’ எவனோ எங்கிருந்தோ தீவிரவாதிகளுக்குக் கட்டளை பிறப்பித்துக் கொண்டிருந்தான்.

இதற்கிடையே இன்னொரு குரல் 'ஹோட்டலைக் கொளுத்தி விட்டாயா?' என்று கேட்க இன்னொருவன் 'அந்த வேலையைத்தான் செய்துகொண்டிருக்கேன். இதோ இன்னும் சிறிது நேரத்தில் தாஜ் ஹோட்டல் கொழுந்துவிட்டு எரிவதைத் தொலைக்காட்சியில் கண்டு ரசியுங்கள்' என்றான்.

'பெண்கள் குழந்தைகள் என்று தயவு தாட்சண்யம் காட்ட வேண்டாம். இந்தியாவில் வெளிநாட்டு பிரஜைகள் செத்தால் சம்பந்தப்பட்ட இரு நாட்டு உறவுகளும் மோசமாகும். நமக்கு அதுவும் முக்கியம். அதனால் ஒருவரையும் உயிரோட விடாதே. அனைவரையும் கொன்றுவிடு' வினாடிக்கு வினாடி உத்தரவுகள் கடுமையாயின.

வார்த்தைகள் ஒவ்வொன்றும் சிவாவின் நெஞ்சில் இடியாக இறங்கின. தொண்டைக் குழிக்குள் கடப்பாறையை முழுங்கியது போல் பேச்சே வரவில்லை. அதிர்ச்சியில் உறைந்து போனார்.

'மக்களிடையே அச்சத்தை உண்டாக்கி நாட்டில் குழப்பத்தை ஏற்படுத்தவேண்டும் என்பதே தீவிரவாதிகளின் நோக்கமாக இருக்குமென்று நினைக்கிறேன். சின்னச் சின்னக் குழுக்களாகப் பிரிந்து பல இடங்களுக்குச் சென்றிருக்கிறார்கள். அவற்றில் ஒன்றோ இரண்டோதான் தாஜ் ஹோட்டலுக்குள்ள நுழைந்துள்ளது. ஹோட்டலை முழுசா கொளுத்தித் தரை மட்டமாக்க வேண்டும் என்பதே தீவிரவாதிகள் திட்டம். ஆகவே அங்கு வேலை செய்பவர்களிடம் ஹோட்டலை விட்டு வெளியேற ஏதாவது தனி வழி இருக்கிறதா என்று கேட்டு ஒவ்வொருவராகக் காப்பாற்ற முயற்சி செய். தீவிரவாதிகள் தாங்கள் தப்பிச் செல்ல அங்கு தங்கி இருப்பவர்களைத்தான் பிணைக் கைதிகளாகப் பிடித்து வைத்திருக்கிறார்கள். அதனால் மிகுந்த கவனத்துடன் செயல்பட வேண்டும்' சிவா சொன்ன ஒவ்வொரு வார்த்தையும் மைக் உன்னிப்பாகக் கேட்டுக்கொண்டார்.

'பாஸ். எல்லாம் சரி. நீங்கள் எங்க இருக்கிறீர்கள்? என்ன செய்யப் போகிறீர்கள்?'

'மைக். என்னைப் பற்றிக் கவலைப்படாதே. மற்றவர்களுடன் சேர்ந்து ஹோட்டலை விட்டு வெளியே போக முயற்சி செய். நான் பால்ரூம்ல இருக்கும் மற்றவர்களுடன் வருகிறேன். எனக்காக வெளியே காத்துக் கொண்டிரு. திட்டப்படி எல்லாம் நல்லபடியாக முடிந்தால் மீண்டும் சந்திப்போம்' சிவாவின் குரல் கரகரத்தது.

சிவா பேசிமுடித்ததும் மைக் சுற்று முற்றும் பார்த்ததில் மேஜைக்குக் கீழே ஹென்றி கையிலிருந்த வாக்கி - டாக்கியை நோண்டிக் கொண்டிருந்தார். மெதுவாக அருகே தவழ்ந்து சென்று 'இப்படி நாம

ரெண்டும் பேரும் திரும்பவும் சந்திக்கணும் விதி. சரி.. சரி.. வாக்கி டாக்கியைச் சரி பண்ணுங்க. இங்கே இருப்பவர்களைக் காப்பாற்ற உடனடியாக எதையாவது செய்தே ஆக வேண்டும்.'

'மைக்! கான்ஃப்ரன்ஸ் ஹாலுக்குள்ளே தீவிரவாதிகள் எளிதாக நுழைவதைத் தடுக்க என்கூட வந்த செக்யூரிடிகள் பலமான தடுப்புகளைப் போட்டிருக்கிறார்கள். யாரேனும் உள்ளே வருவதை இங்கிருந்து பாத்தாலே தெரியும். தீ விபத்து ஏற்பட்டால் அவசரமாக வெளியேறப் பின் பக்கம் உள்ள ஃபயர் எக்ஸிட் வாசல் வழியாக எல்லாரையும் அழைத்துக்கொண்டு வெளியேறலாம்' தனக்குத் தோன்றிய ஐடியாவை சொன்னார் ஹென்றி.

'நாம உயிர் வாழ ஒரேயொரு வாய்ப்புதான் உள்ளது. இங்கிருந்து கிளம்பிப் பின்வாசல் வழியாகத் துணிச்சலுடன் தப்பிப்பது, இல்லா விட்டால் பயந்து சாவது. 9/11 நியூயார்க் இரட்டை கோபுர விமான விபத்தின்போது துணிச்சலுடன் வெளியேறியவர்கள் இன்று உயிருடன் இருக்கிறார்கள். பயந்து பயந்து உள்ளேயே இருந்தவர்கள் செத்தார்கள். அதனால் யோசிப்பதற்கு நேரம் இல்லை. ஹென்றி நம் எல்லோரையும் பின்வாசல் வழியாகப் பத்திரமாக அழைத்துச் செல்வார். ஆண்டவன் மேல் பாரத்தைப் போட்டுட்டு தைரியமாக வாங்க' மைக்கின் வார்த்தைகளை நம்பி அனைவரும் ஹென்றியைப் பின் தொடரச் சம்மதித்தனர்.

அவசர வாசல் வழியே ஹென்றி ஒவ்வொருத்தராக வெளியேற்ற, மைக் லாபியில் இருந்துகொண்டு வேறு யாரேனும் வருகிறார்களா என்று பார்த்துக் கொண்டிருந்தார். 'சீக்கிரம் வாங்க மைக். எல்லாரும் போய்விட்டார்கள். நானும் கிளம்பறேன். நீங்கதான் கடைசி. தீவிரவாதிங்க எப்ப வேணும்னாலும் உள்ளே நுழையலாம்' என்று ஹென்றி மெல்லிய குரலில் விடுத்த எச்சரிக்கை மைக் காதில் விழவேயில்லை. சிவாவுக்குத் தகவல் சொல்ல மும்முரமாக இருந்தார்.

'பாஸ் எல்லோரும் தப்பித்துவிட்டார்கள். இதோ நானும் கிளம்பப் போகிறேன். நீங்களும் தப்பிச் செல்லுங்கள்' என்று சிவாவுக்குத் தெரிவிக்கக் கையிலிருந்த கருவியை முடுக்கிவிட்டார். அதே நேரம் கண் இமைக்கும் வேகத்தில் திடீரென எங்கிருந்தோ பறந்து வந்த தோட்டா மைக்கின் பின் மண்டையைத் துளைக்க மூளை வெடித்துச் சிதறியது. வாழ்வுக்கும் சாவுக்கும் இடைவெளி ஒரேயொரு வினாடிதான். மைக் அந்த ஒரு வினாடிக்குள் கிளம்பியிருந்தால் பிழைத்திருக்கலாம். ஆனால் சிவாவுக்குச் செய்தியை அனுப்பத் தாமதித்த அந்த ஒற்றை வினாடி மைக் உயிரைக் குடித்துவிட்டது.

மைக்கின் அலறல் சிவாவுக்குத் துல்லியமாகக் கேட்டது. 'நாயே. உங்கள் ஆள் செத்துத் தொலைந்தான். அத்துடன் அவன் கையிலிருந்த கேட்ஜெட்டும் செத்துவிட்டது' என்று யாரோ கொக்கரிக்க சிவா நிலை குலைந்தார். ஆம். அவரது ஆருயிர் நண்பர் மைக் பிணைக் கைதிகளைக் காப்பாற்றும் உன்னதமான பணியில் தனது உயிரைத் தியாகம் செய்துவிட்டான். அந்தப் புன்சிரிப்பு, நக்கல், நையாண்டி.... இனிமேல் மீண்டும் கேட்கவே முடியாது' துக்கம் தொண்டையை அடைத்தது. கண்ணீர், கன்னங்களை ஈரமாக்கியது. சைபர் தீவிரவாதத்திலிருந்து உலகைக் காப்பாற்றத் தெரிந்த தன்னால், மனிதத் தீவிரவாதத்திலிருந்து நண்பனைக் காப்பாற்ற முடிய வில்லையே? நினைக்க நினைக்க சிவா நெஞ்சு விம்மியது. லேசாகத் தலை சுற்ற அப்படியே உட்கார்ந்தார். அப்போது அதிகாலை மணி 3.

•

மும்பைக்கு முந்தின தினம் தான் மைக்கேலுடன் வந்திறங்கியிருந்தார் சிவா. மதியம் 2.30 மணிக்கு தாஜ் ஹோட்டலை வந்தடைந்திருந்தனர். அரபிக்கடலின் அலைகள் மும்பைக் கடற்கரையை முத்தமிட்டுக் கொண்டிருந்தன. மென்மையான கடற்காற்று அங்கே குழுமியிருந்த சுற்றுலாப் பயணிகளை இதமாக வருடிக் கொண்டிருந்தது. ஓயாத அலைகளின் சத்தமும் மக்களின் இரைச்சலும் காற்றின் ரீங்காரமும் புடாபெஸ்ட் இசை விழாவின் சிம்ஃபொனியை நினைவூட்டின.

அரபிக்கடலும் துறைமுகத்தின் பின்னணியில் வண்ண விளக்குகளால் ஜொலித்துக்கொண்டிருந்த பிரம்மாண்ட தாஜ் ஹோட்டலின் எழிலும் அலங்காரமும், கண்களுக்கு விருந்து படைத்துக்கொண்டிருந்தன. கேட்வே ஆஃப் இந்தியாவைக் கட்டி முடித்து நாட்டுக்கு அர்ப்பணித்த போது அது அந்நியர்களைத் திறந்த மனதுடன் வரவேற்கும் நம் தேசத்தின் ஆன்மாவின் அடையாளமாகவே கருதப்பட்டது. ஆனால் அந்தத் திறந்த மனதைப் பயன்படுத்தி என்றேனும் ஒருநாள் எதிரி நாட்டுத் தீவிரவாதிகளும் நுழையக்கூடும் என்று அப்போது எவரும் கனவிலும் எண்ணியிருக்கமுடியாது.

சிவசங்கர நாராயணன் உலகமே புகழும் சாதனையை அப்போதுதான் செய்து முடித்திருந்தார். சைபர் தீவிரவாதிகள் செயற்கைக் கோள்கள் மூலம் பிரபஞ்சம் முழுவதும் வைரஸ்களைப் பரப்பிக் கொண்டிருந்தனர்; அவர்களைக் கட்டுப்படுத்த நிபுணர்கள் படாதபாடுபட்டுக் கொண்டிருந்தனர்; பன்னாட்டு இணைய வலைப்பின்னல்களை அழிக்க முயன்ற சைபர் தீவிரவாதிகளை ஒழிக்கக் களமிறங்கிய பலருள் இளைஞரான சிவசங்கர நாராயணனும் ஒருவர். தனது நுண்ணறிவால் அதை வெற்றிகரமாகச் சாதித்துமுடித்ததால் உலகமே

கொண்டாடும் ஹீரோ அந்தஸ்துக்குத் திடீரென உயர்ந்தார். இத்தனைக்கும் சிவசங்கர நாராயணன் வயது 28 தான். நாஸாவின் பேரிடர் மேலாண்மை நிபுணர்களிலேயே மிகவும் வயது குறைந்த வரும் இவர்தான். உடன் பணியாற்றும் மைக்கேல் பெட்ரோவுடன் தனது ஆடம்பரமான கறுப்பு லிமோசின் காரில் ஹோட்டலுக்கு வந்து சிவாவை அனைவரும் வைத்த கண் வாங்காமல் பார்த்தனர்.

சராசரிக்கும் அதிகமான உயரம், நல்ல உடல்வாகு, களையான முகம், குறுகுறுவென எதையும் கூர்ந்து நோக்கும் கண்கள்; இவைதான் சிவாவின் அங்க அடையாளங்கள். நாற்பது ஆண்டுகளுக்கு முன்பு அமெரிக்காவுக்குப் புலம் பெயர்ந்த இந்தியப் (தமிழகப்) பெற்றோருக்கு மகனாகச் சியாட்டிலில் பிறந்தவர் சிவா. குழி விழுந்த கன்னங்கள் மாலை நேர இள மஞ்சள் வெயிலில் ஜொலித்தன. முகத்தில் விழுந்த ஒற்றை முடியை மெதுவாக ஒதுக்கிவிட்டுக் கொண்டு, கூட வந்த மைக் பெட்ரோவைப் பார்த்துக் கொண்டே நடந்தார். சிவாவுக்கும் ஹிஸ்பானிக் அமெரிக்கரான மைக்குக்கும் கிட்டத்தட்ட ஒரே வயது என்றாலும், சிவாவைவிட நல்ல நிறம், குழந்தைத்தனமான முகம், ஆனால் கொஞ்சம் குள்ளம். இந்தியாவைப் பற்றி இதுவரை படித்திருக்கிறார்; பலர் பல விஷயங்கள் சொல்லிக் கேள்விப்பட்டிருக்கிறார். அந்த இந்தியாவில் முதல் முறையாகக் காலடி வைக்கப்போகிறோம் என்ற நினைப்பே மைக்கைப் பரவசப்படுத்தியது.

மைக்கும் சிவாவும் அலுவலகத்தில் ஒன்றாக வேலை பார்ப்பவர்கள் மட்டுமல்ல; நல்ல நண்பர்களும் கூட. கடந்த ஐந்து ஆண்டுப் பழக்கத்தில் இருவரும் நகமும் சதையுமாக நெருக்கமானார்கள். சிவாவின் தலைமையில் இயங்கும் நாஸா பேரிடர் மேலாண்மைக் குழுவில் மைக்கும் ஓர் உறுப்பினர். ஸ்டான்ஃபோர்ட் பல்கலைக் கழகத் தகவல் தொழில்நுட்பப் பிரிவு முதுநிலை வகுப்பில் அதிக மதிப்பெண்களுடன் சிறந்த மாணவராகத் தேர்வான சிவாவுக்கு நாஸாவில் நல்ல சம்பளத்தில் வேலை கிடைத்ததில் வியப்பேதும் இல்லை.

ஹோட்டல் வரவேற்பு அறைக்குள் நுழைந்த சிவாவுக்கும் மைக்குக்கும் இந்திய பாரம்பரிய முறைப்படிச் சிறப்பான வரவேற்பு அளிக்க முடிவானது. நாஸாவில் மகத்தான சாதனை படைத் தமைக்காக தாஜ் ஹோட்டல் பொது மேலாளர் கன்வார் சிங், அமைதி விரும்புவோர் சங்கத்தின் தலைவர் கிஷோர் ராத்தோட், அரசு சாரா அமைப்பான பிஎல்ஏ பிரதிநிதி ஆகியோர் இருவரையும் வரவேற்க வாசலுக்கே வந்தனர்.

பனாரஸ் பட்டுப் புடவையில் எழிலாகக் காட்சி தந்த இரு அழகிகள் சிவாவின் கழுத்தில் மணக்கும் சந்தன மாலையை அணிவித்ததுடன், நெற்றியில் செந்தூரப் பொட்டுவைத்து வரவேற்றனர்.

'சிவப்பு நிறத்தில் நெற்றியில் என்ன அடையாளம்?' ஆச்சரியத்துடன் கேட்டார் மைக்.

'மைக்... இது இந்திய மண்ணில் தடம் பதிக்கும் ஒவ்வொருவருக்கும் எங்கள் கலாசாரத்தின்படி அளிக்கப்படும் பாரம்பரிய வரவேற்பு. உங்களுக்கும் செந்தூரப் பொட்டுடன் இதுபோன்ற வரவேற்பு வேண்டுமா?'

'ஆமாம். உங்கள் பாரம்பரிய வரவேற்பு முறை சுவாரஸ்யமாக இருக்கிறது. அதிலும் அழகான பெண்கள் அதைக் கொடுக்கும்போது இன்னும் மெருகேறுகிறது.'

'மைக். சற்று நிதானமுடன் பார்த்து நடந்துகொள்ளுங்கள். எங்கள் பெண்களுக்கு பாரம்பரிய பெருமையுடன், மதிப்பும், மரியாதையும், தன்மானமும் உண்டு. நீங்கள் இசகுபிசகாக எதையாவது செய்தால் உங்களைக் காப்பாற்ற என்னால் முடியாது.'

'எஸ் பாஸ். என்னால் உங்களுக்கு எந்த தர்மசங்கடமும் வராது' அடக்கி வாசித்தார் மைக். அவரது விருப்பம் நிறைவேறும் வகையில் மாலை பூச்செண்டு மரியாதையுடன் செந்தூரத் திலகமும் இட்டுப் பெண்கள் வரவேற்றனர்.

'தாஜ் ஹோட்டல் உங்கள் வரவால் பெருமைப்படுகிறது' என்ற கன்வார் சிங்கின் வரவேற்பை ஏற்றவாறே உள்ளே நுழைந்தார் சிவா. கடந்த ஒரு வாரமாகவே இந்திய ஊடகங்களில் பரபரப்பாக இடம் பெற்றதால் பிரபலமானதில் வியப்பேதும் இல்லை. 'ஆபரேஷன் சைபர் க்ளீனிங்' என்ற நாஸாவின் கடினமான பணியை விரைவாக வும், புத்திசாலித்தனமாகவும் செய்துமுடித்த கதையைத்தான் சிவா சில நாள்களாக அனைத்து ஊடகங்களிலும் விளக்கிக் கொண்டிருந்தார். மேலும் யூ-ட்யூபில் பதிவேற்றப்பட்ட இந்த நேர்காணலை 10 கோடிக்கும் அதிகமானோர் பார்த்துள்ளனர். இவை அனைத்துமே சிவாவை ஹீரோ அந்தஸ்துக்கு உயர்த்தியதால் உள்ளே நுழைந்த அவரை அங்குள்ளோர் எளிதில் அடையாளம் கண்டு கையசைத்துப் புன்னகைத்தனர்.

செயற்கைக் கோள்கள் மூலம் வைரஸ்களைப் பரப்பத் திட்டமிட்ட சைபர் தீவிரவாதிகளை வெற்றிகரமாக ஒழித்துக் கட்டியதால் ஒரே இரவில் உலகப் புகழ் பெற்றார் சிவா. இந்திய வம்சாவளியைச் சேர்ந்தவர் என்பதால் அவர் விருது பெறும் விழாக்களில் இந்தியர்கள்

பெருமளவில் பங்கேற்று வாழ்த்தினர். இந்திய அரசும் அவரது சாதனையைப் பாராட்டும் வகையில் பத்ம பூஷன் விருது வழங்கிக் கௌரவித்தது. புகழ் வட்டத்தில் ஜொலித்துக் கொண்டிருந்த சிவாவை ரசித்துக் கொண்டிருந்தார் மைக்.

டாடா ஊழியர்கள் உலகின் எந்த மூலையில் பணியாற்றினாலும் அவர்கள் எப்படி நடந்து கொள்ளவேண்டுமென்ற நிறுவனத்தின் விதிகள் குறித்து சிவா படித்திருந்தாலும், ஹோட்டலில் தனக்கு அளிக்கப்பட்ட வரவேற்பில் இம்மியளவுகூடப் பிசகாததைக் கண் கூடாகக் கண்டு பிரமித்தார். வழக்கமான செக்-இன் நடைமுறைகள் முடிந்த பிறகு வரவேற்பு மேசையில் இருந்த பெண் 'அரபிக் கடலின் அழகை ஜன்னல் வழியே ரசிக்கும் வகையில் உங்கள் இருவருக்கும் 629 மற்றும் 631 அறைகள் ஒதுக்கப்பட்டுள்ளன' என்று சிவாவிடம் கூறினாள்.

'நன்றி. ஆனால் எங்களுக்கு அடுத்தடுத்த அறைகளை ஒதுக்கினால் நல்லது. நடமாடும் பல்கலைக்கழகமாகத் திகழும் மைக் எனக்குப் பக்கத்திலேயே இருக்க வேண்டுமென விரும்புகிறேன்.'

'மன்னிக்கணும். ஹோட்டலின் எல்லா ரூம்களும் ஏற்கனவே பதிவாகிவிட்டன. அடுத்தடுத்த அறைகள் கிடைப்பது கொஞ்சம் கஷ்டம்தான்.'

'630 அறையில் தங்கி இருப்பவரிடம் கேட்டுப் பாருங்களேன். உங்களுக்கு தர்ம சங்கடமாக இருந்தால் நானே பேசுகிறேன். அவரது பெயரை மட்டும் சொல்லுங்கள்.'

'திரும்பவும் மன்னிக்கணும். எங்க ஹோட்டல் விதிகளின்படித் தங்கி இருப்பவர்களின் பெயர்களை யாரிடமும் சொல்லக்கூடாது.' பெண் தொடர்ந்து பிடிவாதம் பிடித்தாள்.

'தவறாக நினைக்கவேண்டாம். அங்கே இருப்பவரும் எங்களைப் போலவே அமெரிக்காவைச் சேர்ந்தவராக இருந்தால் பிரச்னையைப் புரிந்துகொள்வார் என்ற நம்பிக்கையில்தான் கேட்டேன்.'

சிவாவின் கோரிக்கையில் இருக்கும் நியாயத்தைப் புரிந்துகொண்டு அந்தப் பெண் கொஞ்சம் இறங்கி வந்தார். தகவல்கள் அடங்கிய பதிவுப் புத்தகத்தைப் புரட்டியவாறே 'சார் 630ஆம் அறையில் இருப்பவர் அமெரிக்கர் இல்லை. பேரு உமர் கயாம். மாணவர். எப்படி இருந்தாலும் ஹோட்டல் விதிகளின்படி அறையை மாற்றிக் கொள்ளச் சொல்ல எங்களுக்கு உரிமையில்லை' என்றாள். வேதாளம் மீண்டும் முருங்கை மரம் ஏறியது.

உமர் கயாம் என்ற போலியான பெயரில் 630ஆம் அறையில் தங்கியிருந்த நபரின் உண்மையான பெயர் அஜ்மல் அமீர் கஸாப் என்பதோ பலரின் வாழ்க்கையில் மிகப் பெரிய தாக்கத்தை அவன் ஏற்படுத்தப்போகிறான் என்பதோ பாவம் சிவாவுக்கும் அந்தப் பெண்ணுக்கும் அப்போது தெரியவில்லை. விதி தனது விளையாட்டை மௌனமாகத் தொடங்கியது.

‘விடுங்க பாஸ். அவங்க என்ன பண்ணுவாங்க? சின்ன விஷயத்துக்காக அவங்களோட மல்லுக்கட்ட வேண்டாம். நீங்க எப்ப கூப்பிட்டாலும் நான் வருகிறேன். இல்லைன்னா உங்க கூடவே தங்கிக்கறேன்’ என்று சொல்லிக் கொண்டே சிவாவை அழைத்துக் கொண்டு அறைக்குச் செல்ல முற்பட்டார் மைக்.

கிஷோர் ராத்தோடும் கன்வார் சிங்கும் வழிநடத்த இருவரும் அவரவர் அறைக்குள் நுழைந்தனர். ‘விமானப் பயணக் களைப்பு தீரக் கொஞ்சம் ஓய்வு எடுத்துக் கொள்ளுங்கள். அஞ்சு மணிக்கு மீண்டும் உங்களைச் சந்திக்கிறேன்’ என்ற கிஷோரிடம் ‘இந்தப் பிரம்மாண்ட ஹோட்டலைச் சுற்றிப் பார்க்கணும். ஏற்பாடு பண்ணமுடியுமா? என்று கேட்டார் சிவா.

‘ஒண்ணும் பிரச்னை இல்லை. கிஷோருடன் நானும் கூடவே வந்து ஹோட்டலைச் சுற்றிக் காட்டுகிறேன்’ என்று கன்வார் சிங் பதிலளிக்க அனைவரும் விடைபெற்றனர்.

குட்டித் தூக்கம். பிறகு வெதுவெதுப்பான நீரில் ஆனந்தக் குளியல் போட்டுவிட்டு சிவாவும், மைக்கும், ஹோட்டலைச் சுற்றிப் பார்க்கத் தயாரானார்கள். கிஷோரும் கன்வாரும் சொன்ன நேரத்துக்கு வந்து சேர அனைவரும் புறப்பட்டனர்.

‘இந்த ஹோட்டலோட கதையைச் சொல்லுங்க? யாரு, எப்ப, ஏன் கட்டினாங்க? சிவாவின் கேள்வியில் ஆர்வம் பொங்கியது.

‘சொல்றேன் கேளுங்க. ஹோட்டலின் நீண்ட நெடிய வரலாறு 1890-ல் ஆரம்பமாகிறது. வெள்ளைக்காரன் காலத்துல ராயல் நேவி யாட் க்ளப் ரொம்பப் பிரபலம். ஆனா அதுக்குள்ள ஆங்கிலேயர்கள் தான் நுழைய முடியும். இந்தியர்கள் எவ்வளவு வசதியானவர்களாக, படித்தவர் களாக இருந்தாலும் அவங்களுக்கு அனுமதி இல்லை. க்ளப் வாசல்ல ‘இந்தியர்களுக்கும் நாய்களுக்கும் அனுமதி இல்லை’ அப்படீன்னு எழுதி அவமானப்படுத்தியிருந்தாங்க. ஒரு சமயம் பிரபல தொழிலதிபர் ஜே என் டாடா ஏதோ வேலையா அங்கே போனப்போ அங்கிருந்த காவலாளிகள் ‘இந்தியர்களுக்கும் நாய்களுக்கும் அனுமதி இல்லை’ன்னு எழுதியிருந்த பலகையைக் காட்டி அவரை அவரைத் திருப்பி அனுப்பிச்சுட்டாங்க.

அவமானத்துல கூனிக் குறுகிப் போனார் ஜே என் டாடா. 'இந்தியாவிலேயே இந்த பிரிட்டிஷார் இந்தியர்களை இப்படிக் கேவலப்படுத்துகிறார்களா... இதைவிடப் பல மடங்கு பெரிய ஹோட்டல் ஒன்றைக் கட்டுவேன். ஷாஜஹான் தனது காதல் மனைவி மும்தாஜுக்குப் பரிசாக தாஜ்மஹாலைக் கட்டியதுபோல், என் தேசத்துக்கு தாஜ் ஹோட்டலைப் பரிசாகக் கொடுப்பேன்' அப்படீன்னு சபதம் எடுத்தாரு. சொன்ன மாதிரியே தாஜ் ஹோட்டலைக் கட்டிமுடிச்சாரு. அப்பவே இதோட மொத்தச் செலவு ரூ 25 லட்சம்னா இன்னி தேதிக்கு எவ்வளவு கோடிகள்ன்னு நீங்களே கணக்குப் போட்டுக் கொள்ளுங்கள். இன்னொரு சிறப்பு என்னென்னா, அந்தக் காலத்துல பம்பாய்ல மின்சார வசதி இருந்த ஒரே இடம் இந்த தாஜ் ஹோட்டல் மட்டுந்தான். ஒண்ணு தெரியுமா... இந்த ஹோட்டலைத் திறந்தபோது வெயிட்டர்கள், பிற பணியாளர்கள்னு நூத்துக்கணக்குல இருந்தாங்க. ஆனால் முதன் முதலா தங்க வந்தவர்கள் எத்தனை தெரியுமா... வெறும் ஏழு பேர்தான்!

தாஜ் ஹோட்டலைப் பற்றிக் கன்வார் சிங்க் விவரிக்கும்போது அவரது முகத்தில் தவழ்ந்த மகிழ்ச்சியைச் சிவாவும் மைக்கும் கவனிக்கத் தவறவில்லை. 'தாஜ் ஹோட்டலைக் கட்டும்போது வேறு நல்ல ஹோட்டல் எதுவுமே இல்லையா?' என்று மைக் கேட்டார்.

'நிறைய ஹோட்டல்கள் இருந்தன. ஆனால் எதுவுமே தரமாகவும், சுத்தமாகவும் இல்லை. மிகச் சிறந்ததாகக் கருதப்பட்ட வாட்சன் எஸ்பிளனேட் ஹோட்டல் ரொம்பப் பழசு. எனவேதான் ஒரு பிரமாண்டமான ஹோட்டல் கட்ட டாடா முடிவெடுத்தார். ஆனால் அவரது திட்டத்துக்கு உறவினர்களும் நண்பர்களுக்கும் ஆதரவு தரல. பெங்களூரில் இந்திய அறிவியல் நிலையம், ஜாம்ஷெட்பூரில் இரும்பு - எஃகு தொழிற்சாலை, மின் நிலையம்ன்னு பிரமாண்டத் தொழிற்சாலைகளைக் கட்டிக் கொண்டிருக்கற உனக்கு லாட்ஜ் கட்டறது கௌரவக் குறைச்சலா தோணலியா? எதுக்கு இந்த வேண்டாத வேலை' என்று குடைச்சல் கொடுத்தனர்.

ஆனாலும் டாடா தனது முயற்சியைக் கைவிடவில்லை. முன் வைத்த காலைப் பின்வைக்கக்கூடாது என்ற தீர்க்கமான முடிவுடன் கட்டிமுடிப்பதில் தீவிர கவனம் செலுத்தினார். 1903 டிசம்பர் 16 ஆம் தேதி தாஜ் ஹோட்டலின் திறப்பு விழாவில் அதன் பிரமாண்டத்தைப் பார்த்து பம்பாய் மட்டுமின்றி இந்தியாவே அதிசயித்தது. மூரிஷ், ஓரியண்டல், ஃப்ளோரண்டைன்ஸ்டைல் மற்றும் இந்திய ஐரோப்பிய நவீனங்களுடன் பல்வேறு கலைகளின் சங்கமமாகவும்

பொக்கிஷமாகவும் விளங்குகிறது' என்று மூச்சுவிடாமல் கன்வார் சிங் வர்ணித்துமுடித்தார்.

'எல்லாம் சரிதான். ஆனால் இதோட கட்டுமானம் உல்டாவாக, அதாவது முன் பக்கம் இருக்கவேண்டியது பின் பக்கமும், பின் பக்கம் இருக்கவேண்டியது முன் பக்கமும் இருக்கற மாதிரி தோணுதே' சந்தேகத்துடன் மீண்டும் கேட்டார் மைக்.

'இந்தக் கேள்வியை அப்பவே டாடா கிட்ட கேட்டாங்க. 'அரபிக் கடலின் அழகை என் ஹோட்டலில் தங்கும் பெரும்பான்மை விருந்தினர்கள் கண்டுகளிக்க வேண்டுமென்ற ஒரே நோக்கந்தான் காரணம். அப்படிக் கட்டியதால்தான் அரபிக் கடலின் எழிலை அறையில் இருந்தவாறே ரசிப்பதற்குப் பலர் வருகிறார்கள்' என்று புன்னகைத்தாராம் டாடா.

'டாடாவின் நம்பிக்கை வீண் போகவில்லை. மன்னர்கள், ஜனாதிபதிகள், பிரதமர்கள், அரசியல் கட்சித் தலைவர்கள், கலை, இலக்கிய, இசை விற்பன்னர்கள் என உள்ளூர் மற்றும் உலகின் பிரபலங்கள் இங்கு தங்கி உள்ளனர். மவுண்ட்பேட்டன் பிரபு, ஜார்ஜ் பெர்னார்ட்ஷா, இர்விங் ஸ்டோன், பார்பரா கோர்ட்லேண்ட், மார்க்ரெட் தாட்சர், சார்ல்ஸ் இளவரசர், பில் க்ளிண்டன், டேவிட் ராக்ஃபெல்லர், ட்யூக் எலிங்க்டன் என இங்கு தங்கிய முக்கியஸ்தர் களின் பட்டியல் நீண்டு கொண்டே போகும்' என்று கன்வார் சிங் சொல்லிமுடிப்பதற்குள் 'அந்தப் பட்டியலில் என்னையும், சிவாவையும் மறக்காமல் சேர்த்துக் கொள்ளுங்கள்' என்றார் மைக் குறும்புடன்.

'எல்லாச் சந்தேகமும் தீர்ந்ததா; கேள்வி கேட்டுமுடிச்சாச்சா? இப்போ என்னோட முறை. நான் கேக்கற கேள்விகளுக்கு பதில் சொல்லணும் சரியா?' என்று கொக்கி போட்டார் கன்வார் சிங்.

'ஆரஞ்ச் கலர்ல பேனா மாதிரி உங்க ரெண்டு பேரோட சட்டைப் பாக்கெட்டுலேயும் இருக்கே அது என்ன?

மைக் தனது சட்டைப் பாக்கெட்டைப் பார்த்துக் கொண்டே 'ஓ! இதுவா? ... நாஸாவிலுள்ள எங்க பேரிடர் மேலாண்மைக் குழு பயன்படுத்தும் ஸ்பெஷல் கேட்ஜெட். இதுக்குப் பேரு நாஸா விஜிஎன் 009. இந்தக் கருவி மூலம் எங்க சிஎம்ஜி உறுப்பினர்கள் உலகின் எந்த மூலையில் இருந்தாலும் தொடர்புகொள்ளமுடியும். வாய்ஸ், டேடா, இமேஜ் உள்பட எதையும் இடைமறித்து ஒருங்கிணைக்கமுடியும். ஒரு சில பகுதிகளில் தொலைதொடர்பு

டவர்கள் இருக்காது. ஆனாலும்கூட எங்கள் தனிப்பட்ட நெட்வொர்க் மூலம் தங்கு தடையில்லாம தொடர்ந்து தொடர்பில் இருக்கலாம்.

இந்த ஹைடெக் கருவியில் படப் பதிவு, உரையாடலை இடைமறித்துக் கேட்பது, வீடியோ, ஆடியோ பரிமாற்றம் என எல்லா வசதிகளும் உண்டு. ஒரு வகையில இதை விமானத்தில் இருக்கும் கருப்புப் பெட்டியோட ஒப்பிடலாம். விமானம் விபத்து ஏற்பட்டா எப்படி கருப்புப் பெட்டியைத் தேடிக் கண்டுபிடித்து அதில் பதிவாகி இருக்கும் உரையாடல்கள் மூலம் விபத்தோட காரணத்தை ஆராய்ச்சி செய்வாங்களோ அதேபோலத்தான் இதுவும். ஒரு முறை சார்ஜ் செய்தால் போதும். இரு வாரங்களுக்குத் தொடர்ந்து தடையில்லாம வேலை செய்யும். எளிதில் சேதப்படுத்தமுடியாது. காணாமல் போனால்கூட அதிலிருந்து வரும் கதிர் அலைகள் சமிக்ஞைகள் மூலமா இருக்கும் இடத்தைச் சுலபமாகக் கண்டுபிடிச்சுடலாம்' என்று நீண்ட விளக்கம் கொடுத்தார் மைக்.

'ஹூம். நல்லாத்தான் இருக்கு. ஆனா இந்த மாதிரி கருவியெல்லாம் நான் ஜேம்ஸ் பாண்ட் படத்துலதான் பாத்திருக்கிறேன்' என்றார் கன்வார் சிங்.

ஹோட்டல் லாபியில் காணப்பட்ட பேனர்களில் அன்றைய தினம் அங்கு நடைபெறவுள்ள நிகழ்ச்சிகள் தொடர்பான விவரங்களும் சம்பந்தப்பட்டவர்களின் ஃபோட்டோக்களும் இடம் பெற்றிருந்தன. 'இந்துஸ்தான் லீவர் - விடைபெறும் சிஇஓ-க்கு பிரிவு உபசார விழா', 'பன்னாட்டு வர்த்தகப் பிரதிநிதிகள் கூட்டமைப்பு - ஐரோப்பிய நாடாளுமன்ற உறுப்பினர்கள் குழு', 'போரா சமூகத் திருமண விழா' உள்ளிட்ட பல்வேறு பேனர்களுடன் 'நாஸா - சிவாவுக்குப் பாராட்டு விழா' என்ற பேனரையும் பார்த்துக்கொண்டே நடந்தனர்.

'பாரம்பரிய முறைப்படி நடக்கும் இந்தியத் திருமணங்களைப் பார்க்கணும். அப்படி ஏதாவது இருந்தா சொல்லுங்க' மைக் தனது ஆசையை வெளிப்படுத்தினார்.

'எக்கச்சக்க வேலை இருக்கு மைக். நாளைக்கே அமெரிக்கா போறதுக்கு டிக்கெட் போட்டாச்சு. அதுக்கு அடுத்த நாள் ஹெட் ஆஃபீஸ்லே இன்னொரு முக்கியமான அசைன்மெண்ட். தயவு செஞ்சு கவனத்தைச் சிதறவிடாம வந்த வேலையைப் பார்ப்போமா?'

'பாஸ். அடுத்த நிமிஷம் என்ன நடக்குங்கறது நம்ம கைல இல்லைன்னு நீங்கதானே அடிக்கடி சொல்வீங்க. அப்படி இருக்கும் போது நாளைக்கு நடக்கப் போறதைப் பத்தி நான் ஏன் இன்னிக்குக் கவலைப்படணும்?'

வெளிநாட்டுக்காரன் மைக்கின் ஆசையை நிறைவேற்றுவதில் கன்வார் தீவிரமாக இருந்தார். 'வட இந்தியத் திருமணங்களில் வாண வேடிக்கைகளும் பட்சாசுகளும் முக்கியமான நிகழ்ச்சி. மேலும் ஹோட்டல் வாசலில் மணமகனை வரவேற்கப் பளபளக்கும் ஆடைகளில் பெண்கள் கூட்டமாக ஆடும் நடனங்கள் கண்கொள்ளாக் காட்சியாகும். கவலைப்படாதீங்க.. நீங்க கண்டிப்பா பார்க்கறீங்க'.

நால்வரும் தொடர்ந்து பேசியவாறே ஹோட்டலுக்குள் நடந்து கொண்டிருந்தனர். வெடிக்கப் போவது பட்டாசுகள் அல்ல குண்டுகள் என்றோ, வாண வேடிக்கைகளுக்குப் பதிலாக ஹோட்டலே ஜெக ஜோதியாகத் தீப்பற்றி எரியப் போகிறது என்றோ, அவர்களுக்குத் தெரிந்திருக்க நியாயமில்லை.

'நூற்றாண்டுகள் கடந்த ஹோட்டல் போலவே இல்லியே? புத்தம் புதுசா பளபளன்னு இருக்கு.'

'ஆமாம். மைக். ரெண்டு மூணு வருஷமா நடந்த பெயிண்டிங், மராமத்து வேலை இப்பதான் முடிஞ்சுது. அதான் இப்பத்தான் கட்டிமுடிச்ச மாதிரி ஜொலிக்குது. உலகின் தலை சிறந்த கட்டடக் கலைஞர்களும், உள் அரங்க அலங்கார நிபுணர்களும் ராப் பகலா உழைச்சு நவீன ஹோட்டல்களுக்கு இணையான வசதிகளோடவும், அதே சமயம் பாரம்பரியப் பெருமை கெடாமவும் கட்டிமுடிச் சிருக்காங்க. இதுக்கு நீங்க டாடாவைத்தான் பாராட்டணும்.'

'ஹோட்டல் முழுவதும் கலைப் பொக்கிஷங்களின் சங்கமமாகவே இருக்கே. இதையெல்லாம் எங்கிருந்து கொண்டு வந்தார்; மிகப் பெரிய கலா ரசிகராக இருப்பார் போலிருக்கே?' மைக் ஹோட்டலின் அழகில் சொக்கிப் போனார்.

பெல்ஜியம் சாண்ட்லியரிலிருந்து பஸ்தார் மலைவாழ் கலைப் பொருள்கள் வரை, ஆங்கிலோ இந்திய மேசைகள், நாற்காலிகள் தொடங்கி கோவா கைவினைப் பொருள்கள் வரை, மொகல் ஜாலி டிசைன் தொடங்கி இன்றைய சமகால சிற்பங்கள் வரை, இந்திய ஓவியங்கள் தொடங்கி இத்தாலிய ஓவியங்கள் வரை, உள் அலங்காரத்துக்கு ஓனிக்ஸ் தூண்கள், வால்டெட் அலபாஸ்டர் சீலிங்க், கேண்டிலீவர் படிக்கட்டுகள் என அடுக்கிக்கொண்டே போகலாம். ஒவ்வொன்றுக்கும் தனித்துவமான டேஸ்டும் ஸ்டைலும் உண்டு. ஒரு தேர்ந்த சிற்பி பார்த்துப் பார்த்துச் சிலையைச் செதுக்குவது போல, பார்த்துப் பார்த்து ஹோட்டலைக் கட்டினார் டாடா.

'கன்வார் சொல்லச் சொல்ல மைக்கின் கண்கள் ஆச்சரியத்தில் விரிந்தன. 'கண்ணுக்கு விருந்து கொடுத்தால் போதுமா; வயித்துக்கு

விருந்து வேண்டாமா... வாருங்கள். எங்க தாஜ் ஹோட்டலில் ஸ்பெஷாலிடியே விருந்தோம்பலும், ருசியான வகை வகையான சாப்பாடுந்தான். உலகின் எந்த நாட்டு உணவும் மதுபானமும் இங்கே கிடைக்கும்.'

நடந்து நடந்து களைத்துப் போயிருந்த மைக்குக்கு சாப்பாடு என்று சொன்னதுதான் தாமதம் 'சிவா! நம்ம நிகழ்ச்சி சாயங்காலந்தானே. அதுக்குள்ளே ஒரு கட்டு கட்டலாமே? கன்வார் சொன்னதைக் கேட்டு இப்பவே எனக்குப் பசிக்க ஆரம்பிச்சிடுச்சு...'

'பார்ட்டிக்கு போனா என்ன கதிக்கு ஆவிங்கன்னு எனக்குத் தெரியும். சாயங்கால நிகழ்ச்சிலே உங்களால ஒழுங்கா நிற்கக்கூடமுடியாது. நான் நிகழ்ச்சிக்கு வரும் விருந்தினர்கள வரவேற்பதில் பிசியா இருப்பேன். என்னால உங்களுக்கு எந்த உதவியும் செய்யமுடியாது. ஞாபகத்தில் வைத்துக் கொள்ளுங்கள்' சிவா பேச்சில் கொஞ்சம் கடுமை தெரிந்தது.

'அதி நவீன வசதிகளுடன் பத்து பிரமாண்ட பேங்கெட் அறைகள் இருக்கின்றன. ஒவ்வொரு உணவு வகைக்கும் பிரத்யேக செஃப்பும், அனைத்துக்கும் பொதுவான தலைமை செஃப்பும் உங்களுக்குச் சேவை செய்யக் காத்திருப்பார்கள்' இருவரின் உரையாடல்களில் அதிகக் கவனம் செலுத்தாமல், ஹோட்டலின் பெருமையை மேலும் தொடர்ந்தார் கன்வார்.

ஸ்கை ப்ளூ யூனிஃபார்மில் இளைஞர்களும் இளைஞிகளும் 'ஹாஸ்பிடாலிடி டிரைனீஸ்' என்ற பேட்ஜுடன் அங்குமிங்கும் பரபரப்பாகச் சுழன்று கொண்டிருந்தார்கள். 'இவர்கள் இங்கே பயிற்சி பெறுகின்றனர். தொழிற்சாலை அப்ரெண்டிஸ்போல இவர்கள் ஹோட்டல் விருந்தோம்பல் அப்ரெண்டிஸ்கள். ''அதிதி தேவோ பவ'' என்னும் தாரக மந்திரத்தின் அடிப்படையில் பல்வேறு பயிற்சிகளை முடித்த பிறகே வேலை அளிக்கப்படும். விருந்தினர்கள் மனம் கோணாமல் நடந்துகொள்ளவேண்டும் என்ற எண்ணத்தை இங்கு பணியாற்றும் ஒவ்வொருவரின் டிஎன்ஏ-வில் ஓர் அங்கமாகவே மாற்றிவிடுவதால் ஊக்கத் தொகை ஏதும் தராமலேயே சேவை மனப்பான்மையுடன் உழைக்கிறார்கள்' என்றார் கன்வார்.

விருந்தினரை தெய்வமாக மதிக்கவேண்டும் என்ற விஷயத்தை ஈராயிரம் ஆண்டுக்கு முன்னர் குறளாக வடித்த வள்ளுவரை நினைத்துப் பெருமைப்பட்டதுடன் சிவா அதை மைக்குக்கும் விளக்கினார். விருந்தோம்பலுக்கு வடக்கு தெற்கு என்ற பேதமில்லாமல் இந்தியர்கள் அனைவரும் அளிக்கும் முக்கியத்துவத்தைக் கண்டும்

அவர்களை அப்படி ஒன்றிணைக்கும் கலாசார மதிப்பீடுகள் குறித்தும் ஆச்சரியப்பட்டார் மைக்.

இந்தியர்களின் தொழில் முனைவு குறிப்பாக டாடாவின் வெற்றிக் கதை சிவாவை மிகவும் பரவசப்படுத்தியது. நவீனத்தை ஏற்றுக் கொள்ளும் அதே நேரம், பாரம்பரியப் பெருமையையும் கட்டிக் காக்க வேண்டும் என்னும் அவரது உயர்ந்த சிந்தனை சிவாவை ஈர்த்தது. அமெரிக்காவில் வாழ்ந்தாலும், உலகப் பண்பாட்டுக்கே இலக்கணம் வகுத்த இந்தியாவில்தான் தனது வேர்கள் இருக்கின்றன என்று பெருமைப்பட்டார் சிவா.

கிஷோரும் கன்வாரும் பல விருந்து மண்டபங்களின் வழியே இருவரையும் அழைத்துச் சென்றனர். சிவா மேம்போக்காகப் பார்த்துக்கொண்டு செல்ல, மைக்கேலோ வைத்த கண் வாங்காமல் ஒவ்வொன்றையும் ரசித்துக்கொண்டே வந்தார். ஆடம்பர காக்டெயில் வரவேற்புடன் நடைபெறும் விவிஐபிக்களின் நிகழ்ச்சி களுக்காக ஒதுக்கப்பட்ட 'க்ரிஸ்டல் அறையை' முதலில் பார்த்தனர். அடுத்தது 'ஆலம் பால்ரூம்'. கார்ப்பரேட் நிறுவனங்களின் வரலாற்றுச் சிறப்புமிக்க நிகழ்ச்சிகள் இங்குதான் வழக்கமாக நடைபெறும். சிவாவின் பாராட்டு விழாவுக்கும் இங்குதான் ஏற்பாடாகி உள்ளது. அடுத்தது 'ரந்தேவூ விருந்து மண்டபம்'. சுற்றியுள்ள நான்கு கண்ணாடி சுவர்களின் வழியே 3600 கோணத்தில் மும்பை நகரின் எழிலைக் கண்டு களிக்கலாம்.

நிகழ்ச்சியில் பங்கேற்பதற்காக ஹோட்டலுக்கு வந்ததையே மறந்து சிவாவும் மைக்கும், சுற்றுலாப் பயணிகளைப்போல ஹோட்டலில் ஒவ்வொரு விருந்து மண்டபத்தையும் ஆர்வத்துடன் பார்த்து ரசித்துக் கொண்டிருந்தனர். அடுத்து அவர்கள் நுழைந்த விருந்து மண்டபத்தின் பெயர் 'தி கேட்வே'. நுழைவு வாயில் என்னும் அர்த்தத்துக்கு ஏற்ப அழகிய அரபிக் கடலின் பின்புலத்தில் பிரம்மாண்ட 'கேட்வே ஆஃப் இந்தியா' விழிகளுக்கு விருந்தாகக் காட்சி தந்து கொண்டிருந்தது.

தங்கத்தாலான சாண்ட்லியர்களுடன், தங்கமயமாக வடிவமைக்கப் பட்டதுதான் 'தி கோல்டன் விருந்து மண்டப அறை'. பசுமை வண்ணச் சுவர்கள், மென்மையான பழுப்பு நிறத் தரைவிரிப்புகள், தங்க நிறத் திரைச்சீலைகளுடன் கலை நுணுக்கம் மிகுந்த 'தி எமரல்ட் அண்ட் ஜேட் ரூம்' எனக் கிட்டத்தட்ட எல்லா விருந்து மண்டப அறைகளையும் சுற்றி வந்தனர்.

மைக்குக்குப் பசி எடுக்கத் தொடங்கவே 'கன்வார்ஜி! இப்போதைக்குக் கொஞ்சம் இடவெளி கொடுத்துவிட்டு ஏதாவது ஒரு ரெஸ்டரெண்ட் பக்கம் போகலாமே. பசி வயிற்றைக் கிள்ளுகிறது' என்றார்.

'ஒண்ணு என்ன எல்லா ரெஸ்டரெண்டுக்குமே போவோம். எங்கே பிடிக்குதோ அங்கே சாப்பிடுங்க' என்று சொல்லியவாறே ஃப்ரெஞ்ச் ரெஸிப்பிக்களை வழங்கும் 'ஜோடியாக் க்ரில்'-லுக்கு (Zodiac Grill) அழைத்துச் சென்றார். அழகிய வழுவழுப்பான தோல் உறைக்குள் இருந்த மெனு கார்டில் இருந்த அன்றைய சிறப்பு உணவுகளின் பட்டியலை வாசித்தார்: நியூ ஃப்ரெஞ்ச் கூஸ் லிவர், ஹவுஸ் ஆஃப் கேவியர் செலக்ஷன்ஸ். வாசித்துவிட்டு மைக் கண்களை வியப்பால் விரியச் செய்தார். அனைவரும் அதைப் பார்த்துப் புன்முறுவல் பூத்தனர்.

அவர்கள் நுழைந்த அடுத்த ரெஸ்டரெண்ட் 'மஸாலா க்ராஃப்ட்'. தங்க பார்டருடன் வெண்மை நிறப் பருத்திப் புடவையில் வெள்ளைப் புறாவைப்போலக் கூப்பிய கரங்களுடன் அழகான பெண் வரவேற்றாள். ஹாட் ஃபுல்கா, போரி, பார்ஸி மற்றும் சைவ உணவுகள் உள்பட மெனுவில் காணப்பட்ட சில டிஷ்களை அவர்களுக்கு விளக்கினாள். 'கோல்டன் கேட்' ரெஸ்டரெண்டுக்குள் நுழையும்போதே மெல்லிய ஹேன் இசையும் நுணுக்கமாகச் செதுக்கப்பட்ட டிராகன் வடிவங்களும் இதுவொரு சீன உணவகம் என்று சொல்லாமல் சொல்லியது. பீக்கிங் டக் மற்றும் சாங் ஆஃப் தி டிராகன் ஆகியவை இங்கு பிரபலம் என்று கன்வார் கூறியதை இருவரும் குறித்துக்கொண்டனர்.

சுவையான பேஸ்ட்ரீஸ், இனிப்புகள், மேங்கோ ஸ்பைஸ் சீஸ் கேக், ப்ரௌன் அனியன் ஜாஃப் பிரட் (Zoff Bread), சியா பட்டா சண்ட்விச் (Ciabatta Sandwich) ஆகியவற்றுக்கு புகழ் பெற்ற லா பெட்டிஸெரே (La Patisserie) ரெஸ்டரெண்டைக் கடந்து லெபனானின் 'சௌக்' (Souk) ரெஸ்டரெண்டுக்குள் நுழைந்தனர். மெஸ்ஸஸ் (Mezzes), ஹ்யூமஸ் (Humus), பாபா (Baba), கனோஷ் (Ganoush), ஃபலாஃபெல் (Falafel), ஷீஷ் டௌக் (Sheesh Taouk), மொராக்கோ சைவ டகைன் (Tagine), ரோஸ் பெடல் ஐஸ் க்ரீம் என மெனு கார்ட் வித்யாசமாக இருந்தது. சீ லௌஞ்ச்சில் (Sea Lounge) சுடச்சுட நொறுக்குத் தீனிகள், டிம்சம் (Dimsum), கெபப் (Kebab), ஸ்கோன் (Skone) ஆகியவற்றுடன் செவிக்கு இனிமையான ஜாஸ் இசையும் தவழ்ந்து வந்தது. கடைசியாக ஜப்பானிய உணவுகளுக்குக் குறிப்பாக எனோகி டெம்பூரா ஷிமாஜி மஷ்ரூம் (Enoki Tempura Shimaji Mushroom), நாவுக்கினிய ஷுஷீஸ் (Shushis) ஆகியவற்றுக்குப் பிரசித்தி பெற்ற மோரிமோடோ (Morimoto) ரெஸ்டரெண்டுடன் ஹோட்டலைச் சுற்றிப் பார்க்கும் படலத்தை முடித்துக் கொள்ளத் திட்டமிட்டனர்.

திடீரென மைக்குக்கு 'ஆகா! எது முக்கியமோ அதைப் பார்க்காமல் போகிறோமே' என்று கன்வாரிடம் ஜாடை காட்ட 'ஆமாம். மறந்தே

போய்விட்டேன். வாருங்கள்' என்று இருவரையும் முதலில் ஹார்பர் பாருக்கும் (Harbour Bar) பிறகு ஸ்டார் போர்ட் பாருக்கும் (Star Board Bar) அழைத்துச் சென்றார். கொறிக்கப் பானி பூரி, நண்டு சமோசாவுடன் அவரவர் விருப்பங்களுக்கு ஏற்பத் தேர்ந்தெடுக்க உயர் ரக மதுபானங்கள் கண்ணாடி ஷோகேஸுக்குள் அழகாக அடுக்கி வைக்கப்பட்டிருந்தன. ஆண் பெண் பேதமின்றி மதுக் கிண்ணங்களுடன் மெல்லிய இசைக்கு நடனமாடியவாறே பருகிக் கொண்டிருந்தர்.

சிவா மணியைப் பார்த்தார். ஆறரையை நெருங்கிக் கொண்டிருக்கவே கன்வாரையும் கிஷோரையும் அருகில் அழைத்து 'ஹோட்டலைச் சுற்றிக் காட்டியதற்கு ரொம்ப நன்றி. நாங்க கிளம்பறோம். பிறகு சந்திப்போம்' என்று சொல்ல மைக் பதறிவாறே 'என்ன பாஸ்? மத்த இடங்களைச் சுத்திப் பாத்தோம். சரி. அதுக்காக இங்கேயும் அப்படியே போகணுமா என்ன? பார்ல ஒரு பெக் அடிச்சுட்டு அப்படியே ரெஸ்டரெண்ட்ல வாய்க்கு ருசியாக சாப்டுட்டு போகலாமே? பசி தாங்க முடில. ப்ளீஸ்' என்று வயிற்றைத் தடவிக் கொண்டே மைக் யாருடைய பதிலுக்கும் காத்திருக்காமல் பாருக்குள் நுழைந்தார். வேறு வழியின்றி அனைவரும் அவரைப் பின்தொடர்ந்தனர்.

'ஸ்டார்மி நைட்ஸ் காக்டெயில்' - அருகே வந்த வெயிட்டரிடம் கன்வார் மெனு கார்டைச் சுட்டிக் காட்டிக் கூற, மைக்கும் எதையோ சொல்ல வாயெடுத்தார். ஆனால் சிவா ஏற இறங்கப் பார்க்கவே அமைதியானார். சிங்கிள் மால்ட் (Single Malt), காக்னேக் (Cognac), ஆர்மேக்னாக் (Armagnac) என வகை வகையான மதுபானங்கள் மைக்கைக் கிறங்கடித்தன. பேச்சு சுவாரஸ்யத்தில் மூணு ரவுண்ட் தாண்டியதுமே சிவா உஷாரானார். இதற்கு மேல் போனால் மைக் நிதானத்தை இழந்துவிடுவார் என்பதால் கட்டிங்கை நிறுத்திவிட்டு அனைவரும் வாஸபி பை மோரிமோடோ (Wasabi by Morimoto) ஜப்பான் ரெஸ்டெரண்டுக்குச் செல்ல ஆயத்தமானார்கள்.

அங்கிருந்த சுஷி (Sushi) கவுண்டரும், தெப்பன்யாகி கிச்சனும் (Teppanyaki Kitchen) நிரம்பி வழிந்தன. இருப்பினும் சிவா ஒரு விஐபி என்பதால் அவருக்கு உதவவும், தேவையானதைக் கொடுக்கவும் நியமிக்கப்பட்டிருந்த வெயிட்டர் தன்னைத் தானே அறிமுகப்படுத்திக் கொண்டு 'என் பெயர் தாமஸ் குரியன். உங்களைப் பற்றிய செய்திகள் அன்றாடம் ஊடகங்களில் வெளியாகிக் கொண்டே இருக்கின்றன. ஓர் இந்தியர் உலகளவில் புகழ் பெற்று விளங்குவது எங்களுக்குப் பெருமையான விஷயம். நாளை மறுநாள் என் மகளின் திருமணம். விடுப்பில் இருந்தாலும், உங்களைப்போன்ற ஒருவருக்குச் சேவை

செய்வதற்காகவே இங்கு வந்துள்ளேன். நாளை காலை திருமண ஏற்பாடுகளைக் கவனிக்கக் கிளம்பிவிடுவேன். அனைவரையும் சந்தித்தது மிக்க மகிழ்ச்சி' என்று கூற சிவாவும், மைக்கும் ஆச்சரியப்பட்டார்கள். அடுத்த அரை மணி நேரம் புன்சிரிப்புடன் வகை வகையான ருசியான ஜப்பானிய உணவுகளைப் பரிமாறினார்.

மணி ஏழரை ஆகவே சிவா பரபரப்பானார். நால்வரும் நிகழ்ச்சி நடைபெறும் பால்ரூம் அறைக்குச் செல்ல அங்கே பணியிலிருந்த விருந்து மண்டப மேலாளர் பூச்செண்டு கொடுத்துக் கனிவுடன் வரவேற்றார்.' நிகழ்ச்சிகளை ஒருங்கிணைக்க 'மல்லிகா' இருக்கும் போது இனி கவலைப்பட ஏதுமில்லை. அனைத்தும் நல்ல படியாகவே நடக்கும்' என்று மல்லிகாவுக்குப் பாராட்டுப் பத்திரம் வாசித்தார் கன்வார்.

'மைக் இப்போது மணி 8. ரூமுக்குப் போய் ரெஃப்ரெஷ் செய்து கொண்டு 0915 மணிக்கு நிகழ்ச்சி தொடங்குவதற்கு முன்பே வந்து விடலாம். கன்வார் , கிஷோர் உங்கள் இருவருக்கும் நன்றி. பின்னர் சந்திப்போம்' என்று சொல்லிக் கொண்டே மைக்குடன் கிளம்பினார் சிவா.

அறைகளுக்குச் செல்ல எலிவேட்டர் திறந்து கொள்ள உள்ளிருந்த தென் ஆப்பிரிக்கப் பாதுகாப்பு நிபுணரைப் பார்த்து 'ஹலோ ஜேன் ஹென்றி! நீங்க எங்கே இந்தப் பக்கம்? ஞாபகம் இருக்கா? போன வருஷம் லண்டனில் இருந்து சான் ஃபிரான்சிஸ்கோ வரை ஒண்ணா ஃப்ளைட்ல 12 மணி நேரம் பறந்தோமே' என்று நினைவூட்டியதுடன் அருகிலிருந்த சிவாவிடம் 'இவர் ஹாலிவுட் ஸ்டார்களுக்கு செக்யூரிட்டி. பாதுகாப்புக்கு அதிகாரியேகூட இருக்கும்போது நிம்மதியாகத் தூங்கலாம்ல என்று அறிமுகப்படுத்தினார் மைக்.

'இங்கே தங்கியிருக்கிற கிரிக்கெட் வீரர்களுக்கு நான்தான் சீஃப் செக்யூரிட்டி ஆஃபீசர். ஆனால் உண்மையைச் சொல்லணும்னா நாங்க மனுஷங்களுக்குத்தான் செக்யூரிட்டி. நீங்க சைபர் தீவிரவாதிகளிட மிருந்து இந்த உலகத்தையே காப்பாத்துன சூப்பர் செக்யூரிட்டி சார். உங்களுக்கும் நாஸா குழுவுக்கும் நிஜமாவே நாங்க கடமைப் பட்டிருக்கோம்' என்று உணர்ச்சிவசப்பட்டார் ஹென்றி.

ஆறாவது தளத்தை அடைந்தவுடன் எலிவேட்டர் கதவுகள் மெதுவாகத் திறந்து கொள்ள அவரவர் அறைகளை நோக்கி நடந்தனர். அன்றைக்கே அவர்கள் ஒவ்வொருவரும் பல உயிர்களைக் காப்பாற்றும் செக்யூரிட்டிகளாக மாறப்போகிறார்கள் என்ற விவரம் அப்போது அவர்களுக்கு மட்டுமல்ல; யாருக்குமே தெரிய வாய்ப்பில்லை.

ரெஃப்ரெஷ் செய்துகொண்டு சிவாவும் மைக்கும் திட்டமிட்டபடி 0915க்கு நிகழ்ச்சி நடைபெறும் பால்ரூமை அடைந்தனர். அந்த அரங்கில்தான் தீவிரவாதிகள் புகுந்து கண்ணில்பட்டவர்களை யெல்லாம் சுட்டுத் தள்ளத் தொடங்கியிருந்தனர். இந்தியாவுக்கு ஆசை ஆசையாக வந்த ஆருயிர் நண்பன் வந்த அன்றே கொல்லப்பட்டது சிவாவை உலுக்கியது.

•

ஆருயிர் நண்பனை இழந்தநிலையில் சோகத்திலும் குழப்பத்திலும் இருந்த சிவாவிடம் 'சார். இனிமேலும் இங்கே இருப்பது ஆபத்து. நாங்கள் அனைவரும் ஒரு சில தியாகங்களைச் செய்தாவது உங்களைக் காப்பாற்றுவதில் உறுதியாக இருக்கிறோம். ஹோட்டலை விட்டு வெளியேறும் வரை மனிதக் கேடயமாக உங்களைச் சுற்றிப் பின் பக்கமுள்ள சுழல் படிக்கட்டு வரை வருகிறோம். தீவிரவாதிகள் சுட்டாலும் குண்டுகள் எங்கள் மீதுதான் பாயும். உங்களுக்கு எதுவும் ஆகாமல் பத்திரமாகப் பாதுகாக்கிறோம். இந்த நாட்டுக்கு, ஏன் இந்த உலகத்துக்கே உங்கள் உயிர் முக்கியம்' என்று மூத்த மேலாளர் தாமஸ் குரியன் நெகிழ்ந்தார்.

அனைவரும் அவசர அவசரமாகப் பின்பக்கச் சுழல்படிக்கட்டு வழியே இறங்கத் தொடங்கினர். யாருக்கும் தெரியாமல் ரகசியமாகத் தப்பித்து விட்டோம் என்று நினைக்க, இவர்கள் செல்வதை எங்கிருந்தோ நோட்டம் விட்டுக் கொண்டிருந்த தீவிரவாதி ஒருவன் தனது ஏகே-47 துப்பாக்கி மூலம் தோட்டாக்களைத் தெறிக்கவிட்டான். மனிதக் கேடயமாகச் சுற்றியிருந்த ஒரு சில கீழே சரிய, தொடர்ந்து சீறிப் பாய்ந்த குண்டுகள் தாமஸ் குரியனையும் சிவாவையும் துளைத்தன. இருவரும் வெளியேறும் கதவுக்கு வெளியே தூக்கி எறியப்பட்டுக் குருதிப் புனலில் வீழ்ந்தனர்.

மும்பை ப்ரீச் கேண்டி மருத்துவமனை - என்டிடிவி சரிதா பட் விளக்கம் நேரலையாக....

'சைபர் தீவிரவாதத்தை ஒழித்துக் கட்டிய நாஸா விஞ்ஞானியும், உலகப் புகழ் பெற்ற இந்தியருமான சிவசங்கர் நாராயணனும், தாஜ் ஹோட்டல் மூத்த மேலாளருமான தாமஸ் குரியனும் தீவிரவாதி களால் சுடப்பட்டனர். தாமஸ் குரியன் சம்பவ இடத்திலேயே மரண மடைந்தார். தலையில் குண்டுகள் பாய்ந்ததால் சிவா ப்ரீச் கேண்டி மருத்துவமனையில் தீவிர சிகிச்சை பெற்று வருகிறார். உயிருக்குப் போராடிக் கொண்டிருக்கும் அவர் இன்னும் ஆபத்தான கட்டத்தைத் தாண்டவில்லை. கபாலத்தில் இருக்கும் குண்டுகளை அகற்ற

மருத்துவர்கள் தீவிர முயற்சிகளை மேற்கொண்டு வருகின்றனர். உடனுக்குடன் செய்திகளைத் தெரிந்து கொள்ளத் தொடர்ந்து இணைப்பில் இருங்கள்.....'

'டைம்ஸ் நௌ' சேனலில் பிரேக்கிங் நியூஸ் - ப்ரீச் கேண்டி தலைமை மருத்துவர் தகவல்

தலையில் பாய்ந்த குண்டுகளை அகற்ற நாஸா விஞ்ஞானி சிவாவுக்கு நடைபெற்ற தீவிர அறுவை சிகிச்சை இப்போதுதான் முடிந்துள்ளது. அவரது முக்கிய உடலுறுப்புகளின் செயல்பாடுகள் சீராக இருந்தாலும், ஐசியூவில் அனுமதிக்கப்பட்டுள்ள அவரது உடல்நிலை தொடர்ந்து தீவிரமாகக் கண்காணிக்கப்பட்டு வருகிறது. குண்டுகள் துளைத்த பாதிப்பு காரணமாக மூளை முடக்குவாதம், தசை இறுக்கம் ஆகியவற்றுடன் கைகளும் கால்களும் செயலிழந்துவிட்டன. குழாய் வழியே திரவ உணவு செலுத்தப்பட்டு வருகிறது. இயல்பு நிலைக்குத் திரும்ப நீண்ட காலமாகும் என்றாலும் மருத்துவ அதிசயமாகவே கருதப்படும். சிவா தற்போது கோமா நிலையில் உள்ளார். மருத்துவ ரீதியாக இறந்துவிட்டார் (Clinically Dead) என்பதை ஆழ்ந்த வருத்தத்துடன் தெரிவித்துக் கொள்கிறோம்.

அதோ அங்கே தாஜ் மகால் ஹோட்டல் தீப் பிழம்புகளுடன் கொழுந்து விட்டு எரிந்துகொண்டிருக்கிறது. ஹோட்டலில் தங்கியிருந்த 1200 விருந்தினர்களைக் காப்பாற்ற ஹோட்டல் ஊழியர்கள் மூன்றில் ஒரு பகுதியினர் தங்கள் இன்னுயிரை இழந்துள்ளனர். அன்று சைபர் தீவிரவாதிகளிடமிருந்து உலகைக் காப்பாற்றிய சிவா இன்று மருத்துவமனையில் கோமா நிலையில் உயிருக்குப் போராடிக் கொண்டிருக்கிறார். அவரது நண்பர் மைக் ஹோட்டல் லாபியிலேயே உயிர் நீத்தார்.

கோமா அல்லது ஆழ்நிலை மயக்க நிலையில் தோன்றும் நினைவலைகளுக்குத் தெளிவான விளக்கம் அளிக்க முடியாது. ஒன்றுடன் ஒன்று தொடர்போ தொடர்ச்சியோ இருக்காது. சிவாவுக்கும் அப்படித்தான். திடீரென காலச் சக்கரம் பின்நோக்கி நகரத் தொடங்கியது. அருவிகள், நீர்நிலைகள், ஓடைகள், கண்கவர் இயற்கைக் காட்சிகள் என அனைத்துமே ரம்மியமாக இருந்தன. பூக்களை ரசித்துக் கொண்டிருந்த கண்களுக்குத் திடீரென போர் வாள்களும், ஈட்டிகளும் தோன்றின. வண்டுகளின் ரீங்காரத்தையும், குயில்களின் கீதத்தையும் கேட்டுக் கொண்டிருந்த செவிகளில், புழுதியைக் கிளப்பும் குதிரைகளின் குளம்படிச் சத்தமும், விதவைகளின் ஒப்பாரியும், புலம்பலும் கேட்டன. பிரம்மாண்ட கப்பலின் உயர்ந்த கொடி மரத்தின் மீதும், அடுத்த சில நிமிடங்களில் கோட்டைக்

கொத்தளத்தின் மீதும் நின்று கொண்டிருப்பது போலவும் மாறி மாறிக் காட்சிகள் தோன்றின. திடீரென இந்த உடலைவிட்டு, உலகத்தை விட்டு, பிறகு பிரபஞ்சத்தை விட்டே வேறு எங்கோ பறப்பது போன்று சிவா உணர்ந்தார். அது பூர்வ ஜென்மங்களை நோக்கிய பயணம்!

●

திடீரென அந்தப் பகுதியையே அதிரும் வகையில் போர் வீரர்கள் 'சாகர் ....சாகர்' என்று முழங்கிக் கொண்டிருந்தனர். உடலை அம்புக் கணைகள் குத்திக் கிழிக்கக் குருதி சொட்டப் போர்க்களத்தில் சரிந்து கிடந்தார். அது பாண்டவர்களுக்கும், கௌரவர்களுக்கும் போர் நடைபெற்ற குருஷேத்திரம். சரஸ்வதி மற்றும் த்ரஷ்வதி நதிகளுக்கு இடைப்பட்ட பகுதி. இங்குதான் ரிக் வேதமும் சாம வேதமும் இயற்றப்பட்டன. மனு தனது ஸ்மிருதியை எழுதியதும் இங்கேதான்.

தனது அருமை மனைவியையும் கைக் குழந்தையையும் கடைசி தடவையாகக் காண சாகர் உயிரைக் கையில் பிடித்துக் கொண்டிருந்தார். அவரது ஆழ்மனம் வேறு எதையோ சிந்தித்துக் கொண்டிருந்தது 'இந்தப் போர்க்களம் அமைந்திருக்கும் இடம் எனது நாட்டைச் சேர்ந்தது இல்லையே. நான் பிறந்த வீடும், தவழ்ந்த இடமும், ராஜாங்கமும் வேறல்லவா? நான் எனது பிறப்பிடத்தைத் தேட வேண்டும்.'

அவரது ஆழ்மனம் இன்னும் பின்னோக்கி வேகமாகச் சென்றது. இதோ ... இதோ... அவர் பிறந்த இடம் ....அழகான நகரத்துக்கு வந்துவிட்டார். தங்கத்தால் இழைக்கப்பட்ட கோட்டை மதில் சுவர்கள் சூரிய ஒளியில் மின்னிக் கொண்டிருந்தன. கோட்டையைச் சுற்றி ஓடிக் கொண்டிருந்த அகலமான, ஆழமான அகழியில் முதலைகள் நீந்த, தெள்ளத் தெளிவான தடாகங்களில் மீன்கள் துள்ளிக் கொண்டிருந்தன. ஆறுகளின் மீது கட்டப்பட்ட பெரும்பான்மைப் பாலங்கள் இழுவைப் பாலங்கள். எதிரிகள் உள்ளே நுழைவதைத் தடுக்க உடனே பாலத்தை உள்ளே இழுத்துக் கொள்ளும் வகையில் அவை வடிவமைக்கப்பட்டிருந்தன.

பிறந்த ஊரைக் கண்டுபிடித்துவிட்டார். துவாரகை. கிருஷ்ண பரமாத்மாவின் சாம்ராஜ்ஜியம். 'சாகர்' என்ற பெயரில் அவரது முதல் ஜென்மம் தொடங்குகிறது. காலம் பொ.யு.மு. 3083.

2

துவாரகை
கிருஷ்ணரின் சாம்ராஜ்ஜியம்

கிருஷ்ணர் ஆண்ட சாம்ராஜ்யத்தின் தலைநகர் துவாரகை. அங்கு வாழ்ந்த பெரும்பான்மை யாதவர்கள் இனமே முதல் நவீன ஜனநாயகக் கட்டமைப்பு கொண்ட சமூகம். மூப்பு மற்றும் அனுபவம் காரணமாக உக்ரசேன மகாராஜா அதிகாரமற்ற அவைத் தலைவராக இருந்தாலும், ஆறு பிரிவுகளைக்கொண்ட கூட்டமைப்பு ஒருமனதாகத் தேர்ந்தெடுத்த அதிகாரம் மிக்க தலைவர் கிருஷ்ணர்தான். முக்கிய முடிவுகள் எடுக்கும் அதிகாரமும் கிருஷ்ணருக்குத்தான்.

போர் வீரராக இணையற்றவர், தலைவராக மக்கள் நலனைச் சிந்திப்பவர், சமூக சிந்தனையாளராகப் பரந்த மனம் கொண்டவர், ஆசிரியராக விரிந்த ஞானம் படைத்தவர், நண்பனாக ஆபத்தில் உதவுபவர் என்று கிருஷ்ணரின் குண நலன்களைச் சொல்லிக் கொண்டே போகலாம். அவரொரு புரியாத புதிர். குருடர்கள் யானையைத் தடவிப் பார்த்து அவரவர்களுக்குத் தோன்றியதை உருவகப்படுத்திக் கொள்வதைப்போல், கிருஷ்ணர் குறித்த புரிதல் ஆளுக்கு ஆள் மாறுபடும். யோகிகளுக்கு ஞானம், கோபிகைகளுக்கு போகம், எதிரிகளுக்கு வீரம். கம்சனுக்கோ எட்டாவது பிள்ளையாகத் தன்னைக் கொல்லப் போகும் யமன். சிசுபாலனுக்கோ வெறுப்பு. கிருஷ்ணர் கடவுளா மனிதனா? எப்படி இருப்பினும் அனைவரின் உள்ளம் கவர் கள்வன்.

துவாரகையைப் பற்றிக் கொஞ்சம் பார்ப்போம்...

ஒற்றை அரசன் ஆளும் அரசு என்பதைவிடப் பல குடியரசுகளைக் கொண்ட கூட்டமைப்பு துவாரகை. இந்தக் கூட்டமைப்பில் ஔதாகம், ரிஷிஷினி, போஜம் ஆகிய மாநிலங்கள் உள்ளன. தனது மருமகன் கம்சனைக் கொன்ற கிருஷ்ணனையும் அவரது யாதவ வம்சத்தையும் பழி வாங்க மகத நாட்டு அரசன் ஜராசந்தன் துடித்துக் கொண்டிருந்தான். எனவே அவனுடைய ஆளுகைக்கு உட்பட்ட சூரசேனைத்தை விட்டுப் பயந்து வெளியேறிய யாதவர்கள் கூட்டாக ஏற்படுத்திய நாடுதான் துவாரகை.

யாதவர்களின் தலைவர்களுள் முக்கியமானவர்கள் கிருஷ்ணர், பலராமர், சாத்யகி, கிருதவர்மர், உத்தவர், அக்ரூரர் ஆகியோர் துவாரகையில் வசிக்கின்றனர். மேற்கு மத்திய பாரதத்திலுள்ள ஏனைய ராஜ்ஜியங்கள் சூரசேனம் (உத்தரப் பிரதேசம் மதுரா மாவட்டம்), தசர்ணம் (சேடி ராஜ்ஜியத்துக்குத் தெற்கே), குர்ஜரம் (தெற்கு ராஜஸ்தான்), ஹிஹேயம் (மத்தியப் பிரதேசம் நர்மதா பள்ளத்தாக்கு), சௌராஷ்டிரம் (தெற்கு குஜராத்), விதர்பா (வட கிழக்கு மராட்டியம்) என பாரதம் முழுவதும் 150க்கும் மேற்பட்ட ராஜ்ஜியங்கள் பரந்து விரிந்து உள்ளன.

துவாரகைக்கு ஏன் இவ்வளவு முக்கியத்துவம் என்று கேட்கலாம். 'துவாரகை' என்றால் 'நுழைவு வாயில்' என்று பொருள். பாரதத்தின் மேற்குத் திசையில் கடலை நோக்கி அமைந்துள்ளது. துரோணாச்சாரி யாரை மானசீகக் குருவாக ஏற்றுக்கொண்ட ஏகலைவன் வாழ்ந்த நகரம் துவாரகை. ஜராசந்தனுக்குப் பயந்து மதுராவில் வாழ்ந்த உள்ளூர் யாதவர்கள் தெற்கு குஜராத்திலுள்ள சௌராஷ்டிரத்தில் அடைக்கலம் புகுந்தனர்.

இருப்பினும் பகவான் கிருஷ்ணர் போரில் இருந்து பின்வாங்க வில்லை. அவர் சாதுரியமாகத் தமது யாதவ குலத்தை வேறொரு இடத்துக்கு நகர்த்தியதுதான் அந்தக் குலத்தின் தலையெழுத்தையே மாற்றி அமைத்தது. கிருஷ்ணரின் தலைமையில் துவாரகை என்னும் புதிய தலைநகரை அமைத்துத் தரக் கட்டடக் கலையின் தெய்வமான விஸ்வகர்மா வரவழைக்கப்பட்டார். ஆனால் அவரோ சமுத்திர தேவன் இடம் அளித்தால் மட்டுமே தன்னால் புதிய தலைநகரை உருவாக்கமுடியும் என்று சொல்ல கிருஷ்ணரின் வேண்டுகோளுக்கு இணங்கி சமுத்திர தேவன் 12 யோஜனை தூரமுள்ள பகுதியைக் கொடுத்தார். கொடுத்த வாக்கைக் காப்பாற்றும் வகையில் விஸ்வகர்மா வைரம், கோமேதம், வைடூரியம், மரகதம், மாணிக்கம், புஷ்பராகம், நீலம், முத்து, பவளம் ஆகிய நவரத்தினங்களாலும்,

தங்கத்தாலும், வெள்ளியாலும் இழைத்துக் கட்டிய தலைநகரம்தான் துவாரகை.

கோமதி ஆறும் சிந்து சாகரமும் (அரபிக் கடல்) சந்திக்கும் இடத்தில் வானவரும் வியக்கும் துவாரகை நகரம் உருவானது. பாரதத்தின் மேற்கு நுழைவாயிலாகத் திகழும் இந்நகர் செல்வச் செழிப்பில் மிதந்தது. இன்றைய ஸ்மார்ட் சிட்டி அல்லது பொலிவுறு நகரங்கள் என்று சொல்வார்களே அதற்கு முன்னோடியாக நெடுஞ்சாலைகள், பூங்காக்கள், தோட்டங்கள், தொழிற்சாலைகள், குடியிருப்புகள், வணிக வளாகங்களுடன் விளங்கியது விஸ்வகர்மாவின் துவாரகை. மான்களின் துள்ளலும், மயில்களின் ஆட்டமும், குயில்களின் பாட்டும், பூத்துக் குலுங்கும் மலர்களின் மணமும், பழுத்துத் தொங்கிய பழங்களும், விழிகளுக்கும், செவிகளுக்கும், நாசிக்கும், நாவுக்கும் விருந்து படைத்தன. தேவலோகத்துப் பாரிஜாத மரங்கள் அழகுக்கு அழகு சேர்த்தன.

துவாரகைக்குள் எதிரிகள் எளிதில் நுழையாத வகையில் அங்கு வசிப்பவர்களுக்குக் களிமண்ணாலான மூன்று தலை கொண்ட நாய் அடையாள முத்திரை வழங்கப்பட்டிருந்தது. நகருக்குள் நுழையும் போதும் வெளியேறும் போதும் இந்த முத்திரையைக் காட்டினால் மட்டுமே அனுமதி. தீவுபோல் துவாரகையின் கட்டமைப்பு இருந்ததால் தரை வழியே உள்ளே நுழைய வாய்ப்பே இல்லை. படகில்தான் கரையேற முடியும். ஆறுகளின் குறுக்கே கட்டப்பட்ட பாலங்கள் இழுவை முறையில் அமைந்ததால், தேவையைப் பொறுத்தே விரியும்... மடங்கும்.

அபரிமிதமான பாதுகாப்புகள் இருந்தும் சிசுபாலனைக் கொன்ற கிருஷ்ணனைப் பழிவாங்க சால்வ நாட்டு அரசன் ஆகாயத்தில் பறக்கும் ரதம் மூலம் வான் வழித் தாக்குதல் நடத்தினான். இத்துணை சிறப்புகள் கொண்ட தூங்கா நகரமான கிருஷ்ணன் ஆண்ட சாம்ராஜ்யத்தின் தலைநகரான துவாரகையில் நான் (சாகர்) பிறந்தேன்.

3

மூவரின் பிறப்பு

விபவ ஆண்டு. மாசி மாதம். முழு அமாவாசை நாள். முன்னோர்களுக்கு அன்றுதான் தர்ப்பணம் செய்வார்கள். கோமதி நதியும், சிந்து சாகரும் சந்திக்கும் கத்தியவார் தீபகற்பத்தின் மேற்கு முனையில் பித்ருக்களுக்குத் திதி கொடுத்துக் கொண்டிருந்தனர். காற்றில் மிதந்த மந்திரங்களின் ஓங்காரம் கடல் அலைகளின் ஆரவாரத்தை மிஞ்சின.

திடீரென அங்கு குளித்துக் கொண்டிருந்த அனைவரும் ஒருமித்த குரலில் 'அமாவாசை புண்ணியகால ஸ்நானம் கரிஷ்யே' சொல்லிக் கொண்டே தண்ணீரில் மூழ்கி எழுந்தனர். அப்படி மூழ்கி எழுந்தவர்களுள் பரத்வாஜரும் ஒருவர். தலையை முக்கி எழுந்து கைகளை விரித்தபோது அழகான குழந்தை கரங்களில் கிடந்தது. பிறந்து சில மணி நேரங்களே ஆகியிருக்கவேண்டும். பச்சிளம் குழந்தையுடன் பரத்வாஜர் தனது சிஷ்யர்களுடன் அவசர அவசரமாகக் கரையை அடைந்தார். பிறகு எங்கோ சென்றுவிட்டுத் திரும்பினார்.

கரையோரத்தில் சிறு கூட்டம். பரத்வாஜரைக் கண்டவுடன் கூட்டம் விலக அங்கே முப்பது வயது மதிக்கத்தக்க தம்பதிகள் மயங்கிக் கிடந்தனர். தண்ணீரை முகத்தில் அடிக்க மயக்கம் தெளிந்த இளைஞனைப் பார்த்து 'கிருஷ்ண பரமாத்மாவின் சாம்ராஜ்யத் தலைநகரான துவாரகையில் இருக்கிறீர்கள். நான் பரத்வாஜர்' என்றார்.

'என்னைக் காப்பாற்றியதற்கு நன்றி. இவள் என் மனைவி யாமினி. நிறைமாத கர்பிணியாக இருந்த இவள் ஆழ் கடலில் பெற்ற

குழந்தைதான் உங்கள் கைகளில் தவழ்ந்து கொண்டிருக்கிறது' என்றான் பவ்யமாக.

'என்ன நடுக்கடலில் பிறந்த குழந்தையா? உங்கள் பெயர் என்ன? எங்கிருந்து வருகிறீர்கள்? கடலுக்குள்ளிருந்து வரும் ஒருவரை துவாரகை வரவேற்பது இதுவே முதல் முறை' அதிர்ச்சியுடனும் ஆச்சரியத்துடனும் கேட்டார் பரத்வாஜர்.

'முற்றும் துறந்த முனிவரே, கற்றுத் தெளிந்த பண்டிதரே. என் பெயர் மத்ஸ்யராஜன். நான் மீனவ சமுதாயத்தைச் சேர்ந்த சூதபுத்திரன். நாங்கள் மேற்கொண்டுவந்திருக்கும் கடல் பயணம் சோகம் நிரம்பியது. நாங்கள் பாவப்பட்ட ஜென்மங்கள்' என்றான்.

'சமூகம் நம்மை உயர்ந்தவர் தாழ்ந்தவர் என்று பிரித்திருக்கலாம். ஆனால், ஆண்டவன் படைப்பிலே எல்லோரும் சமம். கவலைப் படவோ அச்சப்படவோ தேவையில்லை. கிருஷ்ணரின் ராஜ்ஜியத்தில் எல்லோருக்கும் பாதுகாப்பு உண்டு. முழுக் கதையையும் சொல்' பரத்வாஜர் அவனை ஆசுவாசப்படுத்தினார்.

'துவாரகைக்குப் பக்கத்திலுள்ள அனர்த்த தீபம் என்னும் சிறு தீவில்தான் பிறந்து வளர்ந்தேன். ஐந்நூறுக்கும் அதிகமான மீனவர்கள் அங்குள்ளனர். அனைவரும் பரம ஏழைகள். கடலை நம்பித்தான் எங்கள் வாழ்க்கை ஓடிக் கொண்டிருக்கிறது. மழை மற்றும் புயல் காலங்களில் கடல் அலைகள் சீற்றத்துடன் காணப்படுவதால் எங்களால் மீன் பிடிக்கச் செல்ல முடியாது. அதுபோன்ற நேரங்களில் எங்கள் ஊரிலுள்ள தன வைஸ்யர் என்னும் செல்வந்தரிடம் வட்டிக்குப் பணம் வாங்குவோம். இந்த முறை பெய்த மழையும், வீசிய புயலும் எங்கள் வாழ்க்கையைப் புரட்டிப் போட்டுவிட்டன. வட்டி கட்டாததால் எங்கள் வீடுகளை அபகரித்துக்கொண்டு எங்களைத் துரத்திவிட்டார். எனவே என் நிறைமாத கர்பிணி மனைவியுடன் கட்டுமரத்தில் ஏறித் திக்கு திசை தெரியாமல் கடல் காற்றின் போக்குக்கு விட்டுவிட்டோம்'.

'நேற்று அமாவாசை என்பதால் கும்மிருட்டும், கடல் அலைகளின் சீற்றமும் காற்றின் வேகமும் அதிகமாக இருந்தன. நாங்கள் வந்த கட்டுமரமும் தள்ளாடத் தொடங்கியது. 'இனிமேல் வாழ்ந்து என்ன பயன்? நம்முடன் சேர்ந்து என் வயிற்றில் வளரும் குழந்தையும் ஏன் கஷ்டப்படணும் என்று சொல்லிக்கொண்டே என் மனைவி திடீரெனக் கடலில் குதித்துவிட்டாள். நானும் வேறு வழியின்றிக் கடலில் குதித்தேன். அப்புறம் நடந்த எதுவும் தெரியாது. இதோ இப்போது உங்கள் முன்னே நின்று கொண்டிருக்கிறேன். மனைவியும்

குழந்தையும் உயிரோடு இருப்பதுதான் இந்தக் கஷ்டத்திலும் எனக்கிருக்கும் ஒரே சந்தோஷம்' என்று கதறினான் மத்ஸ்யராஜன்.

மயக்கம் தெளிந்த அவன் மனைவியின் கண்கள் குழந்தையைத் தேடுவதை உணர்ந்துகொண்ட பரத்வாஜர் குழந்தையை அவளிடம் ஒப்படைத்தார். மார்போடு அணைத்துக்கொண்டு ஆனந்தக் கண்ணீர் வடித்தாள். குழந்தையோடு தற்கொலை செய்துகொள்ள நினைத்தவளைக் கடல் அன்னை காப்பாற்றிவிட்டாள். பிறப்பும் இறப்பும் நம் கையில் இல்லை. ஆண்டவன் ஏதோ ஒரு கணக்குப் போட்டுத்தான் மூவரையும் காப்பாற்றித் துவாரகைக்கு அனுப்பி வைத்திருக்கிறான். இதோ இவர்கள் மூலம் ஆண்டவன் தனது விளையாட்டை ஆரம்பித்து விட்டான்.

மூவரும் பின் தொடர பரத்வாஜர் அவர்களைத் தன் ஆஸ்ரமத்துக்கு அழைத்துச் சென்றார். 'ஆண்டவன் ஏதோ ஒரு காரணத்துக்காக உங்களைக் காப்பாற்றி இருக்கிறான். நீங்கள் இப்போது கிருஷ்ண பரமாத்மாவின் ராஜ்ஜியத்தில் இருக்கிறீர்கள். அவர் உங்களைப் பார்த்துக் கொள்வார். அமாவாசை உதய காலத்தில் பிரம்ம முகூர்த்தத்தில் மிருகசீரிஷ நட்சத்திரத்தில் உங்கள் மகன் பிறந்திருக்கிறான். கடல் அலைகளும் அம்மாவின் மனக் கவலைகளும் பொங்கி எழும் வேளையில் இவன் ஜனித்திருக்கிறான்.

மண்ணைப் பிளந்துதான் செடி முளைக்கும். முட்டையை உடைத்துத்தான் குஞ்சு வெளியே வரும். இதுதான் இயற்கை. ஓடிக் கொண்டிருந்தால்தான் ஆறு. தேங்கி நின்றால் சேறு. நான் ஜாதகத்தைப் பார்க்காமலேயே சொல்லுவேன். போராட்டத்துக்கு நடுவே பிறந்த இவன் தடை பல தகர்த்துக் களம் பல வெல்லுவான். கடலில் பிறந்ததால் இவன் சமுத்திர புத்திரன். மிகச் சிறந்த கடற்படைத் தளபதியாக விளங்குவான். கடற்போரில் இவனை மிஞ்ச யாருமில்லை என்னும் பெருமையைப் பெறுவான். ஆகவே இவனுக்குச் 'சாகர்' என்று பெயரிடுகிறேன்' என்று பரத்வாஜர் சொல்லிக் கொண்டே போக மத்ஸ்யராஜன் மகனை எண்ணிப் பூரித்தான்.

'உத்தம பிராமணரே! எங்களை இதற்குமுன் பார்த்ததுகூட இல்லை. யாரென்றும் தெரியாது. இருப்பினும் நான் சொன்ன ஒவ்வொரு சொல்லையும் நம்பினீர்கள். எங்களை இப்போது உங்கள் ஆஸ்ரமத்துகே அழைத்துச் செல்கிறீர்கள். இந்த உதவிக்கு நான் என்ன கைமாறு செய்யப் போகிறேன்?'

'உங்களைப்போல் நானும் சாதாரண மனிதன்தான். இங்குள்ள சமுத்திர நாராயணர் கோயிலில் குருக்களாக இருக்கிறேன்.

வேதங்களைப் படித்தால் மட்டும் போதாது; வேத வழிப்படி நடக்க வேண்டும் என்னும் கொள்கை உள்ளவன். வேதத்தை முழுமையாகக் கற்று உணர்ந்தவன் பேதம் பார்க்க மாட்டான்' பேசிக் கொண்டே அனைவருடன் பரத்வாஜர் தனது ஆஸ்ரமத்தை அடைந்தார்.

பரத்வாஜர் - சகுந்தலா தம்பதிகளுக்குத் திருமணமாகி இருபது ஆண்டுகள் ஆகின்றன. குழந்தை பாக்கியம் இல்லை. சகுந்தலாவின் சகோதரிகளான சியாமளாவும், சர்மிளாவும் திருமணம் செய்து கொள்ளாததால் அவர்களும் இவர்களுக்கு அருகிலேயே வசித்து வந்தனர். பரத்வாஜரைப் போலவே அவரது மனைவியும் அன்பே வடிவானவர். குழந்தைப் பேறு இல்லாததால் இருவரும் ஊரிலுள்ள குழந்தைகளைத் தங்கள் பிள்ளைகளைப் போன்றே கருதி வந்தனர். ஏழைகளுக்கு உதவுதல், குழந்தைகளுக்குக் கற்றுக் கொடுத்தல், வீடு தேடி வந்தவர்களுக்கு இல்லை என்று சொல்லாமல் இயன்ற அளவு உதவுதல் என இறைப்பணியுடன், சமூகப் பணியையும் செய்து வந்தனர். இன்பமும் துன்பமும் இரவு பகல்போல் மாறி மாறி வரும் என்பதால் இன்பத்தில் இறுமாப்பு கொள்ளாமலும், துன்பத்தில் துவளாமலும் வாழப் பழகிக் கொள்ள வேண்டும் என்னும் கருத்தை வலியுறுத்தியதுடன் வாழ்ந்தும் காட்டினர்.

'என் ஆஸ்ரமத்துக்கு அருகில் சிறுகுடில் இருக்கிறது. நீங்கள் அங்கே தங்கிக் கொள்ளலாம். நாளை காலை உங்களை மீனவர்களின் குடியிருப்புக்கு அழைத்துச் செல்கிறேன். அங்குள்ள மீனவர்களுடன் சேர்ந்து மீன்பிடித்துச் சந்தையில் விற்கலாம். குருகுலத்திலுள்ள பிள்ளைகளுக்குக் கடலில் நீந்தக் கற்றுக் கொடுக்கலாம். நியாயமான முறையில் என்ன தொழில் செய்தாலும் அதற்கு உறுதுணையாக இருப்பேன். நீங்கள் துவாரகையின் குடிமக்கள் என்பதற்கு ஆதாரமாக அடையாளச் சின்னங்களைப் பெற்றுத் தருகிறேன். எங்கு வேண்டுமானாலும் சென்று வர அவை உதவியாக இருக்கும். இங்கே நீங்கள் என் விருந்தினராக இருக்கலாம். உங்களது புதிய வாழ்க்கை இங்கே ஆரம்பமாக என ஆசிகள்' என்று வாழ்த்தினார். கூப்பிய கரங்களுடன் மத்ஸ்ய ராஜன் தனது மனைவி யாமினி, குழந்தை சாகருடன் அன்று இரவு நிம்மதியாகத் தூங்கினான்.

சூர்யோதயத்துக்கு முன்பே எழுந்த பரத்வாஜர் வழக்கம்போல் கோமதி ஆற்றில் குளிக்கத் தயாராகிக் கொண்டிருந்தார். அப்போது குதிரைகளின் குளம்படிச் சத்தம் கேட்டது. அடுத்த சில நிமிடங்களில் இரு வீரர்கள் குதிரைகளை விட்டுக் கீழிறங்கி நமஸ்கரித்து 'வேத விற்பன்னரே வணக்கம். நாங்கள் கிருஷ்ணரின் அரண்மனையி லிருந்து வருகிறோம்' என்றனர்.

'சொல்லுங்கள் வீரர்களே. அதிகாலை நேரத்தில் அவசர அவசரமாக வர வேண்டிய அவசியம்?'

'நான் கிருஷ்ண பரமாத்மா அரண்மனைத் தலைமைச் சேவகன். பெயர் கிருதவர்மன். எங்கள் அர்ஜுன மகாராஜாவுக்கு ஆண் குழந்தை பிறந்துள்ளது. குல வழக்கப்படி பதினோறாம் நாள் பெயர் சூட்ட வேண்டும். அந்தப் புண்ணியாகவசன நாமகரண விழாவை வேத பாராயணங்களுடன் சமுத்திர நாராயணர் கோயிலில் நீங்கள்தான் செய்து வைக்க வேண்டும் என்பது ராஜாங்க வேண்டுகோள். இந்தப் பூக்கள், பழங்கள், பரிசுகள் இவற்றை அருள்கூர்ந்து ஏற்றுக்கொள்ளுங்கள்.'

'மிக்க மகிழ்ச்சி. இதற்கான ஏற்பாடுகளை இப்போதே தொடங்கி விடுகிறேன். ஸ்ரீ கிருஷ்ணருக்கும் பலராமருக்கும் எனது ஆசிகள். ஏழை பிராமணன் நான். என் அகத்துக்கு ராஜ விருந்தினர் வரப் பெரும் பாக்கியம் செய்திருக்கவேண்டும்' என்றார் பரத்வாஜர்.

கிருதவர்மன் இடைமறித்தான்: பண்டித சிரோமணியே... நாங்கள் போர்க்களங்களில் பெரும் வீரராக இருக்கலாம். ஆனால், எங்கள் மனங்களின் ரகசிய வெளிகளில் நடக்கும் போர்களைச் சமாளிப்பது எப்படி என்பதை உங்களைப்போன்ற நல் ஆசான்களே கற்றுத் தருகிறீர்கள். மனதில் மூளும் பிரளயங்களை ஒப்பிடுகையில், வாளெடுத்துப் புரியும் போர் மிகவும் சாதாரணமானதுதான். நீங்கள் வேத விற்பன்னர். கோமாதாவை நாங்கள் எப்படி பூஜிக்கிறோமோ அப்படியே உங்களையும் போற்றுகிறோம். மேலும் அகம்பாவம் என்பது மிக மோசமான போதை. உங்களைப்போன்ற வேதம் உணர்ந்த பிராமணர்களை மதிப்பது எங்கள் அகம்பாவத்தின் பெரும் குமிழியை உடைத்து எங்களை தர்மத்தின் பாதையில் செல்ல வைக்கும். உங்களை அழைப்பது எங்கள் பாக்கியம்.'

அரண்மனை விசேஷத்தை நடத்திக் கொடுப்பது கொடுப்பினை என்றாலும் பரத்வாஜரின் மனம் வேறு எதையோ யோசித்தது. 'அர்ஜுனனுக்குக் குழந்தை பிறந்த கிட்டத்தட்ட அதே நேரத்தில் மீனவனுக்கும் கடலுக்கு அடியில் குழந்தை பிறந்துள்ளது. இருவருக்கும் ஒரே நட்சத்திரம். அந்தக் குழந்தை என்னிடம் வந்து சேர்ந்த சிறிது நேரத்துக்குள் ராஜ வம்சத்துக் குழந்தைக்கு நான் நாமகரணம் செய்து வைக்க வேண்டும் என்று உத்தரவு வரக் காரணம் என்ன? எல்லாவற்றையும் முடிச்சுப் போட்டுப் பார்த்தால் ஏதோ சம்பந்தம் இருப்பதுபோல் தோன்றுகிறதே?எல்லாம் அவன் செயல்' என்றவாறே ஆற்றை நோக்கி நடக்கத் தொடங்கினார்.

பத்தடிகூட எடுத்து வைத்திருக்கமாட்டார். மீண்டும் இரண்டு குதிரை வீரர்கள் பரத்வாஜரை அணுகிப் 'பண்டிதரே நமஸ்காரம். நாங்கள் தன வைஸ்யர் என்பவரின் வீட்டிலிருந்து வருகிறோம்' என்று சொன்னவுடன் 'இந்தப் பெயரை இப்போதுதான் யாரோ சொன்னதாக ஞாபகம்' என்று மூளையைக் கசக்க 'ஆம்.. அந்த ஏழை மீனவன் மத்ஸ்ய ராஜனை வீட்டை விட்டுத் துரத்தியவர்தானே?' என்று மனதுக்குள் நினைத்தவாறே 'ம்ம்... சொல்லுங்கள்.. என விஷயம்' என்று கேட்டார்.

'வட்டிக்குக் கடன் கொடுக்கும் எங்கள் தலைவர் வணி வைஸ்யர் ஐயாவுக்கு நேற்று இரவு குழந்தை பிறந்துள்ளது. குழந்தைக்குப் பெயர் சூட்டும் புண்ணியாகவசனத்தை நீங்கள்தான் நடத்தி வைக்க வேண்டும் என்று அவர் ஆசைப்படுகிறார். செய்வீர்கள் என்ற நம்பிக்கையுடன் அதற்கான தட்சிணையையும், சீர் வரிசைகளையும் அனுப்பி இருக்கிறார்' என்றனர்.

பரத்வாஜருக்கு ஆச்சரியம் பிடிபடவில்லை. 'நம்ப முடியவில்லை. நம்பாமலும் இருக்க முடியவில்லை. சொல்லி வைத்ததுபோல் மூன்று குழந்தைகளும் நேற்று இரவு ஒரே நேரத்தில் வேறு வேறு இடங்களில் பிறந்துள்ளன. மூவருக்கும் பெயர் சூட்டும் நிகழ்ச்சியையும் நான் தான் நடத்தி வைக்கப் போகிறேன். ஆண்டவன் மூவரையும் இணைத்து ஏதோ விளையாடப் போகிறான்' என்று நினைத்தவரை 'சீக்கிரம் குளித்துவிட்டு வாருங்கள்' என்ற சகுந்தலையின் அழைப்பு விரைவுபடுத்தியது.

'நம் விருந்தினர்கள் சாப்பிட்டார்களா?'' குளித்து முடித்து உள்ளே நுழைந்தவாறே கேட்டார் பரத்வாஜர். 'ஆச்சு. நீங்களும் நானுந்தான் பாக்கி. சீக்கிரம் சாப்பிடுங்க. எனக்குத் தலைக்கு மேல் வேலை இருக்கு.'

சாப்பிட்டு முடித்த கையுடன் மத்ஸ்ய ராஜனுக்கும், மனைவிக்கும், குழந்தைக்கும் அடையாள முத்திரை வாங்கக் கிளம்பினார் பரத்வாஜர். துவாரகை அரண்மனைக்குள் இருந்த பிரத்யேக அலுவலக அதிகாரியிடம் வந்த விவரத்தை எடுத்துச் சொல்ல அவரோ 'விருந்தினர் அடையாள முத்திரையா... குடியுரிமை அடையாள முத்திரையா? என்றார்.

'குடியுரிமை அடையாள முத்திரைதான். நமது கூட்டமைப்பின் கீழுள்ள அனர்த்த தீவைச் சேர்ந்த மீனவர். கடலில் மீன் பிடிக்கும்போது முத்திரை கடலில் விழுந்துவிட்டது.'

அவர் அந்தப் பகுதியைச் சேர்ந்தவர்தான் என்பதை எப்படி நம்புவது? வேறு ஏதாவது சாட்சி அல்லது அங்கு வசிப்பதற்கான ஆவணம் இருக்கிறதா?

'அவர் வீடு வாசல் சொத்து எல்லாவற்றையும் இழந்தநிலையில் இங்கு வந்துள்ளார். அவரிடம் ஆதாரங்களைக் கேட்டால் எங்கு போவார்' மத்ஸ்யராஜனுக்காகப் பரிந்து பேசினார் பரத்வாஜர்.

அதிகாரி கோபத்தின் உச்சிக்கே போனார். 'என்ன எதுவுமே இல்லியா? படித்த பண்டிதராக இருப்பதால் அமைதியாக இருக்கிறேன். வேறு யாராவது வந்து கேட்டிருந்தால் நடப்பதே வேறாக இருந்திருக்கும். குடியுரிமை அடையாள முத்திரை மட்டுமல்ல விருந்தினர் அடையாள முத்திரை கூடக் கொடுக்க முடியாது. துவாரகை சட்ட விதிகளின்படி இரண்டில் ஏதேனும் ஓர் அடையாள முத்திரை இங்கிருக்கும் ஒவ்வொரிடமும் கட்டாயம் இருக்க வேண்டும். இல்லையெனில் இருபத்தி நாலு மணி நேரத்துக்குள் இந்த இடத்தை விட்டு வெளியேற வேண்டியிருக்கும். மறுத்தால் அத்துமீறி உள்ளே நுழையும் எதிரிகளுக்குக் கிடைக்கும் அதிகபட்ச தண்டனைதான் அவருக்கும்' வார்த்தைகளில் கனல் தெறித்தது.

'கடலும் வாழ விடவில்லை. கரையும் கை கொடுக்கவில்லை. எங்குதான் போவது? கிருஷ்ணரின் ராஜ்ஜியத்தில் எல்லோருக்கும் பாதுகாப்பு உண்டு என்று சொன்னீர்களே' மத்ஸ்யராஜன் கண்ணீர் உகுத்தான்.

நம்பி வந்தவருக்கு உதவ முடியவில்லையே என்று பரத்வாஜரும் வருந்தினார். இருவரும் மனமுருக ஆண்டவனை வேண்டினர். திக்கற்றவர்களுக்குத் தெய்வமே துணை என்பதுபோல் அலுவலக வாசலில் இவர்களுக்கு உதவுவதற்காகவே ஒருவர் காத்துக் கொண்டிருந்தார்.

4

பயணப் பேரழிவு

'பண்டித சிரோமணியே! நமஸ்காரம். நான் யாரென்று தெரிகிறதா?' குரல் வந்த திசையை நோக்கித் திரும்பினார் பரத்வாஜர். புஜபல பராக்கிரமத்துடன் ராஜகுமாரனுக்குரிய அனைத்து அம்சங்களுடன் ஆஜானுபாகுவாக நின்று கொண்டிருந்தவரைப் பார்த்தவுடன் பரத்வாஜருக்கும் ஒன்றுமே புரியவில்லை.

'வேத விற்பன்னரே! என்னை மறந்துவிட்டீர்களா? முன்பொரு முறை சமுத்திர நாராயணர் கோயிலுக்கு ஸ்ரீ நாராயணனை தரிசிக்க வந்த போது தங்களுடன் உரையாடினேனே' என்று நினைவுபடுத்த 'ஆமாம். இப்போது ஞாபகம் வந்துவிட்டது. அப்படியானால் நீங்கள் பாண்டவர்களின்......'

'கடைசி தம்பி சகாதேவன். அது சரி. என்ன பிரச்னை. முகத்தில் வாட்டம் தெரிகிறதே?'

'போர்க்களத்தில் உங்கள் வீர பராக்கிரமத்தைப் பற்றிக் கேள்விப் பட்டிருக்கிறேன். அதேபோல் வான சாஸ்திரத்திலும், சோதிட சாஸ்திரத்திலும் அசாத்ய ஞானம் பெற்றவர் என்றும் கூறக் கேட்டிருக்கிறேன். இந்த இக்கட்டான தருணத்தில் மீண்டும் உங்களைச் சந்தித்தது பெரும் பேறு' என்று பாராட்டியவாறே அலுவலகத்தில் நடந்தவற்றையும் சொல்லி முடித்தார்.

'இவ்வளவுதானே. ரொம்ப சாதாரண விஷயம். என்னோடு உள்ளே வாருங்கள். அதிகாரியிடம் நானே பேசுகிறேன்.'

உள்ளே நுழைந்த ராஜகுமாரனைப் பார்த்த அதிகாரிக்குக் கையும் ஓடவில்லை. காலும் ஓடவில்லை. 'நான் பாண்டவர்களில் இளையவன். சகாதேவன். துவாரகையின் நிரந்தரக் குடிமகன். என்னைப் பற்றித் தெரிந்திருக்கும். ஆனால் பார்த்திருக்க வாய்ப்பில்லை. பரவாயில்லை. நமது சட்ட விதிகளின்படி இவருக்கு உடனடியாக நிரந்தரக் குடியுரிமை அடையாள முத்திரை கொடுக்க முடியாது என்பதை நானும் அறிவேன். ஆனால் நிரந்தரக் குடியுரிமை உள்ள யாரேனும் பொறுப்பேற்றுக்கொண்டால் தற்காலிகக் குடியுரிமை அடையாள முத்திரையைத் தரலாமே? விதிகளில் இடமிருப்பது உங்களுக்குத் தெரியாதா? பணக்காரரர்களுக்கு ஒரு சட்டம், ஏழைகளுக்கு ஒரு சட்டம் எனத் தனித்தனியே கிடையாது. கிருஷ்ணரின் சாம்ராஜ்யத்தில் எல்லோரும் சமம்தானே' என்று சகாதேவன் கேள்வி மேல் கேள்வி கேட்க அதிகாரி முகம் வெளிறியது.

'பரத்வாஜர் பொறுப்பேற்றுக் கொள்வதால் மத்ஸ்யராஜனுக்கு நமது விதிகளுக்கு உட்பட்டுத் தற்காலிகக் குடியுரிமை அடையாள முத்திரையை தாராளமாக வழங்கலாம். அவரது நன்நடத்தையைப் பொறுத்து ஒரு வருடம் கழித்து அதை நிரந்தரமாக்கலாம்' என்று சகாதேவன் சொல்ல, கடுமையாக நடந்து கொண்டமைக்கு அதிகாரி மன்னிப்புக் கோரியதுடன், உடனடியாக ஆவன செய்வதாகவும் உறுதி அளித்தார்.

அதிகாரி உடனடியாக வேலையில் இறங்கினர். களிமண்ணில் உருவாக்கிய தற்காலிகக் குடியுரிமை அடையாள முத்திரையில் குடும்பத் தலைவர் மத்ஸ்யராஜன், குடும்ப உறுப்பினர்கள் மூவர், பரிந்துரை செய்தவர் பரத்வாஜர் என்றும் பொறிக்கப்பட்டன. மஞ்சள் வண்ணம் தீட்டப்பட்டு ஒப்படைக்கப்பட்டன.

'இதென்ன மூன்று தலை கொண்ட நாய் முத்திரை. வித்தியாசமாக இருக்கிறதே' கையில் இருந்த அடையாள முத்திரையை முன்னும் பின்னும் திருப்பிப் பார்த்தவறே கேட்டான் மத்ஸ்ய ராஜன்.

'யமதர்ம ராஜனுடைய காவல் நாயின் பெயர் 'சரமா'. கிருஷ்ணருடைய ராஜ்ஜியத்தில் மூன்று தலை கொண்ட நாய் முத்திரை வேதங்களிலிருந்து எடுக்கப்பட்டது. யாதவர்கள் மீது விரோத மனப்பான்மையுடன் மகத நாட்டு அரசன் ஜராசந்தன் எப்போதும் சண்டை போட்டுக் கொண்டிருப்பார். எனவே துவாரகையில் வாழும் ஒவ்வொரு குடிமகனையும் அரவணைக்கும் வகையில் படைக்கும் கடவுள் பிரம்மா, காக்கும் கடவுள் விஷ்ணு, அழிக்கும் கடவுள் சிவன்

ஆகிய மூவரையும் பிரதிபலிக்கும் நாயின் த்ரிமூர்த்தி உருவம் அதாவது மூன்று தலை அமைந்துள்ளது' என்று விளக்கம் அளித்தார் பரத்வாஜர்.

'குடியுரிமை மற்றும் விருந்தினர் அடையாள அட்டை பற்றி அதிகாரி சொன்னாரே. எனக்கு மஞ்சள் வண்ணத்தில் கொடுக்கும்போது இன்னும் சிலர் வேறு வேறு வண்ணங்களில் பெற்றுக்கொண்டார்களே' என்று சந்தேகத்துடன், ஆவலுடன் கேட்டான் மத்ஸ்யராஜன்.

'துவாரகையின் சட்ட திட்டங்கள் மற்றும் குடியுரிமை விதிகள் பற்றியும் நீங்கள் கட்டாயம் தெரிந்து கொள்ள வேண்டும். அடையாள முத்திரைகள் களிமண்ணால் செய்யப்பட்டு வண்ணம் பூசப்படுகின்றன. குடும்பத் தலைவர் / தலைவிக்கான நிரந்தரக் குடியுரிமை அடையாள முத்திரை பச்சை வண்ணத்திலும், குடும்பத்திலுள்ள மற்ற ஆண் உறுப்பினர்களுக்கான நிரந்தரக் குடியுரிமை அடையாள முத்திரை பழுப்பு வண்ணத்திலும், குடும்பத்திலுள்ள மற்ற பெண் உறுப்பினர் களுக்கான நிரந்தரக் குடியுரிமை அடையாள முத்திரை நீல வண்ணத்திலும், குடும்பத்திலுள்ள 12 வயதுக்கு உட்பட்ட குழந்தை களுக்கான நிரந்தரக் குடியுரிமை அடையாள முத்திரை கருப்பு வண்ணத்திலும், தற்காலிகக் குடியுரிமை அடையாள முத்திரை மஞ்சள் வண்ணத்திலும் (1 வருடத்துக்குள் முறைப்படுத்தவேண்டும்), விருந்தினர்களுக்கான நிரந்தர அடையாள முத்திரை வெண்மை வண்ணத்திலும், விருந்தினர்களுக்கான தற்காலிக அடையாள முத்திரை சிவப்பு வண்ணத்திலும் (1 மாதம் மட்டும்) இருக்கும்' என்று சொல்லி முடித்தார். மத்ஸ்யராஜன் கண்ணீர் பெருகக் காலில் விழுந்து வணங்கினான்.

ஏழை மீனவனுக்கு உதவியதற்காக சகாதேவனுக்கு நன்றி தெரிவித்தார் பரத்வாஜர். 'மக்களுக்கு உதவுவதுதான் அரச குடும்பத்தினரின் கடமை. அதைத்தான் நான் செய்தேன். சகோதரன் அர்ஜுனனுக்கும், அண்ணி சுபத்ராவுக்கும் குழந்தை பிறந்துள்ளது. அதற்குப் பெயர் சூட்டும் விழாவை நீங்கள்தான் நடத்தி வைக்கப் போகிறீர்கள் என்பதையும் அறிவேன். விரைவில் மீண்டும் சந்திப்போம்' என்றவாறு விடை பெற்றார் சகாதேவன்.

சகாதேவன் கிளம்பத் தயாரானபோது திடீரென அங்கு வந்த குதிரை வீரன் கொடுத்த ஓலையைப் பிரித்துப் பார்த்தார். 'பாண்டிய நாடு இளவரசன் மாறன் பயணித்த கப்பல் எதிர்பாராதவிதமாக மற்றொரு கப்பலுடன் பயங்கரமாக மோதி நொறுங்கியது. மாறன் படுகாயம் அடைந்தநிலையில், அவரைக் காப்பாற்ற ஆயுர்வேத மருத்துவமனை யில் தீவிர சிகிச்சை அளிக்கப்பட்டு வருகிறது' என்ற சோகமான செய்தியை பரத்வாஜரிடம் தெரிவித்தார்.

‘எந்த மாறன்? நாத்திகரான மாறனா? என்னிடம்கூடச் சில கேள்விகளுக்கு விடை தேடி வந்திருந்தாரே அவரா? அவர் பிழைக்க வேண்டுமென ஆண்டவனை வேண்டிக் கொள்கிறேன். கடவுளே!! அந்தக் கப்பலில் என் மைத்துனியின் கணவர் தேவராஜூம் பயணித்தாரே. அவருக்கு என்ன ஆனது?

‘மாறன் குறித்த தகவல் மட்டுந்தான் கிடைத்தது. மற்றவர்கள் உயிருடன் இருப்பதாக எந்தச் செய்தியும் வரவில்லை. மருத்துவமனைக்குச் சென்று பார்த்துவிட்டுச் சொல்லி அனுப்புகிறேன்’ என்று சொல்லி விட்டு மருத்துவமனைக்கு விரைந்தார் சகாதேவர்.

கிருஷ்ணருடைய சாம்ராஜ்ஜியத்தில் இருந்த ஆயுர்வேத மருத்துவமனையில் சிகிச்சை பெற வேறு பல ராஜ்ஜியங்களில் இருந்தும் நோயாளிகள் வந்து போவதுண்டு.

மாறன் சிகிச்சைக்கு அனுமதிக்கப்பட்ட மருத்துவமனையானது சகத்வீப்-லிருந்து வந்த பிராமணர்களால் நிர்வகிக்கப்பட்டது. அவர்கள் சூரியனை வணங்குபவர்கள். வானவியல், ஆயுர்வேதம், ஜோதிடம் ஆகியவற்றில் நிபுணர்கள். சகத்வீப் பிராமணர்கள் மாகி பிராமணர்கள் என்றும் அழைக்கப்பட்டார்கள். அவர்களுடைய சிகிச்சைமுறையே சாம்ராஜ்ஜியத்தின் பிரதான சிகிச்சைமுறையாகத் திகழ்ந்தது. மனிதர்களுக்கு வரும் எல்லாவகையான நோய்களையும் கண்டறிந்து சிகிச்சை தர அங்கு முடியும். கிருஷ்ணரின் மகன் சாம்பனுக்கு ஏற்பட்ட தொழு நோயை இங்கு குணப்படுத்தி யிருக்கிறார்கள். மாறன்கூட இதேபோன்ற நோய்க்கு எங்கும் சிகிச்சை கிடைக்காமல் இங்கு வந்து சிகிச்சை பெற்றுத் திரும்பியபோதுதான் இந்த விபத்தே நடந்திருக்கிறது.

சகாதேவர் மருத்துவமனைக்குச் சென்றபோது அங்கு மாறனுக்கு அறுவை சிகிச்சைப் பிரிவில் தீவிர சிகிச்சை நடந்துவந்தது. மாறனுடைய உடம்பில் குத்திய கூர்மையான பொருட்கள் அறுவை சிகிச்சை செய்து அகற்றப்பட்டிருந்தன. அறுவை சிகிச்சை முடிந்து மாறன் வேறொரு பகுதிக்குக் கொண்டுவரப்பட்டிருந்தார். மயக்க மருந்தின் பிடியிலிருந்து மெள்ளச் சுய நினைவு திரும்பத் தொடங்கியிருந்தது.

ஆயுர்வேத மருத்துவர் தன்வந்திரியிடம் சகாதேவர், ‘மாறனுக்கு என்ன ஆயிற்று? உயிருக்கு ஒன்றும் ஆபத்து இல்லையே?’ என்று பதற்றத்துடன் கேட்டார்.

‘இரு கப்பல்களும் மோதியதில் சில கூர்மையான பொருள்கள் மாறனின் உடலைக் குத்திக் கிழித்துள்ளன. அவற்றை அறுவை

சிகிச்சை செய்து நீக்கிவிட்டிருக்கிறோம். கீழே விழுந்ததில் தலையிலும் பலமான அடிபட்டுள்ளது. எனவே வேம்பு, மஞ்சள், துளசி உள்ளிட்ட சில மூலிகைச் சாறுகளைச் பிழிந்து கட்டுப் போட்டிருக்கிறோம். ஷாமனம் (உள்ளுக்கு மருந்து) மற்றும் ஷோதனம் (வெளியே தடவிக்கொள்ள மருந்து) சிகிச்சைகளைத் தொடங்கி இருக்கிறோம். உயிருக்கு ஆபத்து இல்லை என்றாலும் இன்னும் சில நாள்கள் எங்கள் கண்காணிப்பில் இருக்க வேண்டியது அவசியம். அதிர்ச்சிகளிலிருந்தும் ஒவ்வாமைகளிலிருந்தும் விடுவிக்க அதர்வண வேதத்திலிருந்து சில மந்திரங்களை ஓதிப் பரிகார பூஜை செய்தால் விரைவில் குணமடைந்துவிடுவார். நீங்கள் தாராளமாக அவரைப் பார்க்கலாம்' என்றார் ஆயுர்வேத மருத்துவமனை தலைமை மருத்துவர் தன்வந்திரி.

'மாறன் .. எப்படி இருக்கிறீர்கள்.'

மயக்கம் தெளிந்து மாறன் மெதுவாகக் கண்களைத் திறந்தார். 'சகாதேவா. கப்பலில் திரும்பிக் கொண்டிருக்கும்போது எதிர்பாராமல் திடீரெனச் சூறாவளி வீசியது. கப்பலை மூழ்கடிக்கும் அளவுக்குக் கடல் அலைகள் உயரே எழும்பின. திடீரென இடியோசை போலப் பயங்கர சத்தத்துடன் எதன் மீதோ எங்கள் கப்பல் மோதியது. கப்பல் உடைந்து தண்ணீர் குபுகுபுவென உள்ளே புக அடுத்த சில மணி நேரத்தில் கப்பல் மூழ்கத் தொடங்கியது. உயிரைக் காப்பாற்றிக் கொள்ள அனைவரும் கடலில் குதித்தோம். என் ஆருயிர் மனைவி காஞ்சனாவின் கரங்களைப் பற்றிக்கொண்டு நானும் கடலில் குதித்தேன். அதற்குப் பிறகு என்ன நடந்தது என்று தெரியாது. இதோ இங்கே துவாரகை மருத்துவமனையில் தன்னந்தனியாகப் படுத்துக் கிடக்கிறேன். என் காதல் மனைவியை நான் பறிகொடுத்து விட்டேன்' சொல்லிக்கொண்டே மயக்கத்தில் ஆழ்ந்தார் மாறன்.

'உடல், மனம், தசை ஆகியவற்றுக்கு 'வாதம்' காரணம். வாதத்தால் பாதிக்கப்பட்டவர்கள் அமைதியின்றி இருப்பார்கள். அவர்களுக்கு ரத்த அழுத்தம் அதிகமிருக்கும். உஷ்ணம் மற்றும் வளர்சிதை வினை மாற்றத்துக்கு 'பித்தம்' காரணம். இவர்கள் புத்திசாலிகளாக இருந்தாலும் முன்கோபிகளாக இருப்பார்கள். சருமத் தடிப்பும் அழற்சிப் புண்ணும் ஏற்படும். உடல் கட்டமைப்பு மற்றும் உறுதிக்கு 'கபம்' காரணம். உடல் உறுதியுடன் காணப்படுவார்கள். எளிதில் எடை கூடும். வாதம். பித்தம், கபம் ஆகிய மூன்றின் இயற்கைச் சமநிலையில் ஏதேனும் மாற்றம் இருப்பின் நாடித் துடிப்பைப் பரிசோதித்துக் கண்டுபிடித்துவிடலாம். நல்லவேளை மாறனுக்கு எந்தப் பிரச்னையும் இல்லை. கொஞ்ச நேரத்தில் சரியாகிவிடும் ' என்றார் தன்வந்திரி.

மாறனுக்குச் சிறிது நேரம் கழித்து நினைவு திரும்பியது. சிறிது ஆசுவாசப்படுத்திக்கொண்டவர் சகாதேவரைப் பார்த்து மெள்ளப் பேசத் தொடங்கினார்: 'சகாதேவரே. சில வருடங்களுக்கு முன்பு நான் துவாரகை வந்தபோது தர்பார் மண்டபத்தில் அரசவை நர்த்தகியை அறிமுகப்படுத்தி வைத்தீர்களே; ஞாபகம் இருக்கிறதா?' என்று பழைய நினைவுகளில் மூழ்கினார் மாறன்.

●

'அன்று வியாழக்கிழமை. அரண்மனை தர்பார் மண்டபம் நிரம்பி வழிந்தது. நாட்டிய நாடகம் உள்படப் பல்வேறு கலை நிகழ்ச்சிகளுக்கு ஏற்பாடாகி இருந்தது. அரசு நர்த்தகி காஞ்சனாவை அழைத்து 'இவர் பாண்டிய நாட்டு இளவரசர் மாறன். துவாரகையைச் சுற்றிப் பார்க்க ராஜாங்க விருந்தினராக வந்திருக்கிறார். எல்லா இடங்களையும் சுற்றிக்காட்டுவதுடன் தேவையான பணிவிடை களைச் செய்யவேண்டியது உன் கடமை. உன்னை அதற்காகவே பிரத்யேகமாக நியமித்திருக்கிறேன்' என்றார் சகாதேவன்.

'மாறன் அரசவையில் எத்தனையோ நர்த்தகிகள் உண்டு. கணிகையர் குலத்தைச் சேர்ந்த இவர்கள் நாட்டியக் கலையில் வல்லவர்கள். அரசு இவர்களுக்கு மிக உயரிய அந்தஸ்தை வழங்கி உள்ளது. சமூகத்தில் மதிப்பும் மரியாதையும் உண்டு. ரிக் வேதம் சத்பரணி என்று அழைக்கிறது. எப்போதும் சிவப்பு ஆடையைத்தான் அணிந்து கொள்வார்கள். அரசவையில் மட்டுமின்றிச் சில நேரங்களில் எங்களுடன் போர்க்களத்துக்கும் வந்து வீரர்களை மகிழ்விக்கவும் நடனமாடுவார்கள். இந்திய லோகத்து ரம்பை, ஊர்வசி, மேனகை, திலோத்தமையை விடவும் எங்கள் நர்த்தகிகள் சிறப்பானவர்கள். எல்லோரையும்போல் காஞ்சனாவையும் சாதாரணமாக நினைக்க வேண்டாம். இவள் நடனத்தில் மட்டுமல்ல; படித்தவள், சமயோசித மாகச் செயல்படும் ஆற்றல் கொண்டவள்' என்று சகாதேவன் புகழ்ந்தார்.

காஞ்சனா நாணத்தில் சிவந்தாள். 'என்னைப் பற்றிப் புகழ்வது இருக்கட்டும். திக்கெட்டும் பரவியுள்ள இவரது வீரத்துக்கு இணையேது? பாண்டவ சகோதரர்கள் பாரதத்திலுள்ள ராஜ்ஜியங் களை வெற்றி கொள்ள ஒவ்வொரு திசையாகச் சென்றபோது நீங்கள் தெற்கு நோக்கிப் பயணித்தீர்கள். செல்லும் வழியில் காளிங்கர்கள், மிலேச்சர்கள், நிஷாதர்கள், கர்ணபிரவர்னர்கள், களானுகர்கள், ராக்ஷசர்கள், கேரகர்கள், பவுண்டர்கள், ஆந்திரர்கள், என உங்களை எதிர்த்தவர்களை வென்று வாகைசூடியது மட்டுமென்ன சாதாரண விஷயமா' என்று பதிலுக்குச் சகாதேவன் வெற்றிகளைப் பட்டியலிட்டாள்.

சகாதேவனும், காஞ்சனாவும் பரஸ்பரம் ஒருவரை ஒருவர் பாராட்டியது எதுவுமே மாறன் காதுகளில் விழவே இல்லை. வைத்த கண் வாங்காமல் காஞ்சனாவையே பார்த்துக் கொண்டிருந்தான். 'நடனமாடும்போது கைகளும், கால்களும் மட்டுமின்றி உடலின் எல்லா அங்கங்களும் இணைந்து ஆடுவதைப் பார்த்திருக்கிறேன். ஆனால் புருவங்களை உயர்த்தி, விழிகளை விரித்து, இதழ்களை மெல்லத் திறந்து பேசுவதேகூட நாட்டியம்போல் இருக்கிறதே' என்று வியந்தான். தன்னை இழந்தான். காதலில் விழுந்தான். செயல் மறந்தான். தையல் மீது மையல் கொண்டான்.

'அர்ஜுனன் துவாரகைக்கு வந்து சுபத்திரையின் உள்ளத்தைத் திருடியதுபோல், நான் உங்கள் அரசவை நர்த்தகி காஞ்சனாவின் உள்ளத்தைக் கொள்ளையடிக்கப் போகிறேன்' என்று சகதேவனிடம் கூறியவாறே மறுமொழிக்காக அவளைப் பார்த்தான். காஞ்சனா தாமரைக் கண்களால் மாறனை நேரடியாகப் பார்க்காமல் தலையைக் குனிந்து கட்டை விரலால் மண்ணில் கோலமிட்டவாறே அரைக் கண்ணால் ரசித்தாள்.

இருவரும் காதல் உலகில் சஞ்சரிப்பதை உணர்ந்து கொண்ட சகாதேவன் 'காஞ்சனா உன் சாகசக் கதையைக் கொஞ்சம் சொன்னால் மாறன் சந்தோஷப்படுவார்' என்று சொல்ல இருவரும் இயல்பு நிலைக்குத் திரும்பினார்கள். 'தெற்கு பாரதத்தை வெற்றி கொள்ளப் புறப்பட்ட சகாதேவ ராஜாவுடன் நானும் பயணித்தேன். தென் மேற்குக் கடற்கரைப் பகுதியை அடைந்தோம். இரவு நேரம் ஆனதால் அங்குள்ள காளி கோயில் அருகே கூடாரங்களை அமைத்து வீரர்கள் இளைப்பாறிக் கொண்டிருந்தனர். வீரர்களை மகிழ்விக்க நான் துஷ்யந்தன் - சகுந்தலை காதலை மையப்படுத்தும் வகையில் நடனமாடிக் கொண்டிருந்தேன். அந்தக் கூட்டத்தில் எதிர்கள் சிலரும் ஊடுருவி என் நாட்டியத்தைப் பார்த்தது எனக்கு அப்போது தெரியாது.

அடுத்த நாள் காலை கேரகர்களைத் தோற்கடிக்க சகாதேவ ராஜா படையுடன் கிளம்ப நாங்கள் கூடாரங்களிலேயே தங்கி விட்டோம். மதிய நேரம் எங்கள படை வீரர்கள் சில ஓடோடி வந்து ''ராஜா உங்களைக் கையோடு அழைத்து வரச் சொன்னார்'' என்றார்கள். நாங்களும் வெற்றி விழாவைக்கொண்டாடத்தான் மன்னர் அழைக்கிறார் என்று நம்பிப் புறப்பட்டோம்.

சிறிது தூரம் சென்றவுடன் திடீரென எங்களை எதிரிகள் சுற்றி வளைத்தனர். அப்போதுதான் என்னைக் கடத்திச் செல்ல எங்கள் வீரர்களைப் பிணைக் கைதிகளாகப் பிடித்து வைத்துக்கொண்ட விவரம் தெரிய வந்தது. மேலும் என் நாட்டியத்தைப் பார்க்க வந்த

எதிரிகள் சிலர் என் அழகிலும், நாட்டியத்திலும் மயங்கி அவர்கள் தலைவனுக்கு என்னைப் பரிசாக அளிக்கத் திட்டமிட்டிருப்பதையும் அறிந்து கொண்டேன்.

கண்களைக் கட்டி அடர்ந்த வனப்பகுதிகள் அழைத்துச் சென்றனர். தீப்பந்த வெளிச்சத்தில் காட்டுமிராண்டிகளுக்கு நடுவே ஒருவன் உட்கார்ந்து கொண்டிருந்தான். கோரமான முகத்துடன் பார்க்கவே பயங்கரமாக இருந்தான். அவன்தான் இவர்களின் தலைவனாக இருக்கக்கூடும் என்று யூகித்தேன். அவனைச் சுற்றி ஆண்களும், பெண்களும், குடித்துக் கும்மாளமடித்துக் கொண்டிருந்தனர். என்னை அழைத்துச் சென்றவர்கள் தலைவனிடம் என்னைக் காட்டி ஏதோ கிசுகிசுத்தனர். ஒவ்வொருவரும் என்னை ஏற இறங்கப் பார்த்து அங்கிருந்த பெண்களிடம் என்னைப் பற்றி ஏதோ சொன்னார்கள். அவர்கள் பேசிய பாஷை எனக்குப் புரியவில்லை. ஆனால் ஏதோ தப்பான அர்த்தத்தில் மட்டமாகப் பேசுகிறார்கள் என்பது மட்டும் தெரிந்தது.

கூட்டத்திலிருந்து ஜடா முடியுடனும், நெற்றியில் சந்தனப் பொட்டுக் குங்குமத்துடன் ஒரு முதியவர் என்னருகே வந்தார். மற்றவர்கள் பேசியது புரியாதநிலையில் இவர் பேசியது மட்டும் கொஞ்சம் புரிந்தது. ‘பெண்ணே உன்னை எங்கள் காட்டு ராஜாவின் படுக்கைக்கு விருந்தாக்கப் பிடித்துவந்திருக்கிறோம்’ என்றார். அவர்தான் அவர்களின் தலைமை பூசாரி என்பது தெரிந்தது.

நான் அங்கிருந்து தப்ப என்ன வழி என்று யோசித்தேன். என்னை நீங்கள் காப்பாற்றுங்கள். நான் உங்கள் மன்னரின் எத்தனையோ மனைவிகளில் ஒருத்தியாகக் கிடந்து சாக விரும்பவில்லை. உங்கள் துணைவியாக வாழ விரும்புகிறேன் என்று அவர் காதில் மெதுவாக, மென்மையாகச் சொன்னேன். அதைக் கேட்ட பூசாரி, இவ்வளவு பேரழகி நமக்குக் கிடைத்தால் எவ்வளவு ஆனந்தமாக இருக்கும் என்று மன மகிழ்ந்து உன்னை நான் எப்படியும் காப்பாற்றுகிறேன் என்று ரகசியமாக வாக்குக் கொடுத்தார்.

அதன் பிறகு சில சடங்கு சம்பிரதாயங்களைச் செய்து பார்த்துவிட்டு, ‘மன்னா... பெரும் ஆபத்து. இவள் துர் தேவதைகள் குடி கொண்டிருக்கும் தீய சக்தி. இவளுடன் நீங்கள் சேர்ந்தால் உங்கள் குலமே அழிந்துவிடும்’ என்று சொன்னார். அதைக் கேட்டதும் பழங்குடி தலைவர் பயந்து நடுங்கினார்.

‘இவள் துர் தேவதைகளின் பிரதிநிதி என்றால் உடனே இவளை நம் காளி தேவிக்கு பலி கொடுத்துவிடு. இவளால் நமக்குத் தீங்கு எதுவும் வந்துவிடக்கூடாது’ என்று உத்தரவிட்டார்.

இதை எதிர்பார்க்காத பூசாரி என்ன செய்வதென்று தெரியாமல் தவித்தார். என்னைத் தீய சக்தி என்று சொன்னதும் பழங்குடித் தலைவர் என்னை எங்காவது சிறை வைப்பார்; அல்லது விரட்டியடிப்பார் என்றுதான் பூசாரி எதிர்பார்த்தார். காளிக்கு பலிகொடுக்கச் சொன்னதும் அவருக்கு என்ன செய்வதென்றே தெரியவில்லை. ஆனால், இவர்கள் சொன்ன கடற்கரைக் காளி கோயில் அருகேதான் சகாதேவ ராஜாவின் படைகள் கூடாரம் அமைத்துத் தங்கி இருப்பது ஞாபகம் வந்தது. அங்கே போய்விட்டால் பிறகு எப்படியாவது தப்பித்துவிடலாம் என்ற திட்டத்துடன் என்னைக் காளி கோவிலுக்குக் கொண்டு செல்லுங்கள். அங்கு தப்பிக்க ஏதேனும் வழி பார்க்கலாம் என்று பூசாரியிடம் சொன்னேன்.

அதன்படியே என்னை அங்கு அழைத்துச் சென்றார்கள். காளி கோவில் ஒரு குகைக்குள் இருந்தது. பூசாரி தனியாகச் சில பூஜைகள் செய்ய வேண்டும் என்று சொல்லிப் பிற பழங்குடிகளை வெளியே நிற்க வைத்தார். ஆனால், அவருடைய நான்கு உதவியாளர்கள் அவருடனே இருந்தார்கள். அவர்களை வெளியே செல்லச் சொல்ல அவரால் முடியவில்லை. ஏனென்றால், பூஜைக்கான ஏற்பாடுகளை அவர்கள் தான் செய்வது வழக்கம்.

இப்போது இந்த நான்கு பேரிடமிருந்து எப்படித் தப்பிக்க என்று பூசாரி யோசித்தார். நான் இன்னொரு யோசனை சொன்னேன். பலி கொடுப்பதற்கு முன் என்னை அனுபவிக்கலாம் என்று உதவியாளர் களிடம் சொல்லுங்கள். யார் முதலில் என்று சண்டையிடுவார்கள். மதுஅருந்தும் போட்டி ஒன்றை வையுங்கள். அதிக மதுஅருந்தியும் யார் நிலை குலையாமல் இருக்கிறார்களோ அவர்களே முதலில் என்னை அடையலாம் என்று சொல்லுங்கள். அவர்களுக்கு அதிகம் ஊற்றிக் கொடுத்துவிட்டு, நீங்கள் கொஞ்சமாகக் குடியுங்கள். அவர்கள் நினைவிழந்து கீழே விழுந்ததும் என்னைக் காப்பாற்றி எங்காவது கொண்டுசென்றுவிடுங்கள்.எனக்குப் பதிலாக வேறொரு பெண்ணை பலி கொடுத்து சமாளித்துவிடுங்கள் என்று சொன்னேன்.

என் மீதான மையலில் அந்த பூசாரி நான் சொன்னதையெல்லாம் செய்தான். மது போட்டிக்கு நால்வரையும் அழைத்தான். அவர்களும் உற்சாகமாக சரி என்றனர். நானே மது கலந்து தருகிறேன் என்று சொன்னேன். சற்று தள்ளியிருந்த மதுக் குடுவைகளை அடைந்தேன். பொதுவாக என்றைப்போன்ற நடன மங்கைகளிடம் தற்காப்புக்காக ஒரு ஆயுதம் இருக்கும். எங்கள் மானத்துக்குக் கேடு வந்ததென்றால் எங்கள் உயிரை மாய்த்துக்கொள்ள எங்கள் மோதிரத்தில் சிறிது விஷத்தை வைத்திருப்போம். யாருக்கும் தெரியாமல் அதை அந்த மதுவில் கலந்துவிட்டேன்.

பூசாரிக்கும் பிறருக்கும் நானே ஊற்றிக் கொடுத்தேன். ஒவ்வொருவராக நிலைகுலைந்து கீழே விழுந்தார்கள். பூசாரிக்குக் கொடுத்த மதுவிலும் விஷம்கலந்திருந்தேன். ஆனால், அவனோ என்னைவிட தந்திர சாலியாக இருந்தான். அந்த மதுவை அவன் அருந்தியிருக்கவே இல்லை. என் மீது அவனுக்கு எப்படியோ சந்தேகம் வந்திருக்கிறது. எனவே அந்த மதுவைக் குடிப்பதுபோல் கீழே கொட்டியிருக்கிறான். ஆனால், போதை ஏறியதுபோல் நடித்திருக்கிறான்.

இது தெரியாமல் நான் பூசாரியைத் தள்ளிவிட்டுத் தப்பிக்க முயன்ற போது அவனுடைய இரும்புக் கரத்தால் என்னை இறுக்கிப் பிடித்தான். அப்போதுதான் அவன் மதுவின் பிடியில் இல்லை என்பது எனக்குப் புரிந்தது. உன்னைப் பலி கொடுப்பதற்கு முன் நான் அனுபவிக்கப் போகிறேன்... வா என்று என்னைப் பிடித்து இழுத்தான். எனக்கு என்ன செய்வதென்றே தெரியவில்லை. அப்போது திடீரென்று ஒரு யோசனை வந்தது. காளி தேவி என்னுடைய உடம்பில் புகுந்துகொண்டதுபோல் நான் ஆக்ரோஷமாக நடனமாடத் தொடங்கினேன். சிருங்கார ரசம் மட்டுமல்ல... கோபம், போர் வெறி போன்றவையும்கூட எனது நாட்டியப் பாடங்களில் இருந்தது. எனவே நான் காளிபோல் உக்ரமாக ஆடத் தொடங்கினேன். அந்த பூசாரி அதைப் பார்த்ததும் நிஜமாகவே எனக்குள் காளிதேவி வந்துவிட்டதாக நம்பிவிட்டார். அப்படியே ஆடியபடியே காளியின் கையில் இருக்கும் திரிசூலத்தை எடுத்து அவனை ஒரே குத்தில் சாய்த்துவிட்டுக் குகையின் பின் பக்கம் இருந்த சிறு வாசல் வழியாகத் தப்பித்துவந்துவிட்டேன்.

நான் சொன்ன கதையை ஆர்வத்துடன் கேட்டார் பாண்டிய மாறன். நான் எதிரிகளிடம் சிக்கியதைச் சொன்னபோது அவர் அடைந்த துயரமும் நான் தந்திரங்கள் செய்து தப்பியதைச் சொன்னபோது அவர் அடைந்த சந்தோஷமும் எனக்குள் இனம் புரியாத உணர்ச்சிகளை எழுப்பின. இருவரும் அந்த சம்பவ இடத்துக்கே சென்றதுபோல் ஒருவிதக் கனவு நிலையில் இருந்தோம். சகாதேவரின் குரல் எங்களை சுய நினைவுக்குக் கொண்டுவந்தது.

'உங்கள் அன்புத் தோழியின் இன்னொரு பக்கத்தைத் தெரிந்து கொண்டுவிட்டிருக்கிறீர்கள் பாண்டிய இளவரசரே... இந்த நாட்டிய நிகழ்ச்சி முடிந்த பின் இன்றைய பொழுதை எப்படிக் கழிக்கப் போகிறீர்கள் என்று தெரிந்துகொள்ளலாமா..?

இயல்பு நிலைக்கு வந்த மாறன், 'நல்லது சகாதேவரே...காஞ்சனா என்னிடம் ரவதிகா என்ற மலை பற்றியும் அங்கு இன்று நடக்க விருக்கும் விழா பற்றியும் சொன்னாள். எங்கள் ரதம் தயாராக இருக்கிறது. உடனே அங்கு புறப்படலாம் என்று நினைக்கிறோம்' என்றார்.

‘அருமை... அந்த மலை மன்மதனின் மலை போன்றது என்பதை காஞ்சனா உனக்குச் சொல்லியிருப்பாள் என்று நினைக்கிறேன். மகிழ்ச்சியுடன் சென்று வாருங்கள். காஞ்சனா... நம் விருந்தினரான பாண்டிய தேசத்து அரசரை நன்கு கவனித்துக்கொள். அந்த மலையில் இவர் கழிக்கும் நேரம் வாழ்நாளில் என்றும் நினைவில் தங்கியிருக்கும்படிச் செய்வாயாக...’

காஞ்சனாவும் மாறனும் விடைபெற்றுக்கொண்டு புறப்பட்டனர்.

ரவதிகா மலை உண்மையிலேயே மன்மதன் ரதியின் மலைதான். துவாரகையில் அமைந்திருக்கும் அற்புதமான மலைவாசஸ்தலம். கிருஷ்ணரின் ராஜ்ஜியத்துக்கு இயற்கை வழங்கியிருக்கும் பெருங்கொடைகளில் ஒன்று. உள்ளூர்வாசிகளான வ்ருஷ்னிகளும் அந்தகர்களும் கொண்டாடும் மன்மத விழா அன்று நடக்கவிருந்தது.

கண்ணைக் கவரும் அலங்காரங்கள், நாசியை மயக்கும் நறுமணங்கள், நாவைத் தூண்டும் உணவுவகைகள் என அன்று அந்த மலையே இந்திரலோகம்போல் காட்சியளிக்கும். மலைப்பாதையானது இரவு நேரத்தில் தங்கத்தூண்களில் எரியும் பொன்னிற விளக்குகளால் ஒளியூட்டப்பட்டிருக்கும். குகைகள், நீரூற்றுகளினூடான அந்த இரவு நேர மலைப்பயணம், காலம் இப்படியே உறைந்துவிடாதா என்று காண்பவர்களை மயக்கம் கொள்ளவைப்பதாக இருக்கும்.

வண்ண வண்ணக் கொடிகளும் மலர் மாலைகளும் தோரணங்களும் அணிவகுத்து ஆடின. விலை உயர்ந்த பட்டாடைகள், மலர்க் கொத்துகள், வாசனை திரவியங்கள் விற்பனைக்குக் குவிந்து கிடந்தன. வீணையொலியும் மிருதங்க இசையும் பின்னணியில் மென்மையாக ஒலித்தவண்ணம் இருந்தன. உலகின் அனைத்துவகை மதுவகைகளும் உணவுவகைகளும் அந்த விழா நாளில் அங்கு வரிசை கட்டி வந்தன.

எங்கும் செல்வச் செழிப்பு மிளிர்ந்தது. நலிவடைந்தவர்களுக்கும் உடல் ஊனமுற்றவர்களுக்கும் தான தர்மங்கள் வாரி வழங்கப் பட்டன. சமத்துவ சமுதாயத்தின் அடையாளமாக அங்கு இருப்பவர்கள், இல்லாதவர்கள் என்ற பேதமே இல்லாமல் அனைவரும் ஒன்றுகூடி ஆடிப்பாடி மகிழ்ந்துகொண்டிருப்பதை மாறன் வியப்புடன் பார்த்தார்.

கண் முன் நடக்கும் விழாக்கொண்டாட்டங்களில் இருந்து கொஞ்சம் விலகி, சற்று ஓய்வாக ஒரு இடத்தில் சென்று அமர்ந்தார் மாறன். கிருஷ்ணரின் இந்த சாம்ராஜ்ஜியம் அவருக்குள் பல எண்ணங்களைக் கிளர்ந்தெழச் செய்தது. துவாரகையில் இருக்கும் மக்கள் பல்வேறு லௌகிக இன்பங்களில் திளைத்தபோதிலும் இவற்றுக்கெல்லாம்

அப்பாற்பட்ட உயர்ந்த தத்துவத்தளத்திலும் வேரூன்றியிருப்பதைப் புரிந்துகொண்டிருந்தார். தாமரை இலையானது நீரிலேயே மிதந்து கொண்டிருந்தாலும் அதன் மேல் பரப்பில் ஒரு சொட்டு நீர்கூட ஒட்டாமல் உருள்வதுபோல் இந்த மக்கள் உலக இன்பங்களில் ஈடுபட்ட போதிலும் அவற்றால் கறைபடாத மனங்களைக் கொண்டவர்களாகவும் இருப்பதைப் பார்த்தார்.

இங்கு மக்கள் செல்வச் செழிப்பில் திளைக்கிறார்கள். ஆனால், செல்வச் செருக்கு இவர்களிடம் அறவே இல்லை. புற உலகக் கொண்டாட்டங்களில் திளைக்கும் அதே நேரம் அக உலகத் தேடல்களிலும் இவர்கள் தீவிரமாக ஈடுபடுபவர்களாகவே இருக்கிறார்கள். சுருக்கமாகச் சொல்வதென்றால் ஒரு உன்னத லட்சிய சமூகம் இது என்று மாறனுக்குப் புரிந்தது.

அவருடைய இந்த எண்ணவோட்டம் விழாக்கொண்டாட்டங்கள் பற்றித் திரும்பியது. இங்கு பெண் கலைஞர்கள் எந்தவிதத் தயக்கமும் இன்றி ஆட்டம் பாட்டங்களில் ஈடுபடுகிறார்கள். அவர்களுக்கு சமூகத்தில் உயரிய மரியாதையும் இருக்கிறது. தனது ராஜ்ஜியத்தை துவாரகையுடன் ஒப்பிட்டுப் பார்த்தார் மாறன். சில சுவாரசியமான முரண்கள் அவருக்குத் தென்பட்டன. திறந்த மனது, ஏழை பணக்காரர் வித்தியாசமின்றி ஒற்றுமையாகக்கொண்டாடுதல், ஆண் பெண் இணைந்து ஆடிப் பாடி மகிழ்தல், பெண்களுக்கு சமூகத்தில் இருக்கும் முக்கியத்துவம், எளிய மகிழ்ச்சியான வாழ்க்கை போன்று துவாரகையில் இருக்கும் பல அம்சங்கள் துவாரகை மீது மிகுந்த மரியாதையை மாறன் மனதில் ஏற்படுத்தின.

இசைக்கலைஞர்களும் நடன மங்கைகளும் ஆங்காங்கே கலை நிகழ்ச்சிகளை நடத்திக்கொண்டிருந்தனர். உள்ளூர் மக்கள் கிரீடங்கள், முத்து மாலைகள், தங்கக் கவசங்கள் அணிந்து தேர்களில் விண்ணுலக தேவர்கள்போல் வலம் வந்துகொண்டிருந்தனர். கால்நடையாக வருபவர்கள், குதிரைகளில் வருபவர்கள், தேரில் வருபவர்கள், மனைவிகளுடன் வருபவர்கள், காதலர்களுடன் வருபவர்கள் என ஒட்டு மொத்த மலையுமே பூவுலகில் இருந்து இந்திரலோகம் நோக்கிப் பறக்கும் பறவைபோல் மிதந்துகொண்டிருந்தது.

செதுக்கி வைத்த சிலைபோன்ற உடல் கொண்ட பெண்கள் நாகம் போல் உடலை வளைத்து நெளித்து ஆடி பார்ப்பவர்களை மயக்கினர்.

அன்னம்போல், நடக்கும் நடையே நடனம் போலிருக்கும் காஞ்சனாவின் கண் முன் இப்படி நடக்கும் கொண்டாட்டங்கள் அவள் கால்களை அவளையறியாமலேயே ஆடவைத்தன. விருந்தினருடன் வந்திருக்கிறோம் என்பதை மறந்தவள் மேடையேறி ஆடத்

தொடங்கினாள். நட்சத்திரங்களை ஒதுங்கி நிற்கச் சொல்லிவிட்டு நிலவு வானில் ஒளிவிடத் தொடங்கியதுபோல் இருந்தது அந்த நடனம்.

என்ன அழகு... என்ன நளினம்... சாமுத்ரிகா லட்சணம் என்ற பெண்ணின் சௌந்தர்யத்துக்கான இலக்கணமே காஞ்சனாவைப் பார்த்துத்தான் எழுதியிருப்பார்களோ என்று மாறன் வியந்தார். காஞ்சனா மீதான காதல் தன் மனதில் பன்மடங்கு பெருக்கெடுப்பதை உணர்ந்த மாறன், இனியும் தாமதிக்கக்கூடாது... இந்த மன்மத மலையில் கழிக்கவிருக்கும் இந்த இரவில் அவளிடம் தன் காதலைச் சொல்லியே ஆகவேண்டும் என்று தீர்மானித்தார்.

நாட்டிய நிருத்யம், ரூப நிருத்யம், பாவ நிருத்யம் எனப் பலவும் நடந்தவண்ணம் இருந்தன. துஷ்யந்தன் - சாகுந்தலை நாடகத்தை காஞ்சனா நடன வடிவில் வழங்கினாள். அனைவருமே நன்கு நடனமாடினார்கள். ஆனால், காஞ்சனாவின் நடனம் பார்ப்போரை மயக்கிவிட்டது. மாறன் முதன் முதலாக காஞ்சனாவின் முழு கலைத் திறமையை வெகு அருகில் நின்று பார்த்தார். சிலை உயிர் பெற்று எழுந்து வந்ததுபோல் இருக்கும் காஞ்சனாவின் நடனத்தைப் பார்த்து மாறன் சிலைபோல் உறைந்து நின்றார்.

உடம்பின் ஒவ்வொரு நாடி நரம்பிலும் காஞ்சனா மீதான காதல் உணர்வு ரத்தம்போல் பாய, 'இந்திர லோகத்து அப்சரஸ்கள்தான் பேரழகிகள் என்று யார் சொன்னது? என் காஞ்சனாதான் உலகிலேயே பேரழகிகளிலும் பேரழகி... நாட்டியப் பேரொளிகளிலும் பேரொளி. ஈரேழு பதினான்கு லோகங்களிலும் துவாரகையின் அப்சரஸான என் காஞ்சனாவே உயர்வானவள்... உன்னதமானவள்...' என்று எண்ணினார்.

மாறனுக்குச் சட்டென்று ஒரு விஷயம் நினைவுக்கு வந்தது. அதாவது, அவர் காஞ்சனாவை 'என் காஞ்சனா' என்று மனதுக்குள் அவரையறியாமலேயே நினைத்துவிட்டிருக்கிறார். அந்த உரிமை கொண்டாட்டம் அவரை கற்பனைக்கு எட்டாத ஆனந்தத்தில் திளைக்கச் செய்தது.

காஞ்சனா நடனமாடிவிட்டு மாறனுக்கு அருகில் வந்ததும், மனதில் அடியாழத்தில் இருந்த காதலையும் பெருமிதத்தையும் கலந்து சொன்னார் : காஞ்சனா... உன் நடனம் காண்போருக்கு உண்மையி லேயே மிகப் பெரிய விருந்து. உன்னை அந்தப் பழங்குடியினர் ஏன் கடத்திச் சென்றார்கள் என்பது இப்போது நன்கு புரிகிறது. உன் பேரழகும் நடனத் திறமையும் காண்போரைப் பித்துக்கொள்ள வைக்கிறது. அவர்கள் மீது குறையில்லை. உன் அழகு யாரையும் மயக்கிவிடும். அதை விவரிக்க வார்த்தைகளே இல்லை.'

வெட்கத்துடன் சிரித்தவாறே காஞ்சனா, பாண்டிய இளவரசே... நீங்கள் என்னை ரொம்பவே புகழ்கிறீர்கள். இது துவாரகை... கோபிகைகளுடன் ராச லீலை செய்த கிருஷ்ணரின் சாம்ராஜ்ஜியம்... அவருடைய நடனத்தைப் பார்க்கும் அனைவருமே ஒருவிதப் பேரின்ப நிலைக்குப் போய்விடுவார்கள். அவருடைய ராஜ்ஜியத்தில் வீசும் காற்றும், அசையும் இலைகளும், சலசலக்கும் ஓடைகளும் எல்லாமே அந்த கிருஷ்ணனின் நளினம், நடனம், பேரழகு அனைத்தையும் எங்களுக்கு நினைவூட்டுபவையே... அந்தப் பெரு நடனக்காரனின் முன் நானெல்லாம் சிறு துரும்பு... அவருடைய சாம்ராஜ்ஜியத்தில் வாழும் ஒருவர் நடனத்தில் சிறந்து விளங்குவ தென்பது மிகவும் சாதாரண விஷயம். இதோ பாருங்கள்... இந்த மலைத் தடாகத்தில் நிலவின் பிம்பத்தைப் பிரதிபலிக்கும் சிற்றலை களைப் பாருங்கள். கிருஷ்ணனின் பெரு நடனத்தைப் பிரதிபலிக்கும் அப்படியான ஒரு சிறிய அலை முகடு நான்.

மாறன் காதல் மீதுற மென்மையாக அழைத்தார் : காஞ்சனா... காதல் என்பது ஒருவர் தேடிக் கண்டுபிடிக்கும் விஷயம் அல்ல. அதுவாகவே நம்மைத் தேடிக் கண்டடைவது. ஆன்மா அதன் மறைவிடத்தில் இருந்து ஒரு குழந்தைபோல் தவழ்ந்து வெளியே வருவது போன்றது. விளையாடும் இருவருமே வெல்லும் விளையாட்டு அது. என் அன்பே காஞ்சனா... நான் உன்னை நேசிக்கிறேன். எனக்கு மட்டும் இறகுகள் இருந்திருந்தால் வானத்தில் மின்னும் வைரங்களான நட்சத்திரங் களைப் பறித்து மாலையாகத் தொடுத்து நிலவை அதில் மையமாகப் பதித்து உன் கழுத்தில் அணிவித்திருப்பேன். என்ன செய்வது என்னால் பறக்க முடியவில்லையே அன்பே...

மாறனின் அன்பினால் திக்குமுக்காடிய காஞ்சனா பேச்சுமூச்சற்று நின்றாள். ஆத்மார்த்தமான வார்த்தைகள் எப்படி மனதிலும் உடம்பிலும் இன்பத்தின் ஊற்றுகளைத் திறந்துவிடமுடியும் என்பதை அவள் உணர்ந்தவள்போல் உறைந்துநின்றாள். அந்த வார்த்தைகள் பூமியில் இருந்து பெயர்த்து அவளை வானில் மேகம் போல், தடாகத்தில் அன்னம்போல் மிதக்கச் செய்தது...

மெள்ள இதழ் திறந்து, ‘மாறா... நீவிர் என்னை வசியக்காரனைப் போல் மயக்குகிறீர்கள். கண்கள் ஈட்டிபோல் என்னைத் துளைக் கின்றன. வார்த்தைகள் என்னைப் பட்டு நூல்கொண்டு கட்டியது போல் மென்மையாக அதே நேரம் வலிமையாக இறுக்கிக் கட்டிப் போடுகின்றன. உமது காதல் வெள்ளம் எனை மூழ்கடிக்கிறது.’ உணர்வுகள் நெருங்கியதால் உரிமையாக அவளையறியாமலேயே மாறா என்று பெயர் சொல்லி அழைத்துவிட்டிருந்ததை உணர்ந்து சற்று கூடுதலாகவே வெட்கப்பட்டாள் காஞ்சனா.

‘உன்னைக் காதலியாகப் பெற்றது என் பாக்கியம். என் உடம்பின் ஒவ்வொரு கணுவையும் நீ மகிழ்ச்சியில் திளைக்கச் செய்கிறாய் அன்பே’ என்றபடியே மாறன் காஞ்சனாவை அணைத்து அவளுடைய கூந்தலை மென்மையாக வருடினார்.

கண்களை மூடிக்கொண்ட காஞ்சனா, ‘ஆமாம் மாறா...என் உடம்பின் ஒவ்வொரு கணுவும் உங்கள் பெயரையே உச்சரிக்கின்றன. என் கண்ணில் தெரியும் பிம்பம் யாவுமே நீங்களே நிறைந்திருக்கிறீர்கள்’.

காஞ்சனாவின் கைகளை மென்மையாகப் பற்றியபடி தென்றல் தவழும் மலையில் மெள்ள நடக்கத் தொடங்கினார் மாறன். நட்சத்திரங்கள் வானில் ஜொலிக்க, துவாரகையின் கடலலைகள் தொலைவில் நிலவொளியில் மின்ன இருவரும் தம்மை மெய்மறந்து நடந்தனர். சற்று தொலைவில் இருந்த அழகிய நந்தவனத்தில் சென்று அமர்ந்தனர். காஞ்சனாவின் முகத்தில் ஏதோவொரு சந்தேகத்தின் கீற்று தென்படுவதை மாறன் புரிந்துகொண்டார். ‘உன் மனதில் என்னிடம் ஏதோ கேட்கவேண்டும் என்று நினைக்கிறாய் போலிருக்கிறது’ என்றார் மாறன்.

முதலில் சொல்லத் தயங்கினாள் காஞ்சனா. மாறன் அவளுடைய கரங்களை ஆறுதலாகப் பற்றினார். அந்த ஸ்பரிசத்தில் இருந்த முடிவற்ற அன்பை உணர்ந்த காஞ்சனா, தன் மனதில் இருக்கும் ஐயத்தை வெளிப்படுத்தினாள்: நான் ஆத்மார்த்தமாக நேசித்த முதல் நபர் நீங்கள்தான். உங்களுடன் இருந்த நாட்கள்தான் என் வாழ்வில் நான் மிகவும் சந்தோஷத்துடன் இருந்த நாட்கள். ஆனால், நீங்கள் ஒரு ராஜ்ஜியத்தின் இளவரசர். நானோ ஒரு நடன மங்கை. உங்களுடைய காதல் இந்த ஒற்றை இரவுக்கானதா... வாழ்நாள் முழுவதுக்குமானதா..?

அதைக் கேட்டதும் அதிர்ந்த மாறன் அவளுடைய இதழ்களைக் கைகளால் அவசரமாக மூடினார். என்ன சொல்கிறாய் காஞ்சனா..? நான் உன்னை மனமார நேசிக்கிறேன். திருமணம் முடித்து என்னுடன் அழைத்துச் செல்ல விரும்புகிறேன். பாண்டிய தேசத்து ராணியாக்கப் போகிறேன் உன்னை... இனியும் இப்படிப் பேசாதே’.

காஞ்சனாவுக்கு என்ன சொல்வதென்றே தெரியவில்லை. அன்புக் காதலனைச் சந்தேகப்பட்டோமே என்ற வருத்தம் ஒருபுறம்... இவ்வளவு அன்பு வைத்திருக்கிறாரா நம் மேல் என்று மகிழ்ச்சி ஒருபுறம்.

மாறன் அவளை மெள்ள அணைத்தபடியே சொன்னார்: என் தேசத்தில் நீ செய்யவேண்டிய பல விஷயங்கள் இருக்கின்றன. அங்கு நடனம், இசைக்கு என்று ஒரு கல்விச்சாலை அமைக்க விரும்புகிறேன். நீ

அதன் தலைமைப் பொறுப்பில் இருக்கவேண்டும். எமது ராஜ்ஜியத்தில் பெண் குழந்தைகளைப் பிறந்தவுடன் கொல்லும் அல்லது கைவிட்டுச் செல்லும் சமூகங்கள் இருக்கின்றன. அந்தக் குழந்தைகளைத் தத்தெடுத்து அவர்களுக்கு ஒரு நல்ல வாழ்க்கையை அமைத்துக்கொடுக்க விரும்புகிறேன். நடனம், இசை கற்றுக் கொண்டு கலைஞர்களாக அல்லது வேறு விரும்பும் தொழில் செய்து குடும்பப் பெண்களாக அவர்கள் வாழ வழிசெய்துதரவேண்டும். நீதான் அதற்கு மிகவும் பொருத்தமானவள்'.

'துவாரகையில் இருக்கும் பல நல்ல விஷயங்களை என் பாண்டிய ராஜ்ஜியத்தில் நான் நடைமுறைப்படுத்த விரும்புகிறேன். இந்த ராஜ்ஜியத்தில் இருந்து தலை சிறந்த மருத்துவர்கள், குரு குல ஆசான்கள் ஆகியோரையும் என்னுடன் அழைத்துச் செல்ல விரும்புகிறேன். நீ என் ராஜ்ஜியத்தில் அதாவது நம் ராஜ்ஜியத்தில் ஆற்றவேண்டிய முக்கிய கடமைகள் பல இருக்கின்றன. அவற்றைச் செய்யும்போது உன் கணவன் எனக்கும் நீ நிறையச் செய்யவேண்டி யிருக்கும். அதையும் மறந்துவிடாதே' என்று சொல்லிப் புன்முறுவல் பூத்தார்.

வில்போன்ற புருவங்களை மெள்ளத் தூக்கிக் கண்களை மலரச் செய்து மாறனின் நெற்றியில் மென்மையாக முத்தமிட்டாள். சிறிது நேரம் ஒருவரை ஒருவர் ஆறத் தழுவியபடி இருந்தார்கள்.

'நாளை என்ன செய்வதாக உத்தேசம்?' கேட்டாள் காஞ்சனா.

'அன்பே... இந்த ராஜ்ஜியத்தைப் பற்றி நான் இன்னும் நிறையத் தெரிந்துகொள்ள விரும்புகிறேன். இந்த மக்களின் சமூக ஒற்றுமை, ஜாதி சமூகக் கட்டமைப்பு, வேத சாஸ்திரங்கள், இறைவழிபாட்டு நம்பிக்கைகள், சடங்குகள் இவைபற்றியெல்லாம் தெரிந்துகொள்ள விரும்புகிறேன். இவைதொடர்பான எனக்குச் சில மாறுபட்ட கருத்துகள் இருக்கின்றன. நான் யார் என்பதை வெளிக்காட்டாமல் மக்களோடு மக்களாகக் கலந்துகொண்டு உண்மையைத் தெரிந்து கொள்ளவிரும்புகிறேன். எளிய மனிதர்களின் மனம்தான் உண்மையின் திறவுகோல். நீயும் என்னுடன் மாறுவேடத்தில் வருகிறாயா..?

'நல்லது. நாம் இருவரும் நடனக் கலைஞர்கள்போல் வேடம் அணிந்துகொண்டு நகர்வலம் வருவோம்'.

மாறனுக்கு அந்தப் பதில் திருப்தியைத் தந்தது.

'சரி... நாளைக்குச் செய்ய வேலை கிடைத்துவிட்டது. இன்று என்ன செய்ய..? இந்த இரவில் என்ன செய்ய..?' காஞ்சனாவின் காதில்

மெள்ளக் கேட்டார் மாறன். 'நாம் நமது மனந்திறந்து பேசிய முதல் நாள் இதுதான். நாம் திருமணம் செய்துகொள்ள யாரிடமெல்லாம் நீ அனுமதி பெறவேண்டியிருக்கும்?'

எங்கள் ராஜ்ஜியத்தில் தமது வாழ்க்கைத் துணைவர்களைத் தேர்ந்தெடுக்கும் அதிகாரம் இளைஞர்களுக்குத் தரப்பட்டுள்ளது. பெரியவர்களிடம் சொல்லிவிட்டுச் செய்யவேண்டும் என்பதுதான் எதிர்பார்க்கப்படுகிறது. அவர்களுடைய சம்மதம் கட்டாயம் வேண்டும் என்று எந்த நிர்பந்தமும் இல்லை. ஆனால், முதியவர் களுக்கு சமூகத்தில் மிகுந்த மரியாதை உண்டு என்பதால் அவர்களிடம் ஆசி பெறுவது அவசியம். கலப்பு ஜாதித் திருமணம் என்றால் பல சிக்கல்கள் வரும். எளிய மக்களை நீங்கள் சந்திக்கும்போது இது பற்றி விரிவாகத் தெரிந்துகொள்வீர்கள்.

என் விஷயத்தில் பெரிதாக எந்தச் சிக்கலும் இல்லை. நான் பிறந்தபோதே என் தாய் இறந்துவிட்டார். அரசக் காப்பகம்தான் என்னை வளர்த்தெடுத்தது. என் உள்ளார்ந்த ஆர்வத்தினால் நடனக் கலையை நானே விரும்பித் தேர்ந்தெடுத்தேன். அரசாங்கத்தில் என் திருமண விருப்பத்தைச் சொல்லிவிட்டு உங்களுடன் புறப்பட்டு வந்துவிடவேண்டியதுதான்' என்றாள் காஞ்சனா.

'காஞ்சனா... கவிஞராகவேண்டுமென்றால் காதலிக்க வேண்டும்; ஆத்மார்த்தமாகக் காதலிக்கவேண்டும் என்று சொல்வார்கள். உன்னைப் பார்க்கும்தோறும் என் மனதில் கவிதைகள் பொங்கிப் பிரவகிக்கின்றன.

உன் உடலின் இதமான வளைவுகள்
என் மனதில் வரைகின்றன இனிய சித்திரங்களை
உன் இனிய குரல் என் காதில் தேனாய் பாய்கிறது
உன் மென் ஸ்பரிசம் துடைத்து அழிக்கின்றன என் துயரங்களை
உன் ஒளிரும் முக காந்தி ஸ்தம்பிக்கச் செய்கிறது என் மனதை
உன் இதழ் ஊறும் கள் பருக என் உயிர் துடிக்கிறது
உன் மெல்லுடலை வருடுகையில் என் உடல் சிலிர்க்கிறது
உன் பொன்னிறக் கன்னங்கள், நீல மணிக் கண்கள்
பித்தம் கொள்ள வைக்கின்றன என் சித்தத்தை
இக்கணமே நான் இறந்தாலும் இவ்வுலகின் இந்திரன் நானே
பூவுலக ரதியின் மடியில் மரிக்கும் மன்மதன் நான்
ஆனால்
என் உயிர் பிரியாது அத்துணை எளிதாக
என்னை முழுதாக ஆளும் உன்னை

ஒவ்வொரு அணுவாக நான் முடிவற்றுப் பருகப்போகிறேன்
என் ராஜ்ஜியங்களின் ராணி நீ
உன் உலகின் ஒரே அரசன் நான்...
என் முடிவற்ற காதலை
உன் பொன் மலர்ப் பாதங்களில் சமர்ப்பிக்கிறேன்
அன்பே... காஞ்சனா
இன்று உன்னை என்னவளாக்கிக்கொள்ளப்போகிறேன்

காஞ்சனா கைகளைத் தட்டி ரசித்தாள் மாறன் படித்த கவிதையைக் கேட்டு. மாறனை மெள்ள அணைத்துக் கன்னங்களில் முத்தமிட்டாள். மாறன் பதிலுக்கு அவளை இறுக்கி அணைத்து இதழ்களில் முத்தமிட முயலவே அவருடைய பிடியில் இருந்து விடுவித்துக்கொண்டு புள்ளிமான்போல் துள்ளி ஓடினாள். இருவரும் திறந்த வெளியை அடைந்தனர். மலை உச்சியில் வீசிய தென்றல் காற்று காஞ்சனாவின் ஆடைகளைச் சற்றே விலக்கியது. ஏற்கெனவே காதல் போதையில் திளைத்திருந்த மாறனைக் காம போதையும் மூழ்கடிக்க ஆரம்பித்தது. தெற்கும் வடக்கும் கலந்தன.

திறந்தவெளியைச் சுற்றிலும் இருந்த மரங்கள் இங்கு நடப்பதைப் பார்க்க வெட்கப்பட்டு இருளில் அமிழ்ந்தன. வானில் வெகு உயரத்தில் இருந்த நட்சத்திரங்களும் நிலவும் மேகங்களுக்குள் மறைந்தன. காற்றை மட்டுமே ஆடையாகக்கொண்டு இருவரும் களித்தனர்.

பூத உடலுடனே சொர்க்கம் சென்று திரும்பியவர்கள் மெள்ள ஆசுவாசம் செய்துகொண்டபோதுதான், தாம் இருப்பது வெட்ட வெளியில் என்பதையே உணர்ந்தனர். விருட்டென்று ஆடைகளை எடுத்துக்கொண்டு குகைக்குள் சென்றனர். இருவரும் அங்கிருந்த மஞ்சத்தில் ஒருவரை ஒருவர் அணைத்தபடி துயிலில் ஆழ்ந்தனர்.

மறுநாள் மாறுவேடம் பூண்டு நகர்வலம் புறப்பட்டனர். துவாரகையை அடைந்தபோது ஒரு பயங்கரம் அவர்களுக்குக் காத்திருந்தது.

5

துவாரகைக்குத் திரும்பினர்

மாறனும் காஞ்சனாவும் துவாரகையின் கிழக்கு வாசல் வழியே உள்ளே நுழையும் போதே புகை மண்டலம் கண்களை மறைத்தது. அக்ரஹாரத்திலுள்ள அந்தணரின் வீடு பற்றி எரிந்து கொண்டிருந்தது. தீயணைப்பு அதிரடிப் படை வீரர்கள் நெருப்பை அணைக்கக் கடுமையாகப் போராடிக் கொண்டிருந்தனர். எரிந்து கரிக்கட்டையாகிப் போன மூன்று உடல்களை வீட்டுக்குளிருந்து வெளியே கொண்டுவந்து போட்டனர். விளையாடிக் கொண்டிருந்த சில குழந்தைகளுக்கும் தீக்காயம் ஏற்பட்டிருந்தது. அக்கம் பக்கம் வீட்டில் இருந்தவர்கள் பாதிக்கப்பட்டவர்களுக்கு உதவிக் கொண்டிருந்தனர்.

மாறனும் காஞ்சனாவும் தாங்கள் பயணித்த வண்டியிலிருந்து இறங்கி சம்பவ இடத்துக்கு விரைந்தனர். ஓரிடத்தில் பன்னிரு வயது சிறுவனைச் சுற்றிச் சிலர் நின்று கொண்டிருப்பதையும் கண்டு இருவரும் அங்கு சென்றனர்.

‘என் பெயர் மகேந்திரன். தீக்கிரையான விடு எங்கள் குருவின் வீடு. என்னையும் சேர்த்து அவர் வீட்டில் ஐந்து முதல் பத்து வயது வரையிலான பதினைந்து சிறுவர்கள் குருகுலவாச முறையில் தங்கி வேதம் படித்துக் கொண்டிருந்தோம். ஏதோ வேலை நிமித்தமாக எங்கள் குரு வெளியே செல்ல அந்த நேரம் பார்த்து வீட்டில் எரிந்து கொண்டிருந்த விளக்கு எதிர்பாராதவிதமாக அடுக்கி வைக்கப் பட்டிருந்த துணிகளின் மீது விழுந்துவிட்டது. அவ்வளவுதான். நெருப்பு மளமளவென்று பரவி வீடு முழுவதையும் சாம்பலாக்கி விட்டது. நான் வெளியே தப்பிச் செல்ல நினைத்தபோது உள்ளிருந்து

அழுகுரல் கேட்டது. எனவே மீண்டும் உள்ளே சென்று அழுது கொண்டிருந்த நான்கு மாணவர்களைக் காப்பாற்றினேன். அப்போது ஏற்பட்ட தீப்புண்கள் இவை' என்று கையைக் காட்டிப் பேசிக் கொண்டிருந்தான்.

சிறுவனின் வீர தீரச் செயல் மாறனை உலுக்கிவிட்டது. 'பன்னிரண்டு வயதில் இத்துணை வீரமா? தன் உயிரைப் பற்றிக் கவலைப்படாமல் அடுத்தவர்களைக் காப்பாற்றவேண்டும் என்னும் எண்ணம் இச்சிறுவனுக்கு எப்படி வந்தது?' மனத்துக்குள் எழுந்த கேள்விகளை அப்படியே அச்சிறுவனிடம் கேட்டார்.'

'உங்கள் கேள்விகள் அனைத்துக்கும் ஒரே விடை எங்கள் குரு தேவராஜ் தான். முதலில் சமூக நலன்; பிறகுதான் சுய நலன் என்பதை அடிப்படைக் கொள்கையாக வைத்திருக்கவேண்டும் என்று சொல்லிக் கொடுத்ததே அவர்தான். கப்பலில் பயணிக்கும்போது ஆபத்து வந்தால் அடுத்தவரைத்தான் முதலில் காப்பாற்றவேண்டும். பிறகு தான் சொந்த உயிரைப் பற்றியும், பொருள்கள் பற்றியும் கவலைப்பட வேண்டும் என்பார். வீடு எரியும்போது குரு சொன்ன உபதேசங்கள் தான் நினைவுக்கு வந்தன. எனவேதான் என் உயிரைப் பற்றிக் கூடக் கவலைப்படாமல் மற்ற மாணவர்களைக் காப்பாற்றத் துணிந்தேன். மேலும் குருஜி இல்லாதநிலையில், மூத்த மாணவன் என்ற முறையில் என் பொறுப்பும் அதிகமாகி விட்டது'.

'பன்னிரண்டு வயதுப் பையன் பேசும் பேச்சாகத் தெரியவில்லை. பெரிய தலைவரைப் போலல்லவா பேசுகிறான். இதுபோன்ற பொறுப்புள்ள தலைமுறையைப் பெற்ற கிருஷ்ணனின் துவாரகை உண்மையிலேயே புண்ணிய பூமிதான். சிஷ்யனுக்கே இத்தகைய குணநலன்கள் இருந்தால் குரு எத்தகைய சிறப்புடன் இருப்பார்? அவரைச் சந்தித்தே ஆக வேண்டும்' என்று மாறன் முடிவெடுத்தார்.

காத்திருந்த சில மணித்துளிகளில் குருஜி தேவராஜ் வந்தார். தான் இல்லாத நேரத்தில் நடந்த துயரச் சம்பவத்தையும் மகேந்திரனின் வீரச் செயலையும் அறிந்துகொண்டார். காயம்பட்டவர்களுக்கு சிகிச்சை தர ஏற்பாடுகள் செய்யப்பட்டன. எல்லாக் களேபரங்களும் முடிந்து தேவராஜ் தன் வீட்டுத் திண்ணையில் சாய்ந்து அமர்ந்தார்.

'வணக்கம். நானொரு நடனக் கலைஞன். இங்கு நடைபெற்ற நிகழ்வுகளுக்கு என் ஆழ்ந்த அனுதாபங்கள். அதே நேரம் தன் உயிரைப் பற்றிக் கவலைப்படாமல் மற்றவர்களைக் காப்பாற்றிய உங்கள் மாணவன் மகேந்திரனின் மகத்தான செயல் என்னை நெகிழ வைத்துவிட்டது. இச்சிறு வயதில் இத்தகைய குணங்களை வளர்த்துக்

கொள்ள நீங்கள்தான் காரணம் என்று சொல்கிறான். எப்படிப்பட்ட கல்வியை மாணவர்களுக்கு போதிக்கிறீர்கள். சுயநலத்தை விடப் பொது நலன் முக்கியம் என்னும் உங்கள் கொள்கையைப் பாராட்டத்தக்கது. உங்கள் குருகுலத்தில் மாணவர்கள் சேர்ப்பையும், கல்வி முறையையும் தெரிந்து கொள்ள விரும்புகிறேன்' மாறன் ஆவலுடன் கேட்க தேவராஜ் விளக்கத் தொடங்கினார்.

'துவாரகையில் அரசு மற்றும் தனியார் குருகுலங்கள் நிறைய இருக்கின்றன. ஐந்து வயது முதல் பதினைந்து வயது வரை மாணவர்கள் குருகுலத்தில் படிக்க வேண்டும். இங்கும் கல்வி கட்டாயம். படிக்க அனுப்பாமல் வேலைக்குக் குழந்தைகளை அனுப்பினால் பெற்றோருக்குத் தண்டனை உண்டு. விரும்பும் தனியார் குருகுலத்தில் பெற்றோர் மாணவர்களைச் சேர்க்கலாம். ஒருவேளை இடம் கிடைக்காவிட்டாலும் பிரச்னை இல்லை அரசு குருகுலங்களில் கல்வி கற்க அனுப்பலாம். இதோ இந்தக் குருகுலம் அரசுக்குச் சொந்தமானது. நான் அரசு குருகுல ஆசிரியர் என்பதால் அரசு சம்பளம் உண்டு.'

'எங்கள் குருகுலக் கல்வித் திட்டம் ஆத்மா, மனம் மற்றும் உடல் ஆகிய மூன்று பிரிவுகளாகப் பிரிக்கப்பட்டுள்ளது. முதல் பிரிவான 'ஆத்மா' என்பது உள்ளிருப்பதை வெளியே கொண்டுவரும் கருதுகோளைப் புரிந்து கொள்வதாகும். ஐந்து முதல் எட்டு வயது வரை மூன்றாண்டுகளுக்கான பிரிவு இது. இதில் பிரபஞ்சத்தின் தோற்றம், வளர்ச்சி, அமைப்பு, வாழ்க்கையின் தத்துவம், ஆழ்நிலை தியானம், தன்னை அறிதல் ஆகியவற்றை உள்ளடக்கிய பாடத் திட்டங்கள் இருக்கும்'.

இரண்டாவது பிரிவான 'மனம்' எட்டு வரை பத்து வயது வரையிலான மாணவர்களுக்கானது. உலக விவகாரங்கள், பிரச்னைகளைச் சமாளிக்கும் விதம், சூழலுக்கு ஏற்றவாறு வாழும் வகை ஆகியவற்றை விளக்கும் பாடங்கள் மாணவர்களுக்குப் போதிக்கப்படும்.

மூன்றாவது பிரிவான 'உடல்' பதினோரு முதல் பதினைந்து வயது வரையிலான மாணவர்களுக்கானது. முதல் மூன்று ஆண்டுகள் வீர தீர வித்தைகளும், யோகா வகுப்புகளும் கட்டாயம். இறுதி மூன்று ஆண்டுகள் கொஞ்சம் நெகிழ்வானவை. மாணவர்கள் விருப்பம் போல் தங்கள் எதிர்கால வாழ்க்கைக்குத் தேவையானதைத் தேர்ந்தெடுத்துக் கொள்ளலாம்.

வீர தீர சாகஸ வித்தைகளைக் கற்றுக்கொண்டு பாதுகாப்புப் பணியில் சேரலாம் அல்லது வர்த்தக நுணுக்கங்களைத் தெரிந்துகொண்டு

வியாபாரத்தில் ஈடுபடலாம். நடனம், இசை, நாடகப் பயிற்சி பெற்றுக் கலைஞர்கள் ஆகலாம் அல்லது சமூகப் பணிக்காக அர்ப்பணித்துக் கொள்ளலாம். இவ்வாறாக குருகுலம் மாணவர்களின் விருப்பங்களுக்கு ஏற்ற கல்வியைக் கற்றுத் தருகிறது'.

'எந்தத் தொழிலைத் தேர்ந்தெடுத்தாலும் ஐந்து ஆண்டுகளுக்கு ஒருமுறை அவர்களது வேலை தொடர்பான திறன் தேர்வு நடத்தப்படும். அப்போதும் வேலைகளை மாற்றிக்கொள்ள வாய்ப்புத் தரப்படும். எனவே, தொடர்ந்து கற்றுக்கொண்டும், புதுப்பித்துக்கொண்டும் இருந்தால் மட்டுமே பணியில் நிலைக்க முடியும். தாயின் கருவறை பிள்ளையின் எதிர்காலத்தை நிர்ணயிக்காது. நன்றாகப் படித்துக் கடுமையாக உழைத்தால் மட்டுமே இங்கு வாழ்க்கை சாத்தியப்படும். நாங்கள் அடித்தளத்தையும், கட்டமைப்புகளையும் அமைத்துத் தந்து வழிகாட்டுகிறோம். மற்றபடி அவரவர் எதிர்காலம் அவரவர் கைகளில்தான் உள்ளது'.

'இங்கிருப்பவர்கள் ஆண் குழந்தைகளாகவே தெரிகிறார்கள். பெண்களுக்குக் கல்வி கட்டாயம் கிடையாதா?'

'நியாயமான கேள்வி. பெண்களுக்குக் கற்றுக் கொடுக்கப் பிரத்யேகமாக பெண்களை ஆசிரியர்களாகக்கொண்ட குருகுலங்கள் உள்ளன. 'ஆத்மா' மற்றும் 'மனம்' ஆகிய இரு பிரிவுகள்தான். வீர தீர வித்தைகளுக்குப் பதிலாக யோகா கட்டாயம். நாட்டியம், இசை உள்ளிட்ட பல்வேறு கலைகளைக் கற்றுக் கொள்ளலாம். அரசு நர்த்தகிகளாகவும், இசைக் கலைஞர்களாகவும் அவர்கள் வேலையில் சேரலாம். திருமணம் செய்துகொண்டு இல்லத்தரசியாக இருக்கலாம். குழந்தைகளை வளர்ப்பதும் ஒரு கலைதானே?

'குருஜி கடைசியாக ஒரு கேள்வி. உங்கள் குருகுலத்தில் படித்துக் கொண்டிருந்த மூன்று குழந்தைகள் தீ விபத்தில் இறந்தார்களே? அவர்களது பெற்றோர் உங்களைக் கடிந்து கொள்ளவில்லையா?

'எனக்கும் அந்தக் குற்ற உணர்வு இருக்கிறது. ஆனால் அவர்கள் என்னைக் கோபிக்கவில்லை. பிறப்பையும், இறப்பையும் நம்மைப் படைத்தவன் தீர்மானிக்கிறான். நம் கையில் ஒன்றுமில்லை. 'ஆத்மா' வகுப்பில் பிறப்பும் இறப்பும் வாழ்க்கையின் ஓர் அங்கம் என்று கற்றுக் கொடுக்கிறோம். ஆகவே அவர்கள் என்னையோ, குருகுலத்தையோ பழிக்கவில்லை. இன்னொரு விஷயத்தையும் கூறுகிறேன். வாரிசுகளை இழந்த அவர்களுக்கு அவர்கள் விரும்பும் குழந்தைகளைத் தத்தெடுக்க அரசு வழிவகை செய்திருக்கிறது. பெற்றெடுத்த குழந்தைக்கு ஈடாகாது என்றாலும் அது பெரியவர்களாகிய நமக்குத்தானே

தெரியும். சிறு குழந்தை ஒன்றைப் பாசம்காட்டி வளர்த்தால் அது நம்மைத் தாய் தந்தை என்றுதானே கருதி அன்பைப் பொழியும். அது ஒருவகையில் காயத்துக்கு மருந்துபோல் ஆகும் அல்லவா. அநாதைக் குழந்தைகளைத் தத்தெடுக்க அரசு சிறார்கள் காப்பகத்துக்கு நாளை வரவிருக்கிறார்கள்'.

குருஜி தேவராஜின் ஒவ்வொரு பதிலும் மாறனை ஆச்சரியத்தின் விளிம்புக்கேகொண்டு சென்றன. என்னவொரு கட்டுப்பாடான கல்வி, சமூகக் கட்டமைப்பு என்று வியந்தான். பாண்டிய நாட்டுக்கு குருஜியையும் அவரது சீடன் மகேந்திரனையும் கட்டாயம் அழைத்துப் பாராட்டவும் திட்டமிட்டார்.

மாறன் தனது மாளிகைக்குத் திரும்பினான். 'சிறிது நேரம் ஓய்வெடுத்த பிறகு அங்காடிக்குச் சென்று காஞ்சனாவுக்கு என்னென்ன வாங்கிக் கொடுக்கலாம் என்று மனத்துக்குள் பட்டியலிட்டார். தலைக்குக் கன்னசரம், குச்சம், குஞ்சம், கொண்டைத் திருகு, கோதை, சடாங்கம், சடைநாகம், சடைத் திருகு, சந்திரப் பிரபை, சூரியப் பிரபை, சரம், சுடிகை, சுட்டி, சுரிதம், சூடாமணி, சூடை, சூளாமணி, சேகரம், தலைப்பாளை, தலைப்பட்டம், பதுமம், பிறை, புல்லகம், மாராட்டம், முகசரம், முஞ்சம், வயந்தகம், வலம்புரி. காதுக்குத் தோடு, கொப்பு, ஓலை, குழை, இலை, குவளை, முருகு, வல்லிகை, மடல், டோலாக்கு, தண்டட்டி, பாம்படம், ஜிமிக்கி; கழுத்துக்கு கொத்து, கொடி, கொத்தமல்லி மாலை, மிளகு மாலை, நெல்லிக்காய் மாலை, மருதங்காய் மாலை, சுண்டைக்காய் மாலை, கடுமணி மாலை, மாங்காய் மாலை, மாதுளங்காய் மாலை, காரைப்பு அட்டிகை, அரும்புச் சரம், மலர்ச்சரம், கண்ட மாலை, கோதை மாலை, கோவை, முக்கியமாகத் தாலிக்கொடி, பவளத் தாலி; இடுப்புக்கு ஒட்டியாணம்; கைக்குக் காப்பு; காலுக்குக் கொலுசு, சலங்கை; கை விரலுக்கு மோதிரம், அரும்பு, வட்டப்பூ; கால் விரலுக்குக் காலாழி, தாழ், செறி, நல்லணி, பாம்பாழி, பில்லணை, பீலி, மூஞ்சி, மெட்டி; உடுத்தப் பட்டாடைகள்; நாட்டியத்துக்குத் தேவையான இசைக் கருவிகள் எனப் பரிசுப் பொருளால் அவளைத் திக்கு முக்காட வைக்கவேண்டும். ஆனால் இவை எல்லாம் இங்கே கிடைக்குமா? இங்கே இல்லையென்றால் என்ன பாண்டிய நாட்டுக்குத் திரும்பும்போது அங்கே வாங்கித் தந்தால் ஆயிற்று.

ஆனால் மனத்துக்குள் ஒரு கவலை. இவற்றைக் கொடுக்க நான் தயார். பெற்றுக்கொள்ள காஞ்சனாவுக்கும் ஆசைதான். ஆனால் விரும்பியபடி இருவருக்கும் திருமணம் நடக்குமா? தென் பாண்டியும்

மேற்குத் துவாரகையும், ஒன்று சேர இங்குள்ள சட்ட திட்டங்கள் இடமளிக்குமா? என் கனவு நனவாகுமா?'

'காஞ்சனா! என் மனத்தை அரித்துக் கொண்டிருக்கும் ஒரே கவலை நமக்குத் திருமணம் நடக்க துவாரகையின் அனுமதி கிடைக்குமா? அது எந்த வகையான கல்யாணமாக இருக்கும்? இங்கு நடைமுறையிலுள்ள திருமண முறை பற்றிச் சொல்லேன்?

'திருமணங்கள் சொர்க்கத்தில் நிச்சயிக்கப்படுகின்றன என்பதில் எங்களுக்கு ஆழ்ந்த நம்பிக்கை. கல்யாணம் என்பது அக்னி சாட்சியாக, அருந்ததி பார்த்து, அம்மி மிதித்து, ஏழு முறை வலம் வந்து நடைபெறும் புனிதமான பந்தம். ஆணுக்கும், பெண்ணுக்குமான ஒப்பந்தம் இல்லை. இதன் மூலம் இரு மனங்களும், உடல்களும் மட்டுமல்ல, இரு வீட்டாரின் குடும்பங்களும் ஒன்றிணையும். பிரம்மசர்யம், கிருஹஸ்தாஸ்ரம் மற்றும் வானப்பிரஸ்தம் ஆகிய வாழ்க்கையின் மூன்று கட்டங்களில் வாழையடி வாழையாகக் குடும்பம் விருத்தி அடைய கிருஹஸ்தாஸ்ரமம் இரண்டாவது கட்டமாகும்.

மந்திரங்கள் ஓதி, வேத முறைப்படிப் பெற்றோர் சம்மதத்துடன் திருமணங்கள் நடைபெறும். பெண்ணுக்கு மாப்பிள்ளையையும், பையனுக்கு மணப்பெண்ணையும் பெற்றோர்தான் முடிவு செய்வார்கள். ஜாதி, மதம், சமூக அந்தஸ்து, வசதி, கோத்திரம், நட்சத்திரம், ராசி பார்த்து ஜாதகம் பொருந்தினால் மட்டுமே திருமணம் நிச்சயிக்கப்படும். திருமணச் செலவு முழுவதும் பெண் வீட்டாரையே சேரும். புகுந்த வீட்டுக்குச் செல்லும் பெண்ணுக்குச் சீதனமாகப் பெண் வீட்டார் தங்கம், வெள்ளி, நகை, உள்ளிட்ட பொருள்களைக் கொடுத்து அனுப்புவார்கள். இந்து திருமணத்தில் இவை பொதுவான அம்சங்கள் என்றாலும் அந்தணர் இல்லத் திருமணங்களில் இன்னும் பல விசேஷ சம்பிரதாயங்களும் உண்டு'.

'எல்லாம் சரி காஞ்சனா. ஒருவேளை பெண்ணுக்கு மணமகனையும், பையனுக்கு மணப்பெண்ணையும் பிடிக்கவில்லை என்றால்? காதல் திருமணங்களை உங்கள் சமூகம் ஏற்றுக் கொள்ளாதா?

'பழம் பெரும் பாரம்பரியத்தின் பெருமையை உணர்ந்தவர்கள் காதல் திருமணங்களை விரும்புவதில்லை. ஜாதி, மதம் ஆகியவற்றை அது உடைக்கும் என்பதால் அதை விரும்புவதில்லை. ஆனால் கவலை வேண்டாம். நம்முடையது நிச்சயம் காதல் கல்யாணம்தான். என்னை உங்கள் பெற்றோர்கள் ஏற்றுக் கொள்வார்களா மாறன்?'

‘கட்டாயம் ஏற்றுக் கொள்வார்கள். அதில் உனக்கு எந்தச் சந்தேகமும் வேண்டாம். ஒவ்வொரு ஜாதிக்கும் ஒரு சம்பிரதாயம் என்பது சரி. உங்கள் அரச குடும்பத்து ராஜகுமாரிகளுக்கு எப்படிக் கல்யாணம் நடக்கும்?

‘பாரத நாட்டின் எல்லா ராஜகுமாரர்களுக்கும் அழைப்பு விடப்படும். கொலு மண்டபத்தில் எல்லா அரச குமாரர்களும் அமர்ந்திருக்க அரச குமாரி கையில் மாலையுடன் வலம் வருவாள். அவள் மனத்தை எந்த ராஜகுமாரன் கொள்ளை கொள்கிறானோ அவனுக்கு மாலை அணிவித்துத் தன் மணாளனாக ஏற்றுக் கொள்வாள். இந்தத் திருமண முறைக்குச் சுயம்வரம் என்று பெயர்’ காஞ்சனா விளக்க மாறன் முழுமையாகக் கேட்டுக்கொண்டான். தூக்கம் கண்களைத் தழுவ ஆழ்ந்த நித்திரையில் விழுந்தான்.

●

கண்களில் வழிந்த கண்ணீரைத் துடைத்துக்கொண்ட மாறன் பழைய நினைவுகளில் இருந்து மீள முடியாமல் தத்தளித்தார். ‘எப்படியோ மனம் போன போக்கில் இளவரசன் என்ற இறுமாப்புடன் இருந்த எனக்கு காஞ்சனா இப்படித்தான் வாழ வேண்டும் என்று புதிய பாதையைக் காட்டினாள். துவாரகையின் கலாசாரத்தையும், பாரம்பரியத்தையும் எனக்கு அறிமுகப்படுத்தினாள். என் மீது அன்பைப் பொழிந்து காலமெல்லாம் உடனிருப்பதாக உறுதி அளித்தாள். இருவரும் திருமணம் செய்துகொண்டு பாண்டிய நாட்டுக்குச் செல்லத் திட்டமிட்டிருந்தோம். ஆனால் கடல் சீற்றத்தால் கப்பல் கவிழ்ந்து காஞ்சனா, தேவராஜ் , சிறுவன் மகேந்திரன் ஆகியோரைப் பறிகொடுத்துவிட்டேன். காற்றில் கரைந்த கற்பூரமாகக், கானல் நீராக, கனவு, ஆசை எல்லாமே நிராசையாகி, வாழ்க்கையே சூனியமாகிவிட்டது’ காஞ்சனாவை மறக்க முடியாமல் மாறன் குலுங்கிக் குலுங்கிக் கதறினார்.

‘மாறன். உங்கள் இழப்பு ஈடு செய்ய முடியாதது. நினைக்கத் தெரிந்த அதே மனம்தான், மறதியையும் கொடுக்கிறது. காலம்தான் சிறந்த மருந்து. சோகத்திலிருந்து மீண்டு எழப் பிரார்த்திக்கிறேன். இப்போதைக்கு உங்களுக்குத் தேவை முழுமையான ஓய்வு’ சகாதேவன் ஆறுதல் மொழி கூறித் தேற்றிவிட்டுக் கிளம்பினார்.

சகாதேவன் புறப்பட்ட அடுத்த சில நிமிடங்களில் உள்ளே நுழைந்த பரத்வாஜர் மருத்துவர் தன்வந்திரியிடம் மாறன் உடல்நிலை குறித்துக் கேட்டார். ‘வெளிக் காயங்கள் ஆறி வருகின்றன. விரைவில் குணமடைந்துவிடுவார். ஆனால் மனத்தளவில் கடுமையாகப்

பாதிக்கப்பட்டுள்ளார். சாத்விக, ரஜோ மற்றும் தாமஸ குணங்கள் சமநிலை இழந்து காணப்படுகின்றன. மேலும் அவர் வாத தோஷம் காரணமாக ஞாபக மறதி நோயாலும் அவதிப்படுகிறார். அவரது ஞாபக சக்தியை மீட்டெடுக்கப் பிராமி, சங்குபுஷ்பம், வல்லாரை, பசலை, மிளகு ஆகிய மருந்துகளைக் கொடுத்து வருகிறோம். மேலும் அவருடன் நெருங்கிப் பழகியவர்கள் பழைய விஷயங்களை அவருக்குத் தொடர்ந்து நினைவூட்டிப் பகிர்ந்துகொண்டால், நாளடைவில் அவருக்கு எல்லாம் ஞாபகத்துக்கு வரும். மருந்தைவிட இதுவே முக்கியம். நீங்கள் போய்ப் பார்த்து பழைய நினைவுகளை மீட்க முயற்சிக்கலாம்' என்றார்.

பரத்வாஜரைக் கண்டவுடன் மாறனின் கண்கள் அகல விரிந்தன. 'ஐயா நீங்கள் கணித்தது சரிதான். கடல் பயணங்களில் கவனம் தேவை என்ற உங்கள் எச்சரிக்கையை நான் புறக்கணித்தற்காக வருந்துகிறேன். ஆனால் வருந்தி என்ன ஆகப் போகிறது. எனக்குத் திருமணத்துக்கான குரு பலன் ஆரம்பிக்கப்போகிறது என்று சொன்னதும் ஞாபகம் இருக்கிறது. ஆனால் அதற்குள் எல்லாம் முடிந்து விட்டது. என் கண்மணி காஞ்சனாவையும் தேவராஜையும் இழந்துவிட்டேன்' கண்ணீர் வடித்தார் மாறன்.

'நாம் முதன் முதலில் சமுத்திர நாராயணர் கோயில் சந்தித்தது நினைவிருக்கிறதா? நீங்கள்கூட ஒரு நடனக் கலைஞராக மாறுவேடத்தில் வந்திருந்தீர்களே? மருத்துவர் சொன்னதற்கு இணங்கப் பழைய விஷயங்களை ஞாபகப்படுத்தினார் பரத்வாஜர்.

'எப்படி மறப்பேன். பார்த்ததும் பேசியதும் இன்னும் பசுமையாக நினைவிருக்கிறது' என்று மாறன் பழைய விஷயங்களைக் கூறத் தொடங்கினார்.

●

மாறனும் காஞ்சனாவும், தங்களை நடனக் கலைஞர்கள் வேடத்தில் சமுத்திர நாராயணர் கோயிலை வந்தடைந்தனர். அதுவொரு வியாழக் கிழமை. நூற்றுக்கணக்கில் குழுமியிருந்தனர். 'காஞ்சனா, மக்களின் நேர்மையைச் சோதிக்கப் போகிறேன். எனது வைரக்கல் பதித்த தங்கச் சங்கிலியை இங்கே தரையில் போட்டுவிட்டுப் போகப் போகிறேன். கோயிலைச் சுற்றிவிட்டு மீண்டும் இங்கே வரலாம். என்ன நடக்கிறது என்று பார்ப்போம்' என்றார்.

பதினைந்து நிமிடங்கள் கழித்து மீண்டும் அதே இடத்துக்கு வந்தபோது யாரோ தன்னை அழைப்பது கேட்டுத் திரும்பினார் 'சிறிது

நேரத்துக்கு முன்பு உங்களை இங்கே பார்த்தேன். மீண்டும் இங்கு வரக் காரணம் என்ன? எதையாவது தொலைத்துவிட்டீர்களா?'

'ஆமாம் வேத விற்பன்னரே. வைரம் பதித்த என்னுடைய தங்கச் சங்கிலியை இங்கு தொலைத்து விட்டேன். அதைத்தான் தேடிக் கொண்டிருக்கிறேன்'.

'கவலை வேண்டாம். துவாரகை மக்கள் நேர்மையானவர்கள். பக்தர் ஒருவர் கீழே கிடந்தது என்று சொல்லி என்னிடக் கொடுத்துவிட்டுப் போனார். அதன் அடையாளத்தைக் கூறிவிட்டு வாங்கிக் கொள்ளலாம்.'

'பல லட்சம் வராகன் மதிப்புள்ள சங்கிலியை எடுத்துச் செல்ல அவருக்குத் தோன்றவில்லையா? மாறன் அதிர்ச்சியும் ஆச்சரியமும் அடைந்தான்.

சங்கிலியின் அடையாளத்தைச் சொன்னவுடன் வேதியர் சரி பார்த்தவாறே 'இது உங்களுடையதுதான் என்றும் தெரியும். நீங்கள் தவறுதலாகத் தொலைக்கவில்லை. துவாரகை மக்களை இன்னும் குறிப்பாக என்னைப் பரிசோதிக்க நாடகம் ஆடுகிறீர்கள் என்றும் தெரியும்?' என்றார்.

மாறன் சமாளித்தவாறே 'எப்படி... எப்படித் தெரியும்.'

'உங்கள் நடவடிக்கைகளில் செயற்கைத்தன்மை பளிச்சிட்டது. விலை மதிப்புள்ள சங்கிலியை சாதாரண நபர் நிஜமாகவே தொலைத் திருந்தால் சம்பந்தப்பட்டவரின் முகத்தில் கலவரம் தெரியும். ஆனால் அலட்சியப் போக்கை உங்கள் முகத்தில் கண்டேன். வேஷத்தைத் தாண்டி ஒரு பணக்காரத்தனமே தென்பட்டது. மேலும் அந்த சங்கிலியைக் கூர்ந்து ஆய்வு செய்ததில் அதில் 'மீன்' கொடி பொறிக்கப்பட்டிருந்தது. 'மீன்' பாண்டியர்களின் சின்னமல்லவா? உண்மையைச் சொல்லுங்கள் நீங்கள் யார்?'

இதற்குமேல் எதையும் மறைப்பதற்கு இல்லை என்று மாறனுக்குத் தெரிந்தது. 'உங்கள் கணிப்பு சரிதான். நான் நடனக் கலைஞன் இல்லை. பாண்டிய நாட்டு இளவரசர் மாறன்.'

'நல்லது. என்னதான் உடையை மாற்றிப் போட்டுக்கொண்டாலும் ராஜ நடை காட்டிக் கொடுத்துவிட்டது. இப்போதாவது எங்கள் துவாரகை மக்களின் நேர்மையை நம்புகிறீர்களா? பிறன் நலமே முதலில். தன்னலம் பிறகுதான்.'

நான் ராஜகுமாரன் என்று தெரிந்தும் அவரிடம் எந்தவொரு மாற்றமும் தெரியவில்லை. இயல்பாகவே காணப்படுகிறார். சமூக நலத்துக்கே

முன்னுரிமை. சுய நலம் பின்னர்தான் என்று மகேந்திரன் சொன்ன அதே வார்த்தைகள் மாறனுக்கு ஞாபகம் வந்தன.

இருவரும் பேசிக் கொண்டிருந்தபோது சகாதேவனும் கோயிலுக்குள் நுழைந்தார். மாறன் மாறுவேடத்தில் இருப்பதைத் தன்னைப்போல் பரத்வாஜரும் தெரிந்து கொண்டிருப்பர் என்று நம்பிக்கையில் சம்பிரதாயத்துக்காக இருவரையும் ஒருவருக்கொருவர் அறிமுகப் படுத்தினார்.

'இவர்தான் பரத்வாஜர். வேத பண்டிதர். பலரின் கல்விக் கண்ணைத் திறந்தவர். உண்மையான வேதியர். சொத்து சுகம் சேர்க்காதவர். தன்னை அதிகம் வெளிப்படுத்திக் கொள்ளாதவர். பரபரப்பான உலகில் அடக்கமே உருவாக இருப்பவர்.'

'நீங்கள் பேசிக் கொண்டிருப்பதைப் பார்த்தேன். எனவே மாறனின் அறிமுகம் தேவையில்லை என்று நினைக்கிறேன். பாண்டிய நாட்டு இளவரசர். வில் வித்தையிலும், வாள் வீச்சிலும் நிகரற்றவர். எதையும் உடனே ஒப்புக்கொள்ளமாட்டார். ஏன், எதற்கு, எப்படி என்று கேள்வி கேட்டுத் தெளிந்த பிறகே முடிவுக்கு வரும் தர்க்கவாதி.'

'இங்கு சிகிச்சைக்காகவே வந்தேன். பொதுவாகவே எனக்கு எல்லாவற்றையும் தெரிந்துகொள்வதில் ஆர்வம். அதற்காகத்தான் கேள்விகள் கேட்கிறேன். மற்றபடி அடுத்தவர் மனத்தைப் புண்படுத்துவதோ, கேலி பேசுவதோ எனது நோக்கமல்ல. வான சாஸ்திரம், சோதிடம் பற்றி நிறைய சந்தேகங்கள் இருக்கின்றன. மேலும் இங்கு நிலவும் கலாசாரம், ஜாதிக் கட்டமைப்பு ஆகியவை குறித்தும் அறிந்து கொள்ள விரும்புகிறேன். உங்களைப் பற்றி சகாதேவர் நிரம்பச் சொல்லியிருக்கிறார். ஆகவே நீங்கள்தான் எனது ஐயங்களைத் தீர்த்து வைக்க வேண்டும்.'

'கேளுங்கள். எனக்குத் தெரிந்தவற்றைக் கண்டிப்பாகப் பகிர்ந்து கொள்கிறேன்' என்றார் பரத்வாஜர்.

'வேத ஜோதிடம் என்றால் என்ன? எல்லாமே முன்கூட்டியே கணிக்கப்பட்டுள்ளதா? எல்லாமே விதிப்படிதான் நடக்கும் என்றால் கனவுகளைத் துரத்துவதில் அர்த்தமே இல்லையே? எந்த உழைப்பும் இல்லாமல் நடப்பது நடக்கட்டும் என்று இருக்கலாமா?

பராசரர், கார்கர், ஜைமினி ஆகிய ரிஷிகள் வேத சோதிடத்தை இயற்றியதாகக் கூறப்படுகிறது. எனவே இன்னார்தான் இதை இயற்றினார் என்று திட்டவட்டமாகச் சொல்ல முடியாது. கிரகங்களின் அசைவுகளும் அவற்றால் நமக்கு ஏற்படும் விளைவுகளும் விரிவாக விளக்கப்பட்டுள்ளன.

ஜோதிடத்துக்கு இரு வகையான பயன்கள் உண்டு. முதலாவது நல்ல மாதம், நாள், நேரம் ஆகியவற்றைத் தெரிந்துகொண்டு கல்யாணம், கிருஹப்பிரவேசம், வளைகாப்பு ஆகிய விசேஷ நிகழ்ச்சிகளை நடத்தலாம். மற்றொன்று ஒருவருடைய ஜாதகம் மூலம் அவருக்கு ஏற்படும் சோதனைகளை முதலிலேயே தெரிந்துகொண்டு எச்சரிக்கையாக இருக்கலாம். பிறந்த ஆண்டு, மாதம், நாள், சரியான நேரம் ஆகியவற்றை அடிப்படையாகக்கொண்டு கிரகங்கள், நட்சத்திரங்களின் உதவியுடன் அவரது எதிர்காலத்தைத் துல்லியமாகக் கணிக்கலாம். இருப்பினும் ஜாதகத்தை முழுமையாக நம்புங்கள் என்று பிரசாரம் மேற்கொள்வதில்லை. ஜாதகம் மூலம் உங்கள் குணநலன்கள், வாய்ப்புகள், பிரச்னைகளை முன் கூட்டியே அறிந்துகொண்டு எச்சரிக்கையாக இருப்பதுடன், வாழ்க்கையையும் சீராக அமைத்துக் கொள்ளுங்கள் என்றுதான் அறிவுறுத்துகிறோம்.

ஜாதகம் என்பது உங்கள் விதியை வெல்வதற்கான திட்டம். தீதும், நன்றும் பிறர்தர வாரா என்பதுபோல் உங்கள் விதி உங்கள் கைகளில்தான் இருக்கிறது. நல்லது, கெட்டது, எதை எப்படிச் செய்ய வேண்டும், செய்யக்கூடாது என்பதை ஜாதகம் விளக்கும். சூதாட்டத்தில் உங்களுக்கு எவ்வளவு அதிர்ஷ்டம் இருக்கும் என்பது தெரியாது. ஆடத் தெரியாவிட்டால் நல்ல பகடை இருந்தும் தோற்கலாம். ஆடத் தெரிந்தால் மோசமான பகடை இருந்தாலும் ஜெயிக்கலாம். திட்டம் உங்களுக்கு வழிகாட்டும். ஆனால் சரியான நேரத்தில் சரியான திசையில் பயணிக்க வேண்டியது நீங்கள்தான். அதுபோலத்தான் ஜாதகக் கணிப்புகளும்.

வாழ்க்கைக்கும் கிரகங்களுக்கும் உள்ள தொடர்பு என்ன? மனித வாழ்க்கையை அவை எவ்வாறு மாற்றி அமைக்கின்றன?

இந்த உலகில் பிறந்தது மூலம் அந்த ஜீவன் கிரகங்களின் கட்டுப்பாட்டுக்குள் வந்துவிடும். கிரகங்களின் அசைவுகளுக்கு ஏற்ப குழந்தையின் இயக்கங்களும் இயங்கும். இதுதான் இந்தப் பிரபஞ்சத்தின் நியதி. குழந்தை பிறந்த நேரத்தின்போது கோள், நட்சத்திரம் இருப்பிடத்தைப் பொறுத்து அதன் எதிர்காலத்தைக் கணிக்கலாம். வருங்கால நிகழ்வுகளைத் தெரிந்துகொண்டு நிகழ்காலத்தைத் திட்டமிட்டுக் கொள்ளலாம். ஆக நம்மை வழி நடத்துவது ஒன்பது கிரகங்களே.

நாம் ஏன் சரியான அல்லது தவறான கிரக இடங்களில் பிறக்கிறோம்?

ஜோதிடம் என்பது நேரத்தை அடிப்படையாகக்கொண்ட அறிவியல். நமது முந்தின ஜென்மங்களின் பாவ புண்ணியங்களை அதாவது

கர்மாவை அடிப்படையாகக் கொண்டே நிகழ்காலப் பிறவி உயர்திணையாகவோ, அஃறிணையாகவோ அமைகிறது. கடந்த காலச் செயல்களைக் கிரகங்கள் நமக்கு விளக்க, சோதிடம் அவற்றின் வழியே நம் எதிர்காலத்தைக் கணிக்கும்.

ஜாதகம் என்றால் என்ன? அதைப் பார்த்து எவ்வாறு எதிர்காலத்தைக் கணிக்க முடியும்?

ஜாதகம் என்பது குழந்தை பிறக்கும்போது ஒன்பது கிரகங்களும் எந்தக் கோணத்தில், எந்த ராசி வீட்டில் உள்ளன என்பதனை வரைபடமாக 12 கட்டங்கள் மற்றும் அதற்குரிய ஜோதிடக் குறிப்புகளுடனும் காட்டும். 12 ராசிகள் (மேஷம், ரிஷபம், மிதுனம், கடகம், சிம்மம், கன்னி, துலாம், விருச்சிகம், தனுசு, மகரம், கும்பம், மீனம்) 27 நட்சத்திரங்கள் (அஸ்வினி, பரணி, கார்த்திகை, ரோகிணி, மிருஹசீரிஷம், திருவாதிரை, புனர்பூசம், பூசம், ஆயில்யம், மகம், பூரம், உத்தரம், ஹஸ்தம், சித்திரை, ஸ்வாதி, விசாகம், அனுஷம், கேட்டை, மூலம், பூராடம், உத்திராடம், திருவோணம், அவிட்டம், சதயம், பூரட்டாதி, உத்திரட்டாதி, ரேவதி), 9 கிரகங்கள் (சூரியன், சந்திரன், செவ்வாய், புதன், குரு, சுக்கிரன், சனி, ராகு, கேது) ஆகியவற்றின் நிலை, செயல், சுபாவம், பலம், பலவீனம், ஆகியவற்றைக் கணித்து ஜாதக பலன் கூறுவதாகும்.

ஜோதிடர் ராசிக் கட்டத்தை நோக்கும்போது லக்னம் என்ன என்றுதான் பார்ப்பார். ஜாதகக் கட்டத்தில் 'ல' என்று குறிப்பிடப் பட்டிருக்கும் இடம்தான் அது. குழந்தையின் மையச் சக்தி குவிந்திருக்கும் ராசியையே 'லக்னம்' ஆகும். இந்த உலகத்தைக் குழந்தை எந்த ராசியின் வழியாக, அதன் அதிபதியான எந்தக் கிரகத்தின் மூலம் சந்திக்கிறது என்பதே லக்னம் ஆகும். ராசி என்பது சந்திரன் எந்தக் கிரக வீட்டில் இருந்தபோது குழந்தை பிறந்தது என்று சொல்வது. ஆனால் லக்னம் என்பது நீங்கள் எந்த மையத்திலிருந்து வந்திருக்கிறீர்கள் என்றும் உங்கள் வாழ்க்கையை எந்த மையம் நகர்த்துகிறது என்றும் தீர்மானிக்கிறது.

ஒருவரின் வாழ்க்கையை நிர்ணயிப்பதே லக்னம்தான். ஜாதகத்தின் பிராண மையமே லக்னம்தான். ராசியை வைத்துப் பலன்களைச் சொல்லுவதைவிட லக்னத்தை வைத்துத்தான் முழுமையான பலன்களைக் கூற முடியும். வாழ்க்கைக் கணக்குகளைத் தொடங்கும் இடமும் இதுதான். ராசிக் கட்டங்களில் ஆங்காங்கு கிடக்கிற கிரகங்களின் பலம், பலவீனம், திறன் ஆகியவற்றை லக்னம்தான் தீர்மானிக்கிறது.

ஜாதகன் பிறந்த நட்சத்திரத்துக்கு அதிபதியான கிரகம் எதுவோ அதற்குரிய தசாதான் ஜாதகனின் ஆரம்ப தசா (திசை). அதை அடுத்து ஒவ்வொரு தசாவாக மாறிக் கொண்டே வரும். மொத்த தசா காலம் 120 ஆண்டுகள் (சூரிய திசை -6 ஆண்டுகள், சந்திர திசை -10 ஆண்டுகள், செவ்வாய் திசை - 7 ஆண்டுகள், ராகு திசை -18 ஆண்டுகள், குரு திசை -16 ஆண்டுகள், சனி திசை -19 ஆண்டுகள், புதன் திசை -17 ஆண்டுகள், கேது திசை -7 ஆண்டுகள், சுக்கிர திசை -20 ஆண்டுகள்). ஒவ்வொரு தசாவையும் மற்ற கோள்கள் பங்குபோட்டுக் கொள்ளும். அதற்குப் புத்தி என்று பெயர். ஒவ்வொரு கிரகமும் அதன் தசாவில் அல்லது புத்தியில் தனக்குரிய நல்ல அல்லது தீய பலன்களைக் கொடுக்கும்.

தனுசு லக்னம், கும்ப ராசி, பூரட்டாதி நட்சத்திரம், சாயங்காலம் 6 மணிக்கு பாண்டியத் தலைநகர் மதுரையில் பிறந்தேன். என்னுடைய ஜாதகத்தைப் பார்த்து என் எதிர்காலத்தைக் கணிக்க முடியுமா?

நீங்கள் கொடுத்த விவரங்களின்படி குரு பலன் தொடங்கிவிட்டது அல்லது திருமண ஏற்பாடுகள் நடந்து கொண்டிருக்க வேண்டும். கிட்டத்தட்ட உங்கள் வாழ்க்கைத் துணைவியை இந்நேரம் நீங்கள் தேர்ந்தெடுத்திருக்க வேண்டும். ஆனால் கல்யாணத் தடைகள் நிறைய இருக்கின்றன. கடல் பயணங்களில் எச்சரிக்கை தேவை. சமுத்திர நாராயணரை வேண்டிக் கொள்ளுங்கள். எல்லாம் நல்லவிதமாக நடக்கும்.

ஒரு மந்திரத்தை 108 முறை உச்சரிக்க வேண்டும் என்பது என்ன கணக்கு? 100, 150 கூடாதா?

வானவியல் சாஸ்திரப்படி பூமியின் குறுக்களவைவிட சூரியன் 108 மடங்கு அதிகம் என்று வேத காலத்திலேயே கணக்கிட்டுள்ளனர். பன்னிரு ராசிகளை ஒன்பது கிரகங்களை 108 முறை சுற்றி வருவதால், 108 முறை ஒரு மந்திரத்தை உச்சரிப்பதால் பிரபஞ்சத்தின் எல்லாப் பகுதிகளுக்கும் சக்தி பரவலாகிறது. தாமரை மலருக்கு 108 இதழ்கள் உண்டு. எனவே 108 என்ற எண்ணுக்கு ஒரு தனி முக்கியத்துவம் தரப்படுகிறது.

திருமணமான பெண்கள் நெற்றியில் ஏன் செந்தூரம் வைத்துக் கொள்கிறார்கள்?

வேத காலம் தொடங்கித் திருமணமான பெண்கள் நெற்றி வகிடு பிரியும் இடத்தில் செந்தூரம் வைத்துக் கொள்கின்றனர். இரு மனங்களின் சங்கமமே திருமணம். திருமணத்தின்போது மணமகன்

மணமகளின் நெற்றியில் முதன் முறையாக செந்தூரம் வைக்கிறான். செந்தூரம் காதலின் சின்னம். திருமணமான பெண் என்பதற்கு அடையாளமாக மனைவி தொடர்ந்து ஒவ்வொரு நாளும் செந்தூரம் வைத்துக் கொள்கிறாள். கூட்டுக் குடும்பத்தில் நேரடியாகக் காதல் மொழி பேசமுடியாது என்பதால் செந்தூரம் உணர்வுகளை வெளிப்படுத்துவதில் முக்கியப் பங்களிக்கிறது.

ஒவ்வொரு சடங்குக்கும் ஒவ்வொரு திசையைத் தேர்ந்தெடுத்தது ஏன்?

கிழக்கும் மேற்கும் சூரியனுக்கும் அதன் ஆற்றலுக்கும் தொடர்புள்ளவை. வடக்கும் தெற்கும் காந்த சக்திகள். எனவே ஆன்மிக விஷயங்களுக்குக் கிழக்குதான் சரியான திசை. நம் உடலிலுள்ள ஆக்கப்பூர்வ ஆற்றலின் அலைகள் சூரிய உதயத்திலிருந்து மதியம் வரை கிழக்குப் பகுதியில்தான் சக்தியைப் பெறும். நமது சாஸ்திரங்களின்படி யமன் தென் திசையில்தான் வசிக்கிறார். எனவேதான் இறந்து போன முன்னோர்களுக்கான சடங்குகளும், திதிகளும் தெற்குத் திசை நோக்கியே நடைபெறுகின்றன.

திருமணங்களின்போது கிழக்குத் திசை நோக்கி அமர்ந்துகொண்டு மந்திரங்களை ஓதுவதன் நோக்கம் குடும்பத்துக்குத் தேவையான அனைத்து ஆற்றலையும், சக்தியையும் கிழக்கே உதிக்கும் சூரியனிடமிருந்து பெறுவதற்காகத்தான். மனவியல் மற்றும் உடலியல் அறிவியலின்படியே சாஸ்திரம் ஒவ்வொரு சடங்குக்கும் ஒவ்வொரு திசையை வகுத்துள்ளது.

சங்கு முழங்குவதன் அர்த்தம் என்ன?

எங்கள் பாரம்பரியத்தில் கடவுள் வழிபாடு, யாகம், பிறப்பு, இறப்பு உள்ளிட்ட பல்வேறு சடங்குகளில் சங்கு ஊதப்படும். போர்க் காலங்களிலும் சங்கு ஊதப்படும். கிருஷ்ணரின் சங்கு 'பாஞ்சஜன்யம்'. தர்மன் 'அநந்த விஜயம்'; பீமன் 'பௌண்டரம்'; அர்ஜுனன் 'தேவதத்தம்'; நகுலன் 'சுகோஷம்'; சகாதேவன் 'மணிபுஷ்பகம்' எனப் பாண்டவர்கள் ஐவருக்கும் தனித்தனி சங்கு உண்டு. மனத்தை ஒருமுகப்படுத்தி மூச்சுக் காற்றை நன்கு உள்ளிழுத்து சங்கை முழங்க வேண்டும். அதிலிருந்து வெளிப்படும் சத்தம் 'ஓம்' என்னும் ஓங்காரத்துடன் நீண்ட தூரம் வரை கேட்கும். பிரபஞ்சத்திலுள்ள 'பிரம்ம' நாதத்தை எதிரொலிக்கும்.

இந்த பூமி இந்த யுகத்துடன் அழிந்துவிடுமா?

நாம் இப்போது வாழ்ந்து கொண்டிருப்பது துவாபர யுகம் ஆகும். இதிலிருந்து கணக்குப் போடுவோம். வேதங்களில் யுகங்களைப்

பற்றித் தெளிவான குறிப்புகள் உள்ளன. இந்த பூமி அழிந்துவிடும் என்று யார் சொன்னது? உலகம் அழிவதற்கு இன்னும் கோடிக் கணக்கான ஆண்டுகள் மீதம் உள்ளன.

பிரம்மாவின் இரவும் பகலுமே நம் பிரபஞ்சத்தின் ஆயுளை நிர்ணயிக்கிறது. பிரம்மாவின் பகலும் இரவும் ஒவ்வொன்றும் ஆயிரம் சதுர் யுகங்களைக்கொண்டதாகும். பிரம்மாவின் இரவு நேரத்தில் பிரபஞ்சத்தில் எந்த இயக்கமும் நடைபெறாது. பிரம்மாவின் பகல் நேரம் 'கல்ப யுகம்' என்று அழைக்கப்படும். எல்லா இயக்கங்களும் அப்போதுதான் நடைபெறும். ஒவ்வொரு கல்ப யுகமும் ஆயிரம் சதுர் யுகங்களைக்கொண்டதாகும். இவை 14 மனுவந்திரங்களாகப் பிரிக்கப்படும். ஆகவே 1 மனுவந்திரம் என்பது (1000 சதுர் யுகங்களை 14ஆல் வகுத்தால்) அதாவது 1000 / 14 = 71 (தோராயமாக) ஆகும். எனவே 1 மனுவந்திரம் = 71 சதுர் யுகங்கள்.

14 மனுவந்திரங்களில் இப்போது 7 ஆவது மனுவந்திரம் நடத்து கொண்டிருக்கிறது. அந்த 7ஆவது மனுவந்திரத்திலுள்ள 71 சதுர் யுகங்களின் 28ஆவது சதுர் யுகத்தில் நாம் வாழ்ந்து கொண்டிருக்கிறோம். எனவே இந்த இந்த பூமிக்கு இன்னும் எத்தனை ஆண்டுகள் ஆயுள் மீதமுள்ளது என்று பார்ப்போம்:

மீதமுள்ள 7 மனுவந்திரங்கள் அதாவது 7 × 71 சதுர் யுகங்கள் = 497 சதுர் யுகங்கள்.

தற்போதைய மனுவந்திரங்கள் அதாவது 71 - 28 சதுர் யுகங்கள் = 43 சதுர் யுகங்கள்.

ஆக மொத்தம் 497 + 43 = 540 சதுர் யுகங்கள் இன்னும் பாக்கி உள்ளன. உங்கள் கேள்விக்கான பதில் பூமிக்கான ஆயுள் 540 சதுர் யுகங்கள்.

ஒரு சதுர் யுகத்துக்கு எத்தனை ஆண்டுகள்?

ஒரு சதுர் யுகத்துக்கு 43,20,000 பூமி ஆண்டுகள். இதை சதுர் அதாவது 4 யுகங்களை உள்ளடக்கிய சதுர் யுகம் என்று அழைக்கிறோம். கிரேதா (சத்ய) த்ரேதா, துவாபர மற்றும் கலி ஆகியவையே அந்த 4 யுகங்கள். இந்த யுகங்கள் ஒவ்வொன்றும் மொத்த சதுர் யுகத்தின் 43,20,000 ஆண்டுகளை 4:3:2:1 என்ற விகிதத்தில் பிரித்துக்கொள்ளும். இந்த விகிதத்தின்படி கிரேதா (சத்ய) என்பது 17,28,000 ஆண்டுகள். த்ரேதா என்பது 12,96,000 ஆண்டுகள். துவாபர என்பது 8,64,000 ஆண்டுகள். கலி என்பது 4,32,000 ஆண்டுகள். இந்த விகிதப்படியே பகவான் விஷ்ணுவும் ஒவ்வொரு யுகத்திலும் - கிரேதா (சத்ய) யுகத்தில் 4, த்ரேதா யுகத்தில் 3, துவாபார யுகத்தில் 2 மற்றும் கலி யுகத்தில் 1 அவதாரம் எடுக்கிறார்.

ஒரு கல்ப யுகம் அதாவது 1000 சதுர் யுகங்களில் 460 சதுர் யுகங்கள் முடிந்தநிலையில் இன்னும் 540 சதுர் யுகங்கள் மீதம் உள்ளன. 540 சதுர் யுகங்கள் முடியும்போது மிகப் பெரிய பிரளயம் ஏற்படும் உலகம் அழியும். இந்தப் பூமியும், கிரகங்களும் எங்கிருந்து வந்தனவோ அந்தப் பரம்பொருளிடமே ஐக்கியமாகி விடும். எனவே இந்த உலகம் அழியக் கோடிக்கணக்கான ஆண்டுகள் இருக்கின்றன. நீங்கள் கவலைப்பட எதுவுமே இல்லை.

துவாரகையில் நிலவும் வர்ணங்களுக்கும் ஜாதிகளுக்கும் என்ன வித்தியாசம். ஆண்டவன் படைப்பில் அனைவரும் சமம் அல்லவா? ஏற்றத் தாழ்வு பார்க்கலாமா?

நீங்கள் சொல்வது சரிதான். துவாரகையில் ஜாதி பாகுபாடு கிடையாது. எல்லோருக்கும் சம உரிமை உண்டு. வர்ணம் வேறு ஜாதி வேறு. வர்ணம் என்பது குணத்தைக் குறிக்கும் சொல்லாகும். பிறப்பு வர்ணத்தை நிர்ணயிக்காது. பிராமணன், சத்ரியன், வைஸ்யன் மற்றும் சூத்திரன் ஆகியவை 'காரணப்' பெயர்களே அன்றி ஜாதிப் பெயர்கள் அல்ல என்பது தெரிந்து கொள்ளவேண்டிய முக்கிய விஷயம்.

'பிராமணர்கள்' வேதங்களைக் கற்றும், கற்பித்துக்கொண்டும், பூஜை புனஸ்காரங்கள் மற்றும் ஆன்மிகப் பணிகளிலும் தங்களை ஈடுபடுத்திக் கொள்வார்கள். 'சத்ரியர்கள்' போர் வித்தைகளைக் கற்று ஆயுதம் ஏந்தி நாட்டைக் காப்பாற்றுவார்கள். 'வைசியர்கள்' விவசாயம் மற்றும் வணிக நுணுக்கங்களைத் தெரிந்துகொண்டு வியாபாரத்தில் ஈடுபடுவார்கள். 'சூத்திரர்கள்' தொழில்நுட்பம் அதாவது சூத்திரத்தை அறிந்துகொண்டு உழைப்பார்கள்.

பிராமணனுக்குச் சத்வம் (அமைதி, ஞானம்-சமூகத்துக்காக உழைப்பவன்); சத்ரியனுக்கு ரஜோ (ஆசை, பற்று-சுயநலத்துக்காக உழைப்பவன்), வைஸ்யனுக்கு சத்வம் - ரஜோ; சூத்திரனுக்கு தாமஸம் (மயக்கம், சோம்பல், கீழடங்கி நடத்தல்). எனவே பிராமணன், சத்ரியன், வைஸ்யன் மற்றும் சூத்திரன் என்பது குலத்தாலோ, ஜாதியாலோ வருவது அல்ல. மேற்கண்ட குணங்கள் யாரிடம் உள்ளதோ அவர்கள் தாமாகவே அந்தந்தப் பிரிவைச் சேர்ந்தவர்கள் ஆகிவிடுவார்கள்.

உதாரணத்துக்கு துரோணர் பிராமண ஜாதியில் பிறந்தாலும் அவரிடம் ரஜோ குணங்களே மிகுந்து காணப்பட்டமையால் அவர் சத்ரியனாகவே கருதப்படுகிறார். அதேபோல் கௌசிகர் என்ற பெயரில் சத்ரிய ஜாதியில் பிறந்தாலும் அவரிடம் சாத்விக குணங்களே மிகுந்து காணப்பட்டமையால் அவர் விசுவாமித்திரர் என்ற

பெயருடன் பிராமணனாகவே கருதப்படுகிறார். இன்னும் பல உதாரணங்களைச் சொல்லிக்கொண்டே போகலாம். பராசர முனிவருக்கும், மீனவப் பெண்ணான மச்சகந்திக்கும் பிறந்தவர்தான் மகரிஷி வேத வியாசர். ஆகவே இவர்களது தொழிலும் / குணமுமே ஜாதியை நிர்ணயித்தது என்பது தெளிவு.

பிராமணனாகப் பிறந்தும் ஒருவருக்கு மயக்கம், சோம்பல், கீழடங்கி நடக்கும் குணங்கள் இருந்தால் அவர் பிராமணனாகவே கருதப்பட மாட்டார். அதேபோல் தாழ்ந்த ஜாதியில் பிறந்தாலும் அவரிடம் அமைதி, ஞானம், சமூகத்துக்காக உழைக்கும் நற்குணங்கள் இருந்தால் பிராமணரை விடவும் உயர்வாகவே போற்றப்படுவார். எனவே பிராமணன், சத்ரியன், வைஸ்யன், சூத்திரன் இவை ஜாதிப் பெயர்கள் அல்ல. வர்ணத்தின் அதாவது குணத்தின் பெயர்கள்.

வர்ணம் மற்றும் ஜாதியை யார் கண்காணிக்கிறார்கள்?

நான் ஏற்கனவே சொன்னதுபோல் ஜாதி வேறு வர்ணம் வேறு. ஜாதிக் கட்டமைப்பைக் கண்காணிக்கவும், கலப்புத் திருமணப் பிரச்னை களைத் தீர்த்து வைக்கவும் துவாரகையில் பிரத்யேக 'சாதி அமைப்பு' உண்டு. பிறப்பு அடிப்படையில் ஜாதி நிர்ணயிக்கப்பட்டாலும் அது குடும்பத்துக்கான ஓர் அடையாளம் மட்டுமே. குருகுலத்தில் கல்வி பயின்ற பிறகு திறன் அடிப்படையிலான தேர்வு வைக்கப்படும். இதைக் கண்காணிக்க 'வர்ண அமைப்பு' உண்டு. இன்ன ஜாதிக்கு இன்ன தொழில் என்றில்லாமல் யார் வேண்டுமானாலும் எந்தத் தொழிலையும் தேர்ந்தெடுக்கலாம். யார் எந்தத் தொழிலில் சிறந்து விளங்குகிறாரோ அவர் அந்த வர்ணத்தைச் சேர்ந்தவர் ஆவார்.

இந்த வர்ணப் பாகுபாடு என்பது பதினைந்து வயது முதல் அறுபது வயது வரை மட்டுமே. அறுபது வயதுக்குப் பிறகு தொழில் ரீதியான வர்ணப் பாகுபாடு முடிவுக்கு வரும். பிறகு வானப்பிரஸ்தம் மேற்கொண்டு காட்டுக்குச் சென்று மீதிக் காலத்தைக் கழிக்க வேண்டும். இன்னொன்றையும் நன்றாகப் புரிந்துகொள்ளுங்கள். இந்த வர்ண வேறுபாடு ஆண்களுக்கு மட்டுந்தான். பெண்களுக்கும், குழந்தைகளுக்கும் கிடையாது. அவர்களுடைய ஜாதி சம்பந்தப்பட்ட பெற்றோர்களின் ஜாதியைக் கொண்டிருக்கும்.

கலப்பு மணம் செய்து கொள்ள இங்கு அனுமதி உண்டு. கலப்பு மணம் செய்து கொண்டவர்கள் எந்தச் ஜாதியையும் சேராதவர்கள் என்பதால் 'கலப்பு மண ஜாதி' என்ற பிரிவில் வருவார்கள். குடிமக்களுக்கான அடையாள முத்திரைபோல் ஒவ்வொரு ஜாதிக்கும் வர்ணத்துக்கும் தனித்தனி உலோகத்தால் ஆன வண்ணப்பட்டை உண்டு.

மறுபிறப்பு என்பது உண்டா?

கண்டிப்பாக மறுபிறப்பு உண்டு. அவரவர் பாவ புண்ணியங்களுக்கு ஏற்ப மனிதன் உள்ளிட்ட வேறு வேறு ஜீவன்களாகப் பிறப்பார்கள்.

ஆனால், த்ரேதா யுகத்தைவிட துவாபர யுகத்தில் மக்கள் தொகை அதிகமாக இருப்பதாகச் சொல்கிறீர்களே... ஒரு ஆன்மாவுக்கு மறுபிறவியில் ஒரு உடல்தானே கிடைக்கும். அப்படியானால் எல்லா யுகங்களிலும் மக்களின் எண்ணிக்கை சமமாகத்தானே இருக்க வேண்டும்?

இந்தப் பிரபஞ்சத்தில் மொத்தம் 6,400 கோடி உயிரினங்கள் இருக்கின்றன. மனிதனாக இறந்தவர் மீண்டும் மனிதனாகத்தான் பிறக்கவேண்டும் என்ற கட்டாயம் இல்லை. அதேபோல் மனிதரல்லாத உயிர்கள் மீண்டும் மனிதரல்லாத உயிராகவேதான் பிறக்கும் என்றும் கட்டாயமில்லை. ஒரு யுகத்தில் வாழ்ந்த உயிரினம் அடுத்த யுகத்தில் மறைந்து போகலாம். முந்தைய யுகத்தில் இல்லாத உயிரினம் புதிதாகத் தோன்றலாம். நான் சொன்ன கணக்குகூட தோராயம்தான். அது யுகத்துக்கு யுகம் மாறும்.

மிக்க மகிழ்ச்சி பரத்வாஜரே... என்னுடைய பல சந்தேகங்களுக்கு மிகத் தெளிவான பதிலைத் தந்துவிட்டிருக்கிறீர்கள். நன்றி.

நல்லது. கடவுள் நம்பிக்கை இல்லாத நாத்திகனாக இருந்தீர்களே... இப்போது உங்கள் மனதில் என்ன தோன்றுகிறது?

கடவுளே இல்லை என்று சொல்லிக் கொண்டிருந்தேன். உங்கள் விளக்கங்களைக் கேட்ட பிறகு கடவுள் இருக்கிறாரா இல்லையா என்று எதுவும் உறுதியாகச் சொல்லமுடியவில்லை என்ற நிலைக்கு வந்திருக்கிறேன்.

பரத்வாஜர் புன்னகைத்தபடியே, 'கண்டிப்பாக ஒரு நாள் இறைநம்பிக்கை உடையவராக மாறுவீர்கள் என்று நம்புகிறேன்' என்றார்.

அவரிடமிருந்து விடை பெற்று இல்லம் திரும்பினார் மாறன்.

வீடு திரும்பிய மாறன் நடைபெற்ற அனைத்தையும் காஞ்சனாவிடம் விவரித்தான். வேத விற்பன்னரான பரத்வாஜரிடம் கேட்ட கேள்விகளையும், அவர் அளித்த விடைகளும் தனக்கு மன நிறைவைத் தந்தன என்றும் அவரைப்போன்ற ஒரு உத்தமரைச் சந்தித்தது தனது பேறு என்றும் வானளாவப் புகழ்ந்தான்.

மறுநாள் மாறுவேடம் இனி தேவையில்லை என்ற முடிவுடன் இருவரும் மீண்டும் வெளியே நகர்வலம் கிளம்பினார்கள்.

கொஞ்ச தூரம் காலாற நடந்தவர்களை ஒரு மரத்தடியில் நடந்து கொண்டிருந்த பஞ்சாயத்து இழுத்தது. துவாரகையில் கிராமப் பஞ்சாயத்து எப்படி நடக்கிறது என்று தெரிந்து கொள்ளும் ஆர்வத்துடன் அங்கே சென்ற மாறனுக்கு ஓர் அதிர்ச்சி காத்திருந்தது.

மரத்தடியில் பஞ்சாயத்துத் தலைவர் அமர்ந்திருக்கக் குற்றவாளிக் கூண்டில் மூவர் நிறுத்தப்பட்டிருந்தனர். அருகே சென்ற மாறனுக்குப் பெரும் அதிர்ச்சி. ஆம். தான் கேட்ட கேள்விகளுக்கு ஆழமான அறிவார்ந்த பதில்களைச் சொன்ன வேத விற்பன்னர் பரத்வாஜர் மூன்று குற்றவாளிகளுள் ஒருவராக நிறுத்தப்பட்டிருந்தார். கைகளைக் கட்டிக்கொண்டு பணிவுடன் நின்றவரைப் பார்த்த காஞ்சனாவுக்கும் ஒன்றும் விளங்கவில்லை. 'வேத விற்பன்னர். சாஸ்திரங்களைக் கரைத்துக் குடித்தவர். ஒழுக்கமும் கட்டுப்பாடும் நிறைந்தவர். இவர் எப்படிக் குற்றவாளிக்கூண்டில்?' இருவரும் மனத்திலும் ஆயிரம் சந்தேகங்கள்.

6

திருமண பந்தத்தின் மகிமை

அதுவொரு ஜாதிப் பிரச்னை தொடர்பான பஞ்சாயத்து. சம்பந்தப் பட்ட ஆண் மற்றும் பெண்ணுடன் பரத்வாஜரும் குற்றவாளிக் கூண்டில் நிறுத்தப்பட்டிருந்தார். பஞ்சாயத்துத் தலைவருடன் இரு துணைத் தலைவர்களும் அவர்களைச் சுற்றிச் சுமார் நூறு நபர்களும் நின்று கொண்டிருந்தனர்.

வழக்கு விசாரணைஆரம்பித்தது.

பெண்ணின் பெயர் பார்வதி. பிராமண ஜாதி. விதவை. அவரருகே நின்று கொண்டிருந்தவரின் பெயர் கல்பக். நாவித ஜாதியைச் சேர்ந்தவர். இருவரும் கலப்புத் திருமணம் செய்து கொண்டதற் காகவும், அதைச் செய்து வைத்த காரணத்துக்காக பரத்வாஜர் மீதும் வழக்கு தொடரப்பட்டிருந்தது.

'உங்கள் மீது சுமத்தப்பட்ட குற்றத்தை ஒப்புக்கொள்கிறீர்களா?'

தம்பதிகள் அமைதியாக இருந்தனர். ஆனால் பரத்வாஜரோ 'என் மீதான குற்றச்சாட்டு பொய்யானது' என்றார்.

பஞ்சாயத்துத் தலைவர் : காரணம்?

பரத்வாஜர் : நமது சமூகத்தில் விதவைப் பெண்களின் நிலை நாளுக்கு நாள் மோசமாகிக்கொண்டே வருகிறது. பல கட்டுப்பாடுகள் அவர்கள் மீது திணிக்கப்படுகின்றன. கணவனை இழந்தநிலையில் எந்தவொரு மங்கல நிகழ்ச்சியிலும் பங்கேற்க அழைப்பதில்லை.

சொந்த மகள் அல்லது மகன் திருமணத்தில்கூட மேடை ஏற விடுவதில்லை. எதிரே வந்தால் அபசகுனம் என்று ஒதுக்குகிறார்கள். கடுமையான வார்த்தைகளால் திட்டித் தீர்க்கிறார்கள். நீண்ட முடியை மழித்து மொட்டைத் தலையுடன், வெண்ணிற ஆடையில், முக்காடு போட்டுக் கொள்ள நிர்பந்திக்கப்படுகிறார்கள். மறுமணம் செய்து கொள்ளவும் அனுமதி இல்லை. மொத்தத்தில் இந்தச் சமூகத்தில் விதவையாக வாழ்வது ஒரு சாபக்கேடு.

நீதிபதி : அதற்காகச் சமூகத்தைக் குறை கூறிக், காலங்காலமாக நடைபெறும் சம்பிரதாயங்களைக் கைவிடுவீர்களா? அரசைக் கேள்வி கேட்பீர்களா?

பரத்வாஜர் : அரசாங்கத்தின் நோக்கம் குடிமக்கள் அனைவரும் சந்தோஷமாக இருக்க வேண்டும் என்பதுதான். ஆனால் ஒரு சிலர் மட்டும் எப்போதுமே துன்பத்தில் வாழ்ந்து கொண்டிருக்கும் அவலம் ஏற்பட்டால் அரசைக் கேள்வி கேட்பதில் தவறே இல்லை. நாம் இன்றைக்கு விதவை மறுமணம் மற்றும் கலப்புத் திருமணம் ஆகிய இரு விஷயங்களை விவாதித்துக் கொண்டிருக்கிறோம். விதவைத் திருமணத்தை எடுத்துக் கொள்வோம். பண்டைய சமூகம் விதவைத் திருமணத்தைத் தடுக்கவில்லை.

கணவன் இறந்த பிறகு மறுமணம் செய்து கொள்ளும் பெண், சாஸ்திர சம்பிரதாயப்படிக் கல்யாணம் செய்து கொண்டாலும் ஒரு நாள்கூட கணவனுடன் வாழாத பெண், இரண்டாவது கணவனை விட்டுப் பிரிந்து மீண்டும் முதல் கணவனிடம் வரும் பெண் என நாரத புராணத்தில் மூன்று வகையான மறுவிவாகங்கள் பற்றிய குறிப்புகள் உள்ளன.

கணவனை இழந்த பெண்ணைத் திருமணம் செய்து கொள்ள ஆண் விருப்பம் தெரிவித்தால் அதை ஏற்றுக் கொள்ளலாம் என்று ரிக் வேதமும் அனுமதிக்கிறது. நால்வகை வேதங்களின் தர்ம சூத்திரங்களும் விதவைத் திருமணத்தை ஆதரிக்கின்றன.

ஆனால் இன்றைக்கு விதவைத் திருமணம் விநோதமாகப் பார்க்கப் படுகிறது. விதவைகள் அமங்கலச் சின்னங்களாகக் கருதப்படு கின்றனர். உலக வாழ்க்கையையும், சுக போகங்களையும் துறந்து தனிமையில் வாழ நிர்பந்திக்கப்படுகின்றனர்.

கூட்டத்தில் ஒருவர்: விதவை என்ற சொல்லிலேயே பாருங்கள்... ஒற்றுப்புள்ளியே இல்லை. சுமங்கலி என்று சொல்லுங்கள். அதில் ஓர் ஒற்றெழுத்து உண்டு. விதவைக்கு சுமங்கலிக்கான நெற்றித் திலகம்

கூடாது என்பதால்தான் அந்த வார்த்தையிலேயே ஒற்று இல்லாமல் செய்திருக்கிறார்கள் நம் முன்னோர்கள்.

பரத்வாஜர்: என்ன சொல்கிறீர்கள்... கணவரை இழந்த பெண்ணின் வேதனையைப் புரிந்துகொள்ளாமல் இது என்ன முட்டாள்த்தனமான பண்டிதத்தனம். வெறும் ஒரு வார்த்தையைவைத்தா ஒரு பெண்ணின் வாழ்க்கையைத் தீர்மானிப்பது. வார்த்தைகளை உருவாக்குவதற்கான இலக்கணம் வேறு. சமூக நீதிகளை உருவாக்குவதற்கான வழிமுறை வேறு என்பது உங்களுக்குத் தெரியவில்லையா? உங்கள் வழிக்கே வருகிறேன். வைதவ்யம் என்ற வார்த்தையில் இரண்டு ஒற்றுகள் இருக்கின்றனவே... அப்படியானால் விதவைகளுக்கு நெற்றியில் இரண்டாம் திலகம் வைக்கலாம் என்றுதான் நம் முன்னோர்கள் சொல்லியிருக்கிறார்கள். அதனால், வைதவ்யம் அனுஷ்டிக்கும் வைதவ்யிகளுக்கு நிச்சயம் மங்கலத் திலகம் வைக்கலாம். தவறே இல்லை.

பஞ்சாயத்துத் தலைவர் : பரத்வாஜரே உங்கள் ஆய்வுகளையோ சமத்காரமான பேச்சையோ கேட்க நேரமில்லை. இன்றைய சூழலை மதிப்பீடு செய்ய வேண்டுமே தவிர, நேற்றைய தர்மங்களை அல்ல.

பரத்வாஜர் : மாண்புமிகு பஞ்சாயத்துத் தலைவர் அவர்களே! எதிர்த்துப் பேசுவதற்கு மன்னிக்கவும். தர்மம் நிலையானது. நேற்றைய தர்மம், இன்றைய தர்மம் என்று மாறுவதில்லை. என்றைக்கும் ஒரே தர்மம்தான். மீண்டும் சில உதாரணங்களைக் கூறுகிறேன். ஹரிவம்ஸ புராணத்தில் சந்தனு மகாராஜா இறந்த பிறகு அவரது மனைவி சத்தியவதியை மணக்க உகர்யுதன் விருப்பம் தெரிவித்து விதவையைத் திருமணம் தவறில்லை என்றும் வாதாடுகிறான். அவ்வளவு ஏன்? நாகர் குல விதவைப் பெண் உலோபியை நம் கிருஷ்ண பரமாத்மாவின் மைத்துனர் அர்ஜுன மகாராஜா கல்யாணம் செய்து கொள்ள வில்லையா?

இளம் விதவைப்பெண் தலைமுடியைச் சிரைத்து, வெள்ளை ஆடை உடுத்திக்கொண்டு இன்பத்தையும், சுகத்தையும் துறந்து எதற்காகக் காலமெல்லாம் தனிமையில் வாட வேண்டும்?

கணவன் இறந்த பிறகு, இதோ இந்தப் பெண் பார்வதியும் கடந்த மூன்று ஆண்டுகளாக இதே கொடுமையை அனுபவித்து வருகிறாள். வீட்டை விட்டு வெளியே வரக்கூடாது என்ற கண்டிப்புடன், எந்த ஆணுடனும் பேசக்கூடாது என்ற எச்சரிக்கையும் விடுக்கப்பட்டுள்ளது. பதினைந்து நாள்களுக்கு ஒருமுறை இவளது தலையை மொட்டை அடிக்க ஒரு நாவிதர் நியமிக்கப்பட்டார். எந்தவொரு ஆணுடனும்

பேசக்கூடாது, பழகக்கூடாது என்று இந்தப் பெண்ணுக்குத் தடை விதிக்கப்பட்ட நிலையில், மொட்டை அடிக்க மட்டும் ஆண் நாவிதரை இந்த சமூகம் நியமித்தது நகை முரண் அல்லவா?

பேசவோ பழகவோ யாருமே இல்லாதநிலையில் பார்வதிக்கு மொட்டை அடிக்க வந்த நாவிதரே எல்லாமும் ஆகிப் போனார். பிரச்னைகளையும், குறைகளையும் பரஸ்பரம் பகிர்ந்து கொள்ள அவர்களுக்குள் நெருக்கமும் பரிச்சயமும் அதிகரித்தது. எனவே திருமணம் செய்து கொள்ள முடிவெடுத்தனர். உறவுகளும், சொந்த பந்தங்களும், சமூகமும் கைவிட்ட நிலையில் விதவைப் பெண் பார்வதியை அந்த நாவிதர் கல்பக் திருமணம் செய்து கொண்டது எந்த வகையில் தவறாகும். அந்தப் பெண்ணுக்குப் புதிய வாழ்க்கையைக் கொடுத்த கல்பக்கை நாம் குற்றவாளிக்கூண்டில் நிறுத்தியதற்குப் பதில் பாராட்டி அல்லவா இருக்கவேண்டும். இறந்து போன கணவனுடன் உடன் கட்டை ஏறுவதைவிடத் தனிமையில் வைதவ்ய நிலையில் வாடுவதைவிட மனதுக்குப் பிடித்தவரைத் திருமணம் செய்வதில் என்ன தவறு இருக்கிறது?

பஞ்சாயத்துத் தலைவர் : சரி! கலப்பு மணம் குறித்த அடுத்த பிரச்னைக்கு வருவோம்.

பரத்வாஜர் : கடைநிலை சமூகத்தைச் சேர்ந்தவர்களும் இன்றைக்குப் பல உயர் பதவிகளில் இருப்பதைப் பார்க்கிறோம். பகவான் விஷ்ணு எடுத்த அவதாரங்களில் மூன்று மட்டுமே உயர் ஜாதியைச் சேர்ந்தவை. மச்யம், கூர்மம், வராகம், (நர)சிம்ஹம் என விலங்கினத்தைச் சேர்ந்தவை. தனது படைப்புகளில் ஆண்டவன் உயர்வு தாழ்வு பார்க்கவில்லை. பல ரிஷிகள் தாழ்ந்த ஜாதியில் பிறந்தாலும், வர்ணத்தால் மிக உயர்ந்தநிலையை எட்டி உள்ளனர். சத்ரியனாகப் பிறந்த விசுவாமித்திரர், மீனவப் பெண்ணுக்குப் பிறந்த வேத வியாசர், வேடர் குலத்தில் பிறந்த வால்மீகி ஆகியோர் வர்ணத்தால் உயர் நிலையை அடைந்தனர். இதற்கு மாறாக பிராமண குலத்தில் பிறந்த துரோணர் ஆயுதம் ஏந்தியதால் வர்ணத்தால் சத்ரியன் ஆனார்.

வர்ண மேல் கீழ் நகர்வுகளுக்கு இப்படிப் பல உதாரணங்களைச் சொல்லிக்கொண்டே போக முடியும். ஆனால் முன்பு நெகிழ்வாக இருந்த சமூகக் கட்டமைப்பு தற்போது இறுகிப் போனதுதான் வருத்தப்பட வேண்டிய விஷயம். உயர்ந்த ஜாதி ஆண் தாழ்ந்த ஜாதிப் பெண்ணைத் திருமணம் செய்து கொள்வதைப் பெரிதாக ஆட்சேபிக்காத சமூகம், தாழ்ந்த ஜாதி ஆண் உயர்ந்த ஜாதிப் பெண்ணைத் திருமணம் செய்து கொள்வதைக் குற்றமாகவே

கருதுகிறது. இங்கு நாம் கூடியிருப்பதற்கான காரணமும் இதுதான். ஏற்றத் தாழ்வற்ற சமூகத்தை உருவாக்க வேண்டும் என்னும் உயர்ந்த லட்சியத்துடனேயே நமது சனாதன தர்மம் உருவாக்கப்பட்டுள்ளது. ஆனால் இன்றைய நடைமுறை அந்த நோக்கத்தையே சிதைக்கிறது.

பஞ்சாயத்துத் தலைவர் : கடந்த கால நிகழ்வுகளைப் பல்வேறு ஆதாரங்களுடன் நீங்கள் முன்வைத்த வாதங்களை இந்த நீதிமன்றம் பதிவு செய்துகொள்கிறது. ஆனால் தற்போதைய சமூக விதிகள் மற்றும் சட்டதிட்டங்களுக்கு ஏற்பத்தான் வாழவேண்டும். எனவே, என்னுடைய தீர்ப்பு இன்றைய நடைமுறையை ஒட்டியதாகவே அமையும்.

'பார்வதியும், கல்பக்கும் சமூகத்திலிருந்து தள்ளி வைக்கப்படுகின்றனர். குடிமக்களுக்கான அடையாள முத்திரை, உலோகப் பட்டையிலான ஜாதி மற்றும் வர்ணப் பட்டைகள் ஆகியவற்றை அரசிடம் ஒப்படைத்துவிட்டு முப்பது நாள்களுக்குள் நாட்டை விட்டு வெளியேறிக் காட்டுக்குச் செல்ல வேண்டும். இதுபோன்ற கலப்புத் திருமணங்களை இனிமேலும் நடத்தி வைக்கக் கூடாது என்ற எச்சரிக்கையுடன் பரத்வாஜரை நீதிமன்றம் விடுவிக்கிறது'.

இத்துடன் இந்தப் பஞ்சாயத்து கலைகிறது.

●

பழைய நினைவுகளிலிருந்து மாறன் மீளவும் மருத்துவர்கள் அவரது உடல்நிலையைப் பரிசோதிக்க உள்ளே நுழையவும் சரியாக இருந்தது. மாறனைப் பார்க்க பரத்வாஜரும் உள்ளே வந்தார்.

'சாஸ்திர வல்லுனரே! பண்டைய சாஸ்திரங்கள் புராணங்கள் குறித்த உங்கள் ஞானம் அபரிமிதமானது. சமூக சீர்திருத்தவாதியாக நீங்கள் மேற்கொள்ளும் பணி போற்றத்தக்கது. உங்களுக்குச் சாதகமாகத் தீர்ப்புக் கிடைக்கவில்லை என்றாலும் சிந்தனையைத் தூண்டும் வகையில் கேட்ட பல கேள்விகளுக்கு பஞ்சாயத்தாரால் சரியான பதிலைச் சொல்ல முடியவில்லை. ஏற்றத் தாழ்வுகளற்ற கிருஷ்ணரின் ராஜ்ஜியத்தில் ஜாதிக் கட்டமைப்பு சீரமைக்கப்படும் என்று நம்புகிறேன். சட்டத்தின் உண்மையான நோக்கங்களைச் சிதைக்கும் வகையில் பல இடைச்செருகல்கள் ஏற்பட்டுவிட்டன. சகாதேவனிடம் விஷயத்தைச் சொல்லி கிருஷ்ணரின் பார்வைக்குக்கொண்டு செல்கிறேன்'.

'என் எதிர்காலத்தைப் பற்றித் துல்லியமாகக் கணித்திருந்தீர்கள். நான் ஆத்திகவாதியாகிவிட்டேனா என்று கேட்டிருந்தீர்கள். முழுமையாக

இல்லாவிட்டாலும், ஓரளவு அந்த இலக்கை நோக்கித்தான் பயணித்துக் கொண்டிருக்கிறேன். என் மீதிக் காலத்தை காஞ்சனா வோடு பழகிய இனிமையான நினைவுகளுடன் அவள் வாழ்ந்த மண்ணில்தான் கழிக்கப் போகிறேன். காஞ்சனாவுடன் பாண்டிய நாட்டுக்குத் திரும்பும்போது எனக்குச் சிகிச்சை அளித்த சில ஆயுர்வேத நிபுணர்களையும் கப்பலில் அழைத்துச் சென்றேன். ஆனால் திடீரென வீசிய பெரும் புயலில் என்னைத் தவிர எல்லோரும் இறக்க நான் மட்டுமே பிழைத்துக் கொண்டேன். இந்தக் குற்ற உணர்வும் என்னை வாட்டிக்கொண்டிருக்கிறது. எனவே அவர்களுக்கு அஞ்சலி செலுத்தும் வகையில் ஆயுர்வேத மருத்துவ நிபுணர்களைக் கொண்ட மருத்துவமனையைத் துவாரகையில் தொடங்கப் போகிறேன். மூலிகை ஆராய்ச்சியுடன் அடுத்த தலைமுறைக்கு ஆயுர்வேதத்தைக் கற்றுத் தரப் பாடசாலை ஒன்றும் விரைவில் திறக்கப்படும்' உணர்ச்சி வசப்பட்ட மாறனைத் தேற்றினார் பரத்வாஜர்.

●

கிருஷ்ணரின் துவாரகையிலிருந்து பாண்டிய நாடு நோக்கி ஆருயிர் காஞ்சனாவுடன் பயணித்த இளவரசன் மாறனின் கப்பல் நடுவழியில் கடும் புயல் காற்றில் சிக்கிக்கொண்டு மூழ்கியது. கப்பலில் பயணித்த காஞ்சனா, தேவராஜ் உள்பட அனைவரும் இறக்க, உயிர் பிழைத்தது மாறன் மட்டுமே.

துவாரகை முழுவதும் கப்பல் கவிழ்ந்தது குறித்துத்தான் பேச்சு. யார் யார் பயணித்தார்கள் என்ற விவரத்தை அரசு கணக்கெடுக்கத் தொடங்கியது. பிழைக்க வாய்ப்பே இல்லாததால் இறந்தவர்களின் வீடுகளில் ஆங்காங்கே புலம்பல்களும், ஒப்பாரிகளும் கேட்டன. மன இறுக்கத்துடன், துக்கம் விசாரிக்க வந்த வீடுகளுள் பரத்வாஜரின் வீடும் ஒன்றாகும். அவரது மைத்துனியும், மனைவி சகுந்தலாவின் சகோதரியுமான சர்மிளாதான் அழுது கொண்டிருந்தாள். அவளது கணவர்தான் தேவராஜ். இருவருக்கும் மூன்று நாள்களுக்கு முன்புதான் கோலாகலமாகத் திருமணம் நடந்து முடிந்திருந்தது.

'சர்மிளா, இன்னும் எத்தனை நாள்களுக்குச் சாப்பிடாமல், தண்ணீர் குடிக்காமல் இருக்கப் போகிறாய். அழுது அழுது கண்கள் வீங்கிப் போயிருக்கின்றன. உனக்கு ஏதாவது ஆகிவிடப் போகிறதோ என்று பயமாக இருக்கிறது' ஆறுதலாகக் கேட்டாள் சகுந்தலா.

'என்ன வேண்டுமானாலும் ஆகட்டும். என் கல்யாணத்துக்கு ஆயுள் மூன்று நாள்கள் மட்டுமே. அவர் என் கழுத்தில் கட்டிய மஞ்சள் கயிற்றின் ஈரம்கூட இன்னும் காயவில்லை. என் அன்பான கணவரே

போன பின்பு இனி யாருக்காக வாழ்ந்து என்ன பயன்? நானும் செத்துப் போக வேண்டுமென்று விதி இருந்தால் அப்படியே நடக்கட்டும். அதுவரை அவருடன் வாழ்ந்த அந்த சுகமான நாள்களை நினைத்துக் கொண்டே மீதிக் காலத்தைக் கழித்துவிடுவேன். என்னைத் தொந்தரவு செய்யாதீர்கள்' துக்கம் தொண்டையை அடைக்கக் குமுறிக் குமுறி அழுதாள்.

மூலையில் சாய்ந்த சர்மிளாவின் மனத்தில் கணவருடன் கழித்த மகிழ்ச்சியான நினைவுகளும் மற்ற விஷயங்களும் கண்ணீருடன் கரைபுரண்டன....

சர்மிளாவின் ஜாதகத்துடன் தங்கள் மகன் தேவராஜின் ஜாதகம் நன்கு பொருந்தியிருப்பதைக் கண்ட அவரது பெற்றோர்கள் மகிழ்ச்சி அடைந்தனர். தேவராஜுக்கு அரண்மனையில் குரு குல வேலை, நல்ல சம்பளம் என்றவுடன் தனது மைத்துனிக்கு நல்ல வரன் அமைந்ததில் பரத்வாஜரும் சந்தோஷப்பட்டார். இரு வீட்டாரும் கலந்து பேச ஒரு நல்ல நாளில் திருமணமும் முடிவானது. மைத்துனி கல்யாண யோசனையில் ஆழ்ந்திருந்த பரத்வாஜர் அருகே அவரது மனைவி சகுந்தலா வேறொரு கல்யாண யோசனையுடன் வந்து நின்றாள்.

'நமக்குக் கல்யாணமாகிப் பன்னிரண்டு ஆண்டுகள் ஓடிவிட்டன. இது வரைக்கும் எனக்குப் புத்திர பாக்கியம் இல்லை. இப்படியே போனால் நமக்குச் சந்ததியே இல்லாமல் போயிவிடும். நான் ஏற்கனவே சொன்ன யோசனையைத்தான் மீண்டும் சொல்லப் போறேன். இன்னொரு தங்கை சியாமளாவுக்கு இதுவரை வேறெங்கேயும் வரன் அமையாததும் நல்லது என்றே நினைக்கிறேன். உங்களுக்காகவே பிறந்ததுபோல் காத்துக் கொண்டிருக்கிறாள். அவளது ஜாதகம் அவள் புத்திர சம்பத்துகள் நிறைந்தவள் என்று சொல்கிறது. வேதங்கள், சாஸ்திர சம்பிரதாயங்களும் ஓரளவு தெரிந்தவள். உங்களது பணிக்கு உதவியாக இருப்பாள். ஆகவே நீங்க கட்டாயம் அவளைக் கல்யாணம் செய்து கொள்ள வேண்டும். இத்தனை நாள்களாக நீங்கள் ஏதேதோ சாக்குப் போக்குச் சொல்லித் தள்ளிப் போட்டீர்கள். இனிமேலும் என்னால் காத்திருக்க முடியாது. சர்மிளா - தேவராஜ் கல்யாணம் நடக்கும் அதே தேதியில் சியாமளாவும் - உங்களுக்கும் திருமணம் செய்து வைப்பது என்று நான் முடிவு செய்து விட்டேன். இதற்கு நீங்கள் சம்மதித்தே தீர வேண்டும்' சொல்லிக் கொண்டே விறுவிறுவென்று உள்ளே சென்றாள்.

எத்தனையோ முறை மறுத்த பரத்வாஜரால் இம்முறை மறுக்க முடியவில்லை. மனைவி சகுந்தலாவின் பிடிவாதமும், குடும்ப வாரிசு

வேண்டும் என்ற கட்டாயமும் அவரை மறுமணம் செய்து கொள்ள நிர்பந்தித்தன. எல்லாம் கடவுள் சித்தம் என்ற முடிவுடன் இரண்டு கல்யாண வேலைகளையும் கவனிக்கத் தொடங்கினார்.

சமுத்திர நாராயணர் கோயிலில் திருமண ஏற்பாடுகள் தடபுடலாக நடைபெற்றுக் கொண்டிருந்தன. யார் மணமகன், யார் மணப்பெண் என்று தெரியாமல் துவாரகையில் திருமணங்கள் எவ்வாறு நடைபெறுகின்றன என்பதைக் காண மாறனும் எதேச்சையாக வருகை தந்திருந்தார். உள்ளே நுழைந்த மாறனுக்கு ஆச்சரியமான ஆச்சரியம். பரத்வாஜரும் தேவராஜுவும் மாப்பிள்ளைகளாக அமர்ந்திருந்ததைப் பார்த்து அதிசயப்பட்டார். அதே சமயம் சகாதேவனும் அங்கே வர மாறன் நடந்த அனைத்தையும் ஒன்றுவிடாமல் கேட்டுத் தெரிந்து கொண்டார்.

'பாண்டிய நாட்டுக்குத் திரும்பத் தயாராகிவிட்டீர்களா மாறன்?

'ஆமாம். சகாதேவ மகாராஜா. காஞ்சனா மட்டுமல்ல பாண்டிய நாட்டில் வேத பாட சாலைகளை அமைக்க தேவராஜுவையும், ஆயுர்வேத மருத்துவமனைகள நிறுவச் சில மருத்துவர்களையும் உடன் அழைத்துச் செல்கிறேன். காஞ்சனாவுக்கும் எனக்கும் நடக்கவிருக்கும் கல்யாணத்தின் அழைப்பிதழை அனுப்பி வைக்கிறேன். பிறந்த மண்ணான துவாரகையின் கலாசாரத்தின் மீது காஞ்சனாவுக்கு இருக்கும் பாசத்தை நானறிவேன். ஆகவே அவளது திருப்திக்காகத் துவாரகை நாட்டு முறையிலும், பிறகு எங்கள் பாண்டிய நாட்டு முறையிலும் இருவகைத் திருமணங்கள் நடைபெறும். பாண்டவ சகோதரர்களையும் உடன் அழைத்து வந்து என்னை ஆசீர்வதிக்க வேண்டும்' என்றார் மாறன்.

'கண்டிப்பாக பாண்டிய நாட்டுத் திருமணத்தைக் காண நானும் ஆவலாக இருக்கிறேன்' என்று சகாதேவன் சொல்ல அனைவரும் திருமண மேடையை நோக்கி நகர்ந்தனர்.

பிராமண வைதீக முறையில் பெரும்பாலும் காலை நேரத்தில் நடைபெறும் கல்யாணம் என்பதால் சாஸ்திர, சம்பிரதாயங்களைப் பார்க்கும் ஆவலில் மாறன் மணமக்களுக்குப் பின்னால் அமர்ந்து கொண்டாள். தலை நிறைய மணக்கும் மல்லிகை, நெத்திச் சுட்டி, குங்குமப் பொட்டு, காதுகளில் ஜிமிக்கி, கழுத்தில் வைர அட்டிகை, வைர மூக்குத்தி, கைகளில் தங்க வளையல்கள், கால்களில் வெள்ளிக் கொலுசுகள், ஒன்பது கஜம் முகூர்த்தப் புடவையில் தேவதைபோல் மணமகள் ஜொலித்துக் கொண்டிருந்தாள். நடைபெற்றுக் கொண்டிருந்த ஒவ்வொரு சம்பிரதாயத்தின் முக்கியத்துவத்தையும்,

மந்திரங்களின் அர்த்தத்தையும், காஞ்சனா சுருக்கமாகச் சொல்ல ஆரம்பித்தாள்.

காளை மாடுகளின் கழுத்தில் மாட்டப்படும் நுகத்தடி அருகே வைக்கப்பட்டிருந்தது. வண்டி சீராக ஓட வேண்டுமென்றால் நுகத்தடியில் கட்டப்பட்டுள்ள காளைகள் ஒற்றுமையாக இருக்க வேண்டியது அவசியம். அதுபோல் குடும்பம் என்னும் வண்டி சீராகத் தங்கு தடையின்றி ஓட வேண்டுமென்றால் திருமணம் செய்து கொண்ட ஆணும் பெண்ணும் கணவன் மனைவியாக ஒற்றுமையுடன் வாழ வேண்டும் என்பதை நுகத்தடி வலியுறுத்தும்' என்றாள்.

முழு முதற்கடவுளாகிய விநாயகரைத் துதித்தும், நவகிரகங்களைப் பூஜித்தும், மணமகனுக்கும், மணமகளுக்கும் கைகளில் காப்புக் கட்டியும், அக்னியைத் தொழுது 'சங்கல்பம்' செய்வதிலிருந்து திருமணம் ஆரம்பமாகிறது. 'நோக்கம்' என்ன என்று சொல்வது தான் சங்கல்பம். எதற்காக இதைச் செய்கிறோம் என்றும் இந்தப் புனிதச் சடங்கை இறைவன் நல்லபடியாக நடத்திக் கொடுக்கட்டும் என்றும் வேண்டுகிறார்கள். இல்லற தர்மத்தை இவர்கள் இருவரும் சரிவரக் காத்து நன்மக்கள் பெற்று நீடூழி வாழத் திருமணம் செய்து கொள்கிறார்கள் என்பதே சங்கல்பம்.

மணப்பெண்ணின் தந்தை மணமகனை மகாவிஷ்ணுவாகவே பாவித்து அவன் திருவடிகளைக் கழுவுகிறார். அதற்கு மாப்பிள்ளை சொல்லும் மந்திரம் 'என் காலைத் தொட்ட இந்தப் புனித நீர் என் அக எதிரிகளைத் தூளாக்கட்டும். நான் இறை ஒளியில் தேஜஸுடன் திகழ்வேனாக' என்று சொன்னவுடன், மணமகனை அழைத்து வந்து ஆசனத்தில் அமர வைக்கும் மணப்பெண்ணின் தந்தை 'ஓ, விஷ்ணுவின் வடிவே! இதோ உங்கள் ஆசனம்! உங்களுக்கு என் இனிய வரவேற்பு' என்பார்.

பிறகு மணப்பெண் தந்தையின் மடியில் அமர, தந்தை சொல்லும் மந்திரம் 'ஓ விஷ்ணுவே! அணிகலன்கள் பூண்ட என் மகளை உமக்கு வழங்குகிறேன். இதன் மூலம் எனது முந்தைய பத்து தலைமுறைகள் மற்றும் பிந்தைய பத்து தலைமுறைகள் கர்மவினைகளிலிருந்து விடுதலை பெறட்டும். எனக்கும் முக்தி கிடைக்கட்டும். அது இவள் மூலம் பிறந்த அறவழியில் நிற்கப் போகும் குழந்தைகளின் மூலம் நிகழட்டும்! பூமித்தாயும், எல்லாத் தேவர்களும், அனைத்து உயிரினங்களும் நான் செய்யும் இந்தக் 'கன்யா தானத்துக்குச்' சாட்சியாய் நிற்கட்டும். பக்தி, செல்வம், ஆசை இவற்றை நிறைவேற்றிக் கொள்வதில் இவளுக்கு இடையூறு நேரக் கூடாது' என்று கேட்டுக் கொள்ள மணமகனும் பதிலுக்கு 'நான் அவளுக்கு இடையூறு செய்யமாட்டேன்' என்று மும்முறை உறுதி கூறுகிறான்

எந்த ஒரு தானம் செய்யும் போதும் தானம் கொடுப்பவர் நின்று கொண்டும், தானம் பெறுபவருக்கு ஆசனம் அளித்து அவரை அமரச்சொல்லியும் தான் செய்வது வழக்கம். கன்னிகாதானம் ஒன்றுக்கும் மட்டுமே இதில் விதிவிலக்கு உள்ளது. தானம் செய்யப்படும் கன்னிகையை அவள் தகப்பனார் தன் மடியில் உட்கார வைத்துக்கொண்டு, தானும் அரிசி மூட்டையின் மீது அமர்ந்து கொண்டு, தானம் பெறும் மாப்பிள்ளையை நிற்க வைத்து கன்னிகாதானம் அளிக்கப்பட வேண்டும் என்பதே சாஸ்திரமாக உள்ளது. கன்னிகாதானத்திற்கு அவ்வளவு ஒரு விசேஷம்.

தானங்களில் சிறந்த கன்யாதானம். ஆண் மகன் இருப்பது மட்டுமே சிறப்பல்ல. பெண் குழந்தை இருப்பதும் கொடுப்பினைதான். பெற்று வளர்த்த மகளைக் கன்யாதானம் செய்து கொடுக்கும் பெரும் பாக்கியம் பெண்ணைப் பெற்றவர்களுக்கு மட்டுமே உண்டு' என்று காஞ்சனாவின் விளக்கத்தைக் கேட்டு கன்யா தானத்தின் சிறப்பை எண்ணி வியந்தான் மாறன்.

இதற்கு அடுத்து வரும் 'மாங்கல்ய தாரணம்' பற்றி காஞ்சனா விவரித்தாள். மணமகன் மணமகள் கழுத்தில் மங்கல நாண் அணிவித்து ஒரு முடிச்சுப் போட, அவனது சகோதரியர் மற்றும் மூத்த சுமங்கலிகள் மற்றும் இரு முடிச்சுகளைப் போடுகிறார்கள். மங்கல நாணை அணிவிக்கையில் சொல்லும் மந்திரமும் அதற்கான அர்த்தமும்:

மாங்கல்யம் தந்துநாநேந மம ஜீவித ஹேதுநா

கண்டே பத்நாமி ஸுபகே த்வம் ஜீவ ஸரதஸ்ஸதம்

மாங்கல்யம் தந்துநாநே - இந்த மங்கல நாணை

மம ஜீவித ஹேதுநா - என்னுடைய வாழ்க்கையில் இன்றியமையாதவளாகி இருப்பவளே

(மம -என்னுடைய, ஜீவத - வாழ்க்கையில், ஹேதுநா- இன்றியமையாதவளே

கண்டே பத்நாமி - உன் கழுத்தை சுற்றி அணிவித்து (நம் உறவை உறுதி செய்கிறேன்)

ஸுபகே- மிகச் சிறந்த குண நலன்களை உடையவளே

த்வம் ஸஜீவ ஸரதஸ்ஸதம் - நீ நூறாண்டு காலம் வாழ வாழ்த்துகிறேன்!

(த்வம் -நீ, ஜீவ- வாழ்க , ஸரதஸ் - ஆண்டு , ஸ்தம் - நூறு)

மணமகன் சொல்வதாக அமைந்த இந்த மந்திரத்தின் அர்த்தம் 'உன்னோடு நான் நீடூழி வாழ வேண்டி இந்த மங்கல நாணை உன் அழகிய கழுத்தில் அணிவிக்கிறேன். எல்லாப் பேறுகளும் பெற்று நீ நூறாண்டு நிறைவான வாழ்க்கை வாழ இறைவன் அருள் புரியட்டும்' என்று காஞ்சனா சொல்லி முடிக்க 'இரண்டு வரிகளில் இத்தனை அர்த்தமாக என்று ஆச்சரியப்பட்டான் மாறன்.

அதன்பின் அக்னியைச் சுற்ற மணமகன் மணமகளை அழைத்து வரும்போது சொல்லும் மந்திரத்தின் பொருள் 'பூஷா தேவதை உன்னை அக்னியின் முன்னிலைக்குப் பத்திரமாக அழைத்துச் செல்லட்டும். அஸ்வினி தேவதைகள் என் வீட்டுக்கு உன்னைப் பாதுகாப்புடன் அழைத்து வரட்டும். பல மங்கலமான செயல்களில் என்னைத் தூண்டப்போகும் பெண்ணே! என் வீட்டின் அரசியாக அடியெடுத்து வை.'

இதற்குப் பின் 'பாணிக்கிரஹண' மந்திரம். மணமகளின் கரத்தைத் தன் கைக்குள் அடக்கிக்கொண்டு மணமகன் 'ஓ பண்புள்ள பெண்ணே! கடவுளர்கள் கருணை மேலிட்டு நான் இல்லறம் பேணுவதற்காய் உன்னை எனக்கு அளித்துள்ளார்கள். முதுமையிலும் நாம் பிரியாமல் நீடு வாழ்வோமாக! உன் திருக்கரம் பற்றியே நான் இல்லறம் எனும் நிலைவாயிலில் நுழைகிறேன். இதுவரை உன்னைக் காத்து வந்த சோமன், பகன் மற்றும் அக்னியின் ஆசிகள் எனக்கு இருக்கட்டும்' என்கிறான். பிறகு சரஸ்வதி தேவியையும், வாயுவையும் தொழுது விட்டுப் பின் இருவரும் அக்னியை வலம் வருவார்கள்.

மணமகளின் பாதம் மணமகன் தொட்டு, மெட்டி அணிவித்து ஏழு அடிகள் எடுத்து வைக்க உதவுகிறான் மணமகன். இது 'சப்தபதி' எனப்படுகிறது. ஒவ்வொரு அடியிலும் மணமகன் சொல்வதாக அமையும் மந்திரத்தின் பொருள் இதுதான்:

முதல் அடி எடுத்து வைக்கும்போது கணவன் கூறுவது 'மணமகள் மணமகன் வீட்டுக்கு வந்து புத்திரபாக்கியங்களைப் பெற்றுக் குலவிருத்தி செய்து, அனைவருக்கும் சந்தோஷம் அளிக்கவேண்டும்; அதற்குத் தேவையான உணவுப்பொருட்கள் போன்றவை குறையா மல் இருக்க நாம் மஹாவிஷ்ணுவைப் பிரார்த்தனை செய்வோம்'.

இரண்டாவது அடியின்போது மனைவியின் தேகவலிமைக்கு வேண்டிக்கொண்டும், அவள் ஆசைகள் நியாயமான ஆசைகளாக இருக்கவும், அவை பூர்த்தியடையவேண்டியும், அதற்கான உடல், மன வலிமையை அவள் பெற மஹாவிஷ்ணு தரவேண்டும் எனவும் கேட்டுக்கொள்வான்.

மூன்றாம் அடியின்போது இருவரும் சேர்ந்து வாழப் போகும் புத்தம்புதிய வாழ்க்கையில் இல்லறத்தை நல்லறமாகச் செய்ய வேண்டிய கடவுள் ஒத்துழைக்கவேண்டும் எனவும், எடுக்கும் முயற்சிகளிலும் இருவருக்கும் நம்பிக்கையும், தர்மத்தை மீறாமலும் இருக்கவேண்டியும் விஷ்ணுவை பிரார்த்தனை செய்வான்.

நான்காம் அடியின்போது கணவன் தானும், தன் மனைவியும் பூவுலக இன்பங்களை எல்லாம் குறைவின்றி அனுபவிக்க வேண்டும் என்றும் அது முழுமையாகக் கிடைக்க மஹாவிஷ்ணு அருள் செய்யவேண்டும் எனவும் பிரார்த்தனை செய்வான்.

ஐந்தாம் அடியின்போது தன் மனைவியாய் வந்து இல்லற சுகம் என்பது வெறும் உடல் சுகம் மட்டுமில்லாமல், மற்ற சுகங்களான வீடு, வாசல், மற்ற செல்வங்களுமாக இருக்க அந்த மஹா விஷ்ணு அருள் புரியவேண்டும் என்று அவன் வேண்டிக் கொள்கிறான்.

ஆறாம் அடியின்போது பருவ காலங்களின் தாக்கங்கள் தங்களைப் பெரிய அளவில் தாக்காதவாறும் அதன் மூலம் இல்வாழ்க்கையின் சுகமோ, சுவையோ குறையாமலும் இருவர் மனங்களும் வல்லமை யோடு இருக்க மஹாவிஷ்ணுவைப் பிரார்த்திப்பதாகச் சொல்கிறது.

ஏழாம் அடியின்போது 'இல்வாழ்க்கையில் செய்யப் போகும் வேள்விகள் அனைத்துக்கும் நீ உதவியாகவும் துணையாகவும் இருந்து என் மனதையும், உன் மனதையும் ஆன்மிகத்திலும் செலுத்த வேண்டியும் எல்லாக் கடமைகளையும் தவறாமல் நிறைவேற்றவும் வேண்டிய பலத்தை உனக்கு அந்த மஹாவிஷ்ணு கொடுக்கட்டும்' என்று மணமகன் கூறுகிறான்.

பிறகு மணமகளை 'அம்மி மிதிக்கச்' செய்து, மணமகன் 'இந்த அம்மியின் மீது ஏறி நிற்பாயாக! உன்னை எதிர்ப்பவர்களை இந்தக் கல்லின் வலிமையுடன் எதிர்கொள்வாயாக! அதே நேரத்தில் எதிரிகளுடன் கருணையுடனும் நடந்து கொள்வாயாக! ஏழு முனிவர்களும் வசிட்டரின் மனைவியான அருந்ததியே சாலச் சிறந்தவள் என்று அறிவித்தார்கள். அதை மற்ற ஆறு மனைவியரும் ஏற்றுக் கொண்டார்கள். அதேபோல என் மனைவியும் கற்பில் தலைசிறந்தவள் என்று கருதப்பட்டு எட்டாவது தாரகையாய் மின்னட்டும்' என்று பிரார்த்திக்கிறான். இதுதான் 'அருந்ததி பார்த்தல்' ஆகும்.

இதன்பின் மணமக்கள் துருவ நட்சத்திரத்தைப் பார்க்கிறார்கள். 'ஓ துருவனே! நீ உறுதியின் ஊற்று! வாழ்வில் உயிரின் உறுதிக்கு நீயே பொறுப்பு. நட்சத்திர மண்டலங்களின் அச்சாணி நீ. உறுதியைத் தாக்கும் எதிரிகளிடமிருந்து எம்மைக் காப்பாற்று.'

இதனைத் தொடர்ந்து 'மங்கள ஆர்த்தி' எடுக்கப்படும். எலுமிச்சை, மஞ்சள் ஆகியவை கலந்த நீரில் மூன்று முறை இடமும், வலமுமாக வயதான சுமங்கலிகள் சுற்றித் திருஷ்டி கழிக்கக் கல்யாணம் நல்லபடியாக நடந்து முடிந்தது. காஞ்சனா ஒன்றுவிடாமல் பிராமண சம்பிரதாயப்படி நடக்கும் கல்யாணத்தை மாறனிடம் சொல்லி முடித்தாள். பின்னர் இருவரும் மணமேடைக்குச் சென்று பரத்வாஜர் - சியாமளா மற்றும் தேவராஜ் -சர்மிளா தம்பதிகளுக்குத் தங்கள் வாழ்த்துகளைத் தெரிவித்துப் பரிசுகளை வழங்கினர்.

இரு நாள்களுக்குப் பிறகு மாறனும் காஞ்சனாவும் பாண்டிய நாட்டுக்குத் திரும்பக் கடற்கரைக்கு வந்தார்கள். அங்கே பாண்டிய நாட்டின் மீன் கொடி பறக்கக் கப்பல் புறப்படத் தயாராக நங்கூரமிட்டு நின்று கொண்டிருந்தது. தேவராஜுடன் சில ஆயுர்வேத மருத்துவர்களும் பாண்டிய நாட்டுக்குப் பயணிக்கக் காத்திருந்தார்கள். கல்யாணமான இரு நாள்களிலேயே கணவன் தேவராஜைப் பிரிய நேர்ந்ததை எண்ணி சர்மிளா அழுது கொண்டிருந்தாள். அவளை ஆரத் தழுவிக் கண்ணீரைத் துடைத்தவாறே விரைவில் வந்துவிடுவேன் என்று சொல்லிவிட்டுப் புறப்பட்டார். ஆனால் அடுத்த சில நாள்களில் கப்பல் நடுக்கடலில் புயல் மற்றும் கடல் சீற்றத்தில் சிக்கிக்கொண்டது என்றும் அதில் பயணித்த பலர் இறந்துவிட்டனர் அல்லது காணாமல் போய்விட்டனர் என்றும் பிழைத்தது பலத்த காயங்களுடன் மாறன் மட்டுமே என்றும் துவாரகைக்குச் செய்தி வந்தது.

●

சர்மிளா துக்கத்தை அடக்க முடியாமல் குலுங்கிக் குலுங்கி அழுதாள். சகுந்தலா எவ்வளவோ சொல்லியும் அவளைத் தேற்ற முடியவில்லை. அவளது கோபம் பரத்வாஜர் மீது திரும்பியது. 'வேதம், சாஸ்திரம் அறிந்த பண்டிதர் என்று சொல்கிறார்கள். தேவராஜ் மற்றும் சர்மிளா ஜாதகங்களின் பொருத்தத்தைப் பார்த்துத் தானே கல்யாணத்துக்குச் சம்மதம் சொன்னீர்கள்? தேவராஜுக்கு அல்ப ஆயுள் என்றோ, இவளுக்கு மாங்கல்யம் நிலைக்காது என்பதையும் ஜாதகத்தில் உங்களால் முன் கூட்டியே கணிக்க முடியவில்லையா? அப்போதே சொல்லியிருந்தால் வேறு இடம் பார்த்திருக்கலாமே? என் சகோதரி சர்மிளா வாழ்க்கை வீணாகப் போனதற்கு நீங்களே காரணம்' என்று வருந்தினாள்.

பரத்வாஜருக்கும் அவளை எப்படிச் சமாதானப்படுத்துவது என்று தெரியவில்லை. 'சகுந்தலா சொல்வதும் நிஜம்தானே. இருவருடைய

ஜாதகத்தையும் நான்தானே பார்த்து நன்றாகப் பொருந்தியிருக்கிறது என்று சொன்னேன். எங்கே தவறு நேர்ந்தது?' என்று தனக்குத்தானே வருந்தினார்.

'சகுந்தலா நான் கூறுவதைப் பொறுமையுடன் கேள். சோதிடம் என்பது கடவுளின் கொடை. அதுவும் அறிவியல்தான். சில தருணங்களில் சோதிடம் சொல்பவனின் கண்களை விதி மறைத்துவிடும். வாழ்வு நிலைக்குமென்று மனிதன் நினைப்பான். பாவம் மனிதனென்று கடவுள் நினைப்பார். நினைப்பதெல்லாம் நடந்துவிட்டால் தெய்வம் எதற்கு? நாளை நடப்பதை ஓரளவுதான் சோதிடம் கணிக்கும். நூறு சதவிகிதம் இப்படித்தான், இதுதான் நடக்கும் என்று உத்தரவாதம் அளிக்க ஆண்டவனால் மட்டுமே சாத்தியம். எந்தச் சோதிடனாலும் இப்படித்தான் நடக்கும் என்று கணிக்க முடியாது.

மேலும் ஜாதகம் எழுதுவதில் பல முக்கிய அம்சங்கள் இருக்கின்றன. மிகுந்த எச்சரிக்கையுடன் பிறந்த நேரத்தைத் துல்லியமாகக் குறிக்க வேண்டியது மிகவும் அவசியம். குறிப்பாக ஒரு நாழிகை (2½ நாழிகை =1 மணி = 60 நிமிடங்கள் அதாவது 1 நாழிகைக்கு 24 நிமிடங்கள்) தவறினாலும், அதாவது முன் பின் எழுதினாலும் ஜாதகக்காரனின் தலை எழுத்தே மாறிவிடும். எனவே கையில் கிடைத்த தேவராஜின் ஜாதகத்தை வைத்துத்தான் பொருத்தம் பார்த்தேன். இப்போது அந்த ஜாதகமே சரியாக எழுதப்படவில்லையோ என்ற சந்தேகம் வருகிறது.

இன்னொரு விஷயத்தையும் சொல்லியாக வேண்டும். சர்மிளாவுக்கு மாங்கல்ய தோஷம் இருப்பது உனக்குத் தெரியும். அவளது ஜாதகத்தில் செவ்வாய் இரண்டாம் இடத்தில் இருக்கிறது. முதல் திருமணம் சரிப்பட்டு வராது என்பதே இதன் அர்த்தம். அந்த தோஷம் நீங்குவதற்காக ஒரு வாழை மரத்துடன் இவளுக்கு முதல் திருமணம், அதாவது கும்ப விவாஹம் செய்து வைத்தது ஞாபகம் இருக்கிறதா? அது முதல் விவாகமாகக் கருதப்பட்டு இந்த இரண்டாம் விவாகத்துக்குத் தீய பலன் எதுவும் வராது என்று நாம் நம்பினோம். அதோடு தேவராஜின் ஜாதகத்தில் பல நல்ல அம்சங்கள் இருந்தன. இவர்கள் இருவருக்கும் நடக்கும் திருமணத்தில் அந்த நல்ல அம்சங்களின் பங்கு அதிகமாக இருக்கும் என்று நம்பினேன்.

தோஷத்தை நிவர்த்தி செய்ய முடிந்தவரை எல்லாம் செய்து பார்த்தும் விதி விளையாடி விட்டது. நடந்தது நடந்துவிட்டது. இனி பேசுவதில் எந்த அர்த்தமும் இல்லை. பிராப்தம் அவ்வளவுதான் என்று நினைத்துக்கொண்டு ஆக வேண்டியதைப் பார்ப்போம்' ஆறுதல் சொன்னவாறே பரத்வாஜரும் கண் கலங்கினார். ஆனாலும் சகுந்தலா

சமாதானம் அடையவில்லை. 'உங்களுக்கென்ன தத்துவம் பேசியே காலத்தைக் கழித்துவிடுவீர்கள். பெண்களாகிய எங்களால் அப்படியெல்லாம் இருக்க முடியாது' என்று அழுதாள்.

இறுதிச் சடங்குகளைச் செய்யச் சில பிராமணர்கள் உள்ளே நுழைந்தனர். 'பரத்வாஜரே! உங்களுக்குத் தெரியாதது எதுவுமில்லை. அடுத்தடுத்த காரியங்களைச் செய்யவேண்டும். பத்தாம் நாள் நடைபெறும் 'பத்து' அன்று சர்மிளாவின் தலைமுடியை மொட்டை அடித்து, குங்குமத்தை அழித்து, தாலிக் கயிறை அறுத்து, மெட்டியை அகற்ற வேண்டும். இனி வெள்ளை நிற ஆடையை மட்டுமே ஆயுசுக்கும் அவள் அணிய வேண்டும். கல்யாணம் கார்த்திகை என எந்த சுப விசேஷங்களுக்கும் செல்லக்கூடாது. யார் முகத்திலும் விழிக்காமல் வீட்டிலேயே முடங்கிக் கிடக்கவேண்டும். கேட்கக் கஷ்டமாக இருந்தாலும் காலங் காலமாக நடக்கும் இந்தப் பழக்கத்தைக் கடைப்பிடித்தே ஆக வேண்டும்' என்றனர்.

இதைக் கேட்ட சகுந்தலா, 'சர்மிளா ஒரு பாவமும் செய்யாத குழந்தை. இரு நாள்களுக்கு முன்பு நீண்ட கூந்தலில், தலை நிறைய மல்லிகைப் பூவுடன், மணப்பெண்ணாகப் பார்த்த அவளை வெள்ளை ஆடையில், மழித்த தலையுடன் நடை பிணமாகப் பார்க்கும் சக்தி எனக்கு இல்லை' என்று கண்ணீர்வடித்தாள்.

சகுந்தலாவின் மற்றுமொரு சகோதரியும், அவளது கணவனின் இரண்டாவது மனைவியுமான சியாமளா அனைத்தையும் கேட்டவாறே வெளியே வந்தாள். 'இந்தச் சமூகத்தில் விதவையாய் இருப்பது சாபக்கேடு. மறு விவாகமும் செய்து கொள்ளவிடாது. நிம்மதியாக வாழவும் விடாது' என்று சகுந்தலாவுடன் சேர்ந்து கொண்டு சர்மிளாவுக்காக பரிந்து பேசினாள்.

'உங்கள் உணர்வுகள் எனக்குப் புரிகிறது. ஆணுக்குப் பெண் சமம் என்னும் கொள்கையில் நானும் உறுதியாகவே இருக்கிறேன். மனைவியை இழந்த ஆணுக்கு ஒரு நீதி, கணவனை இழந்த பெண்ணுக்கு ஒரு நீதி என்பதை நானும் வன்மையாகக் கண்டிக்கிறேன். சர்மிளாவின் தலையை மொட்டை அடிப்பதோ, செந்தூரத்தை அழிப்பதோ, வெள்ளை ஆடையை உடுத்தச் சொல்வதோ எதுவும் நடைபெறாது' என்று உத்தரவாதம் தந்தார். பிறகு வந்தவர்களைக் கைகூப்பி அனுப்பி வைத்தார்.

'தலையில் வைத்த பூ வாடுவதற்கு முன்பே அதை எடுக்கச் சொல்வது என்ன நியாயம்? உடுத்திக் கொண்டிருக்கும் பட்டுப் புடவை கசங்குவதற்கு முன்பே அதை அகற்றிவிட்டு வெள்ளைப்

புடவையைக் கட்டிக்கொள்ளச் சொல்வது என்ன நீதி? கணவனுடன் சேர்ந்திருக்கும்போது செந்தூரம் கலைவதுதான் பெண்ணுக்கு வரம். ஆனால் கணவனை இழந்து செந்தூரம் அழிவது சாபம்தான். அதற்காக அவளை இப்படியே விட்டுவிட முடியுமா? என்று சகுந்தலா சொல்லியவாறே தனது கணவர் பரத்வாஜரைப் பார்த்தாள்.

'அக்கா சொல்லப் போவதை நானும் வழிமொழிகிறேன். சர்மிளாவை அப்படியே விட்டுவிட முடியாதுதான். சர்மிளா இந்தநிலையில் இருக்கும் போதும் நானும் அக்கா சகுந்தலாவும் கண்டிப்பாக சந்தோஷமாக இருக்க முடியாது. அதற்கு நானொரு யோசனை வைத்திருக்கிறேன். எனக்குச் சம்மதம்தான். அக்கா சகுந்தலாவும் ஒப்புக்கொண்டால் இந்தப் பிரச்னையை முடிவுக்குக் கொண்டு வரலாம்' என்றாள் சியாமளா.

பரத்வாஜரும், சகுந்தலாவும் புருவங்களை உயர்த்த சியாமளா தொடர்ந்தாள் 'சர்மிளாவின் பிரச்சினையை நாம் மூவரும்தான் பேசித் தீர்க்க வேண்டும். சுற்றி வளைத்துப் பூடகமாகப் பேச விரும்ப வில்லை. நேரடியாகவே சொல்கிறேன். உங்கள் ஜாதகத்தில் ஆயுள் ரேகை பலமாக இருக்கிறது. சந்தான பாக்கியமும் இருக்கிறது. சகுந்தலா அக்கா மூலமாக இல்லாவிட்டால் என்ன? அதற்கு உத்தரவாதம் தர இனி என்னோடு தங்கை சர்மிளாவும் உறுதுணையாக இருப்பாள். நாங்கள் மூன்று சகோதரிகளும் உங்கள் தர்ம பத்தினிகளாக ஒற்றுமையுடன் இருப்போம். வாரிசுகளைப் பெற்றுத் தருவோம்.'

'உனக்குச் சித்தம் கலங்கிவிட்டதா என்ன? இப்போதும்கூட உன்னை இரண்டாம் தாரமாக முழு மனதுடன் ஏற்றுக் கொள்ள முடியவில்லை. எட்டு வருஷங்களாக உன் அக்கா என்னுடன் மல்லுக்கட்டியது மறந்து விட்டதா? வாரிசு வேண்டும் என்ற ஒரே காரணத்துக்காகத்தான் உன்னை இரண்டாம் தாரமாகக் கல்யாணம் செய்து கொள்ள அரை மனதுடன் சம்மதித்தேன். இப்பொழுது சர்மிளாவை மூன்றாம் தாரமாகக் கல்யாணம் செய்து கொள்ள யோசனை சொல்கிறாயே? அவள் என் கண் முன் வளர்ந்தவள். என் வயசென்ன அவள் வயசென்ன? தயவு செய்து என்னைத் தர்ம சங்கடத்துக்கு உள்ளாக்காதே' என்று பரத்வாஜர் இந்த விபரீத முடிவைத் தவிர்க்கப் பார்த்தார்.

ஆனாலும் சகுந்தலாவும் சியாமளாவும் விடவில்லை. சர்மிளா விதவையாகத் துன்பப்படுவதைத் தடுக்க இது ஒன்றே வழி. இப்போது இருக்கும் நிலையில் அவளுக்கு ஒரு நல்ல வழியை ஏற்படுத்தாமல் தங்களால் சந்தோஷமாக வாழ முடியாது என்று சொன்னார்கள். கடைசியாக பரத்வாஜரும் வேறு வழியின்றி 'சர்மிளா என்னைத் திருமணம் செய்து கொள்ள மனப்பூர்வமாகச் சம்மதிக்க வேண்டும்' என்ற ஒரேயொரு நிபந்தனையுடன் ஒப்புக்கொண்டார்.

சகுந்தலாவும், சியாமளாவும் பக்குவமாக சர்மிளாவிடம் எடுத்துச் சொன்னார்கள். ‘விதவை வாழ்க்கை நரகத்தை விடவும் கொடுமை யானது. உன்னை மறுமணம் செய்து கொள்ள இன்னொருவனைத் தேடுவது இயலாத காரியம். அது நடக்கவும் நடக்காது. உன்னை விதவைக் கோலத்தில் பார்த்துக்கொண்டு எங்களால் குடும்பம் நடத்த முடியாது. ஒரே வீட்டில் இதுவரை சகோதரிகளாக ஒன்றாக இருந்தோம். இனி பரத்வாஜருக்கு மனைவிகளாக ஒற்றுமையுடன் வாழ்வோம். தயவு செய்து எங்களுக்காக ஒத்துக்கொள்’ என்று கேட்டுக்கொண்டார்கள்.

சின்னஞ்சிறு பெண் மனத்தில் கணவனோடு வாழ்வது குறித்த எத்தனை கற்பனைகள் இருந்திருக்கும். சாஸ்திரம், சம்பிரதாயம் என்ற பெயரில் கனவுகளைக் கருவிலேயே சிதைக்கலாமா? பூவினும் மெல்லிய பிஞ்சு மனம் சகோதரிகளின் வற்புறுத்தலுக்காக ஒப்புக் கொண்டது.

ஒரு நல்ல முகூர்த்த நாளில் முதல் மற்றும் இரண்டாம் மனைவி சாட்சியாக சர்மிளாவின் கழுத்தில் தாலி கட்டி அவளை பரத்வாஜர் மூன்றாவது மனைவியாக ஏற்றுக்கொண்டார். முதல் முடிச்சை பரத்வாஜர் போட இரண்டாவது மற்றும் மூன்றாவது முடிச்சுகளை முதல் மனைவி சகுந்தலாவும், இரண்டாம் மனைவி சியாமளாவும் போட வித்தியாசமாகவும் நெகிழ்ச்சியாகவும் பரத்வாஜர் - சர்மிளா கல்யாணம் இனிதே நடந்து முடிந்தது.

சம்பந்தப்பட்டவர்கள் சும்மா இருந்தாலும் ஊர் சும்மா இருக்குமா? விதவைப் பெண்ணை மூளியாக வீட்டுக்குள் முடக்கி வைக்காமல் அவளுக்குப் பூவும், பொட்டும் வைத்து வேதம் படித்த பண்டிதரான பரத்வாஜரே மூன்றாவது மனைவியாக ஏற்றுக்கொண்டதை ஊராரால் ஜீரணிக்க முடியவில்லை. பஞ்சாயத்தார் ஒன்று கூடி சாஸ்திர சம்பிரதாயங்களை மீறினார் என்று பரத்வாஜர் மீது குற்றம் சாட்டித் தக்க விளக்கம் அளிக்க வேண்டுமென அவருக்கு ஓலை அனுப்பினர்.

7

புண்ணியாகவசனமும் நாமகரணமும்

கிருஷ்ணரின் சகோதரி சுபத்ரா - அர்ஜுனன் குழந்தை, தன வைசியரின் குழந்தை மற்றும் மீனவன் மத்ஸ்யனின் குழந்தை என மூன்று குழந்தைகளுக்கும் சமுத்திர நாராயணர் கோயிலில் கோலாகலமாகப் பெயர் சூட்டு விழாவை நடத்த முடிவானது. புண்ணியாகவசனத்துக்கும் நாமகரணத்துக்கும் ஒரு நல்ல நாளை பரத்வாஜர் தேர்ந்தெடுத்தார். ஒரு பக்கம் கடல் அலைகள் மற்றும் பக்கம் மனிதத் தலைகள் என்று கூறும் அளவுக்கு நிகழ்ச்சியைக் காண மக்கள் குவிந்திருந்தனர்.

துவாரகை அரச குடும்பத்தைச் சேர்ந்த கிருஷ்ணரின் சகோதரி சுபத்திரை, சுபத்திரை கைக்குழந்தை, சகாதேவன், பிரத்யும்னன் (கிருஷ்ணரின் மகன்), சாத்யகி, கிருதவர்மர் உள்ளிட்ட அமைச்சர்கள் வந்திருந்தனர்.

கடவுள் சந்நிதானத்தின் முன்பு மூன்று குழந்தைகளும் தொட்டிலில் படுக்க வைக்கப்பட்டன. வெள்ளிக் குடத்தில் தண்ணீரும், அதன் வாய்ப் பகுதிக்குள் மாவிலைகளும், நடுவே தேங்காயும் கொண்ட பூஜையின் முக்கிய அம்சமாகக் கருதப்படும் பூர்ணகும்பம் வைக்கப் பட்டிருந்தது. வேத பண்டிதர்கள் ஆயுஷ் ஹோம பூஜைக்காக மந்திரங்களை ஜபிக்கத் தொடங்குவதற்கு முன்பாக சமித்துகளை ஹோம குண்டத்தின் மீது பரப்பி அவற்றின் மீது நெய்யை ஊற்றி அக்னியை வளர்த்தனர். பரத்வஜர் நடு நாயகமாக அமர்ந்து கொள்ள அவருடன் இணைந்து மந்திரங்களை ஓதவும், ஆகுதி செய்யப் பழங்கள், சாதம், பட்டுத் துணியுடன் அனைவரும் தயாரானார்கள்.

அப்போது 'நிறுத்துங்கள். நிறுத்துங்கள்' என்று கத்திக்கொண்டே தன வைசியர் ஓடி வந்தார். 'என்ன கொடுமை இது. ஒரு மீனவக் குழந்தையுடன் என் குழந்தைக்குப் பெயர் சூட்டு விழாவா?' என் குலம், கோத்திரம், பாரம்பரியம் என்ன?' என்று பொரிந்து தள்ளினார்.

'கிருஷ்ணரின் ராஜ்ஜியத்தில் ஜாதி வர்ண பேதம் கிடையாது. அதுவும் இது ஆண்டவன் சந்நிதி. இங்கு எல்லோரும் சமம். பாண்டவர் குடும்பத்தைச் சேர்ந்த அர்ஜுன மகாராஜா மனைவி சுபத்திரையின் குழந்தைக்கும் அதே மீனவக் குழந்தையுடன்தான் ஆயுஷ் ஹோமம் நடக்கப் போகிறது. அவர்கள் ராஜ வம்சம். ஒரு வைசியக் குழந்தையுடன் எங்கள் சத்ரியக் குழந்தைக்கு நாமகரணமா என்று அவர்கள் ஆட்சேபிக்கவில்லை. அவர்களே அமைதியாக இருக்கும் போது...' என்று சொல்லிவிட்டு நிறுத்தினார் பரத்வாஜர்.

'இன்னொன்றையும் சொல்கிறேன். இந்த மீனவக் குடும்பத்துக்கு நான்தான் அடைக்கலம் கொடுத்தேன். என் குடும்பத்தில் ஒருவராகத்தான் மத்ஸ்யனுக்கும், மனைவிக்கும், குழந்தைக்கும் அரசு அடையாள முத்திரைகளை வழங்கி உள்ளது. அந்த வகையில் அந்தக் குழந்தை மீனவக் குழந்தை கிடையாது. எங்கள் குடும்பத்தைச் சேர்ந்த குழந்தைதான்' என்று விளக்கினார்.

தன வைஸ்யனை அருகில் நின்று கொண்டிருந்த சகாதேவர் சமாதானப்படுத்த விழா தொடங்கியது.

கிருஷ்ணரின் ராஜ்ஜியத்தில் ஜாதி பேதம் இல்லை என்பதை நிரூபிக்கும் வகையில் வெவ்வேறு பிரிவுகளைச் சேர்ந்த மூன்று குழந்தைகளும் பெரிய தொட்டிலில் ஒன்றாகப் படுக்க வைக்கப் பட்டனர். 'குழந்தையின் வாழ்க்கையில் நாமகரணம் அதாவது பெயர் சூட்டுவது மிக முக்கிய நிகழ்வாகும். குழந்தை பிறந்த முதல் பத்து நாள்கள் தாய்க்கும் சேய்க்கும் தீட்டுக் காலம். எனவே, தீட்டுக் கழிந்த பத்து நாள்களுக்குப் பிறகே புண்யாகவசனத்துக்கும், நாமகரணத்துக்கும் ஏற்பாடு செய்யப்படும். தாயும் தந்தையும் நீராடிய பிறகு குழந்தையின் தலையில் புனித நீர் தெளிக்கப்பட்டு இருவரும் மேடையில் அமர்ந்து கொள்வர்.

குழந்தைக்குப் பட்டாடை அணிவித்து, கண்ணுக்கு மையெழுதி, நெற்றியில் திலகமிட்டு, கன்னத்தில் கருஞ்சாந்துப் பொட்டு வைத்து திருஷ்டி கழிப்பார்கள். குழந்தையின் தாய் வழி மற்றும் தந்தை வழித் தாத்தாக்களும், பாட்டிகளும், நெருங்கிய உறவினர்களும் அமர்ந்து கொள்வார்கள். குழந்தையின் பிறந்த தேதி, நேரம், நட்சத்திரத்துக்கு ஏற்ப சமஸ்கிருத எழுத்தில் தொடங்கும் பெயர் வைக்கப்படும்.

குழந்தைக்கு ராசியான இப்பெயரை அதன் காதுகளில் மூன்று முறை தந்தை மெதுவாகக் கூறுவார்.

வந்திருப்போர் அட்சதை தூவியும், மலர் மாரிப் பொழிந்தும், குழந்தையை ஆசீர்வதிப்பார்கள். எந்தப் பாகுபாடும் இன்றி வந்திருக்கும் விருந்தினர்கள் அனைவருக்கும் சுவையான உணவு பரிமாறப்படும். இதற்கு சமபந்தி போஜனம் என்று பெயர். நான் சொன்ன அனைத்துமே சாஸ்திர சம்பிரதாயப்படி இப்போது நடைபெறும்' என்றார் பரத்வாஜர்.

'மூன்று குழந்தைகளின் ஜாதகங்களையும் நான் நுணுக்கமாக ஆய்வு செய்தேன். ஆச்சரியம் ஆனால் உண்மையான விஷயம் அரச, வைஸ்ய மற்றும் மீனவக் குடும்பங்களில் பிறந்த மூன்று குழந்தைகளும் அதே நாளில், அதே மிருகசீரிஸ நட்சத்திரத்தில், அதே ரிஷப ராசியில் பிறந்துள்ளனர். ஆகவே மூவரின் ஜாதகப் பலன்களும் கிட்டத்தட்ட ஒரே மாதிரியாகத்தான் இருக்கும். வெவ்வேறு பின்புலங்களுடன், வெவ்வேறு ஜாதிகளில் பிறந்திருந்தாலும், மூவரும் மிகப் பெரிய போர் வீரர்களாக இணைந்தே பணியாற்றுவார்கள். சமுத்திர நாராயணன் அவர்களுக்கு எல்லா நலன்களையும் வழங்க வேண்டும் என்ற பிரார்த்தனையுடன் அவர்களது பெயர்களைச் சொல்லிக், குண நலன்களையும், திறமைகளையும் கணிக்கிறேன்' என்றார்.

அர்ஜுன மகாராஜா - சுபத்திரை தம்பதிகளின் குழந்தை அபிமன்யு வில் வித்தை வீரன்.

ஆர்யவைஸ்யா தன வைஸ்யனின் குழந்தை. ராணுவ வியூகங்கள் அமைப்பதுடன், போர்த் தளவாடங்களைத் திரட்டுவதில் நிபுணன்.

சாகர் மத்ஸ்யனின் குழந்தை . போராட்டங்கள், கடும் குழப்பங்கள் இவற்றுக்கு நடுவே பிறந்தாலும், வீரமும் விவேகமும் நிறைந்தவன்

அனைவரும் சமபந்தி போஜனத்துக்குச் சாப்பிட உட்கார்ந்த அடுத்த நிமிடம் திடீரென எங்கிருந்தோ எரி அம்பு மின்னல் வேகத்தில் வந்தது. தீ ஜுவாலைகளைக் கக்கியவாறே கோயில் மண்டபத்தின் கூரை மீது விழ அவை பற்றி எரியத் தொடங்கின. சாப்பிட உட்கார்ந்தோர் அலறி அடித்துக்கொண்டு வெளியே ஓடினர்.

8

சொந்த நாட்டை விட்டு வெளியேற்றம் – நாடற்ற நிலை

அக்னி அஸ்திரம் அரங்கு முழுவதும் தன் கோர நாக்குகளை நீட்டிப் பொசுக்கியது. நல்ல வேளையாக அரசு காவலாளிகள் உடனடியாகக் களத்தில் இறங்கித் தீ மேலும் பரவாமல் தடுத்தனர். கூரை மட்டும் சாம்பலாயின. நல்ல வேளை உயிர்ச் சேதமில்லை. தீக் காயங்களுடன் தப்பித்தனர்.

'பரத்வாஜரே! நல்ல நாளும் அதுவுமாகத் தீ விபத்து எற்பட்டுள்ளது கெட்ட சகுனமாகத் தோன்றுகிறதே? இதனால் என் குழந்தைக்கு ஏதேனும் ஆபத்து வருமா?' தாய்க்கே உரிய கவலையுடன் கேட்டாள் சுபத்ரா.

'நாமகரணம்தான் நல்லபடியாக முடிந்துவிட்டதே. பதினாறு வயது வரை எந்தப் பிரச்னையும் கிடையாது. ஆனால் அதன் பிறகு வாழ்க்கையில் இதுபோன்ற நிகழ்ச்சிகள் நடப்பதைத் தவிர்க்க முடியாது. இவர்கள் வாழ்க்கையே போராட்டமாக இருந்தாலும், வெற்றிகரமாகச் சமாளிப்பார்கள். சமுத்திர நாராயணன் குழந்தைகளுக்குத் துணையிருப்பார்.'

'இந்த அக்னி அஸ்திரத்தை யார் எய்திருப்பார்? கிருஷ்ணருக்கு விரோதிகள் யார் இருக்கிறார்கள்?

'ஏன் இல்லை... ஜன்ம விரோதிகளே உண்டு. கம்சனின் மாமா ஜராசந்தன், சிசுபாலன், ருக்மி எனப் பட்டியல் நீண்டு கொண்டே

போகும். தன் மாப்பிள்ளை கம்சனைக் கொன்று மகளை விதவையாக்கிய கிருஷ்ண மீது ஜராசந்தனுக்கு ஜன்மப் பகை. அதனால் திடீர் திடீரென இதுபோன்ற அஸ்திரங்களை எய்து துவாரகையை அச்சுறுத்திக் கொண்டே இருப்பார். துவாரகைப் படைகளும் தக்க பதிலடி கொடுக்கும். எரி அம்பு விழுந்த உடனேயே ஒரு சங்கு முழக்கத்தைக் கேட்டிருப்பீர்களே. அது வேறொன்று மில்லை. எரி அம்பு வந்த திசையைக் கணித்து அது எய்யப்பட்ட இடத்தை நோக்கி துவாரகையில் இருந்து பதில் அம்பு எய்யப் பட்டிருக்கும். அந்தச் சங்கு சத்தம் மக்களை எச்சரிக்கைசெய்து பாதுகாப்பான இடத்துக்குப் போகவைக்கத்தான்' என்று பரத்வாஜர் விவரித்தார்.

●

சோமவாரம். திங்கட் கிழமை அதிகாலையிலேயே ஆலமரத்து நிழலில் பஞ்சாயத்து கூடியது. சில வாரங்கள் முன்புதான் மனைவியை இழந்த நாவிதருக்கும், பிராமண விதவைக்கும் திருமணம் செய்து வைத்ததற்காகச் சாட்சிக் கூண்டில் ஏறி வாதாடினார் பரத்வாஜர். இன்றைக்குச் அவரே சர்மிளாவுடன் குற்றவாளிக் கூண்டில் நின்று கொண்டிருக்கிறார். 'உங்கள் மீது இரண்டு குற்றங்கள் சுமத்தப் பட்டுள்ளன. குடும்பத் தலைவர் என்ற முறையில் விதவை மைத்துனி சர்மிளாவுக்கு மொட்டை அடிப்பது உள்ளிட்ட சடங்குகளைச் செய்யாதது முதல் குற்றம். அவளையே மூன்றாம் தாரமாகக் கல்யாணம் செய்து கொண்டது இரண்டாவது குற்றம். இவற்றை ஒப்புக் கொள்கிறீர்களா... மறுத்து விளக்கம் அளிக்கப் போகிறீர்களா?

'நான் செய்தது குற்றமா இல்லையா என்பதை என் விளக்கத்தைக் கேட்ட பிறகு இந்தப் பஞ்சாயத்து முடிவு செய்யட்டும். சில நாள்கள் முன்புதான் மனைவியை இழந்த நாவிதருக்கும், பிராமண விதவைக்கும் திருமணம் செய்து வைத்ததற்காகச் சாட்சிக் கூண்டில் ஏறி என் தரப்பு நியாயத்தை எடுத்துரைத்ததை இந்தப் பஞ்சாயத்து மறந்திருக்காது என்று நினைக்கிறேன். விதவை வாழ்க்கை கொடூரமானது. வீட்டிலும் வெளியிலும் அவள் படும் வேதனைகளை வார்த்தைகளில் சொல்ல முடியாது. எந்த விசேஷத்துக்கும் அழைப்பு கிடையாது. குழந்தைகள் இருந்தாலாவது ஆறுதல் உண்டு. அதுவும் இல்லையெனில் நரகம்தான். இதன் காரணமாகவே சில விதவைகள் 'சதி' என்னும் உடன்கட்டை ஏறி உயிரை மாய்த்துக் கொள்கின்றனர். இதைத் தடுக்க வேண்டிய சமூகம் வேடிக்கை பார்க்கிறது. அது தவறில்லையா?

இன்னொன்றையும் அழுத்தமாகப் பதிவு செய்ய விரும்புகிறேன். ரிக் மற்றும் அதர்வண வேதங்களில் விதவை மறுமணத்தை ஆதரிக்கும் ஸ்லோகங்கள் உள்ளன. சதி அதாவது உடன் கட்டை ஏறுவது குறித்து வேதங்களில் எந்தக் குறிப்பும் இல்லை. தசரதன் இறந்த பிறகு கௌசல்யா, கைகேயி, சுமித்திரை ஆகியோர் உடன்கட்டை ஏறவில்லை. இராமாயணத்தில் வாலி இறந்த பிறகு அவன் மனைவி தாரையும், இராவணன் இறந்த பிறகு அவன் மனைவி மண்டோதரியும் மைத்துனர்களையே மறுமணம் செய்து கொண்டனர். கிருத யுகத்தில் சதி என்ற பேச்சுக்கும் இடமில்லை, விதவை மறுமணத்துக்கும் தடையில்லை. அதேபோல் மகாபாரதத்தில் பாண்டு இறந்த பிறகு அவனது இரு மனைவியரில் மாத்ரி மட்டுமே குற்ற உணர்ச்சி காரணமாக விருப்பப்பட்டு உடன்கட்டை ஏறினாள். குந்தி உடன்கட்டை ஏறாமல் தனது குழந்தைகளுடன் மாத்ரி குழந்தை களையும் வளர்த்தாள் என்பது எல்லோருக்கும் தெரிந்த விஷயம்.

வேத காலத்தில் இல்லாதவற்றை இப்போது நாம் திணித்துக் கொண்டிருக்கிறோம். இவை பெண்களுக்கு எதிரான வன்முறை. விதவை மறுமணத்தை ஆதரிக்கும் நான், என் வீட்டிலேயே ஒருத்தி காலமெல்லாம் விதவையாக இருப்பதை அனுமதிப்பேனா?. அதனால்தான் சர்மிளாவுக்கு சாஸ்திரம் என்ற பெயரில் மொட்டை அடிப்பதையோ, வெள்ளை ஆடை உடுத்துவதையோ தடுத்து நிறுத்தினேன். வேறு யாரும் சியாமளாவை மறுமணம் செய்து கொள்ள முன்வர மாட்டார்கள் என்பதால், என் இரு மனைவிகளின் கட்டாயத்தின் பேரில்தான் நானே அவளை மூன்றாம் தாரமாக மணந்து கொண்டேன். என மனச்சாட்சிக்கு விரோதமின்றிச் செயல் பட்டேன். அதனால் எனக்குக் குற்ற உணர்வு இல்லவே இல்லை. சொல்ல வேண்டியதைச் சொல்லிவிட்டேன். பஞ்சாயத்து என்ன முடிவெடுக்கிறதோ அதற்குக் கட்டுப்படுகிறேன்' என்றார் பரத்வாஜர்.

'பரத்வாஜரே! உங்கள் பேச்சுத் திறனை இந்தப் பஞ்சாயத்து பாராட்டுகிறது. ஆனால் வார்த்தை ஜாலங்களால் சம்பிரதாயத்தையும் சாஸ்திரங்களையும் மாற்ற முடியாது. சட்டங்களுக்கு அனைவரும் கட்டுப்பாட்டே ஆக வேண்டும். ஏற்கனவே கலப்பு மணம் செய்து வைத்த குற்றத்துக்காக இந்தப் பஞ்சாயத்து உங்களை எச்சரித்து விடுவித்தது. இரண்டாவது முறையும் அதே தவறைச் செய்ததால் உங்களுக்குக் கட்டாயம் தண்டனை உண்டு'.

'நீங்களும் உங்கள் மூன்றாவது மனைவியுமான சர்மிளாவும் ஜாதிக் கட்டுப்பாடுகளை மீறியதால் 'சாதிப் பிரஷ்டம்' அதாவது

ஜாதியிலிருந்து நீக்கி வைக்கப்படுகிறீர்கள். குரு குல ஆசான் என்னும் பதவியும் பறிக்கப்படுகிறது. ஒரு வாரத்துக்குள் இருவரும் ஆஸ்ரமத்தைக் காலி செய்துவிட்டு ஊருக்கு வெளியே எல்லையில் வசிக்க வேண்டும். ஊர் மக்கள் யாரும் அவர்களுடன் எந்த உறவோ, தொடர்போ வைத்துக் கொள்ளக் கூடாது. மீறினால் அவர்களும் வெளியேற்றப்படுவார்கள். இதுவே பஞ்சாயத்து முடிவும் உத்தரவும் ஆகும்.

பரத்வாஜர் எதுவும் பேசாமல் ஆஸ்ரமத்தை அடைந்தார். 'பஞ்சாயத்து உத்தரவுக்குக் கட்டுப்படுவதே முறை. நாளைக்கே காலி செய்துவிட்டு ஊர் எல்லைக்குச் செல்வோம். எளிமையான வாழ்க்கை வாழப் பழகுவோம். காய் கனிகளை உண்டு பசியாறுவோம்.எல்லாம் இறைவன் செயல்' என்று சொல்ல மனைவிகள் சகுந்தலா, சியாமளா மற்றும் சர்மிளா ஆகிய மூவரும் மன இறுக்கத்துடன் வெளியேறினர். ஊருக்கு வெளியே பர்ணசாலையை அமைத்துக்கொண்டு புதிய மற்றும் வித்தியாசமான வாழ்க்கையைத் தொடங்கினர்.

மத்ஸ்ய ராஜன் அவருக்கு உதவ முன்வந்தான். ஸ்வாமி... நீங்கள் நான் துயரத்தில் இருந்தபோது உதவி செய்தீர்கள். இப்போது உங்களுடைய துயரத்தைப் போக்க என்னால் முடிந்த உதவியைச் செய்ய விரும்புகிறேன். உங்களுக்குத் தேவையான காய், கனி ஆகியவற்றைத் தினமும் நானே உங்களுக்குக் கொண்டுவந்து தருகிறேன் என்று சொன்னார். அதைக் கேட்டு பரத்வாஜர் மிகவும் மகிழ்ந்தார். காட்டில் அமைந்த அவருடைய குருகுலத்தில் கல்வி கற்க வருபவர்களுக்கு நீச்சல் கலையைக் கற்றுத் தரும் பொறுப்பையும் மத்ஸ்யராஜன் எடுத்துக்கொண்டார்.

சில மாதங்கள் இப்படியாகக் கழிந்திருக்கும். வாசலில் குதிரையின் குளம்படிச் சத்தம் கேட்டு பரத்வாஜர் வெளியே வந்தார். குதிரையிலிருந்து இறங்கிய வீரன் 'பாண்டவர் தலைநகர் இந்திரப்பிரஸ்தம் நகரிலிருந்து வருகிறோம். ராஜா சகாதேவர் அனுப்பி வைத்தார். சக்ரவர்த்தி யுதிஷ்டிரரின் ராஜசூய யாகத்தைக் காண உங்களைச் சிறப்பு அழைப்பாளராக வரச் சொல்லி அரசாங்க உத்தரவு' என்றான்.

குதிரை வீரன் சொன்னதை உள்ளிருந்து கேட்ட சகுந்தலாவுக்கு கும்மிருட்டில் ஒரு கீற்று வெளிச்சம் தெரிவதைப்போன்ற சந்தோஷம் ஏற்பட்டது. இந்திரப்பிரஸ்தம் போகும் நேரம் நம் அனைவரின் தலையெழுத்தும் மாறப் போகிறது என்று கற்பனையில் மிதந்தாள். ஆனால் துயரங்கள் அவர்களைத் தொடர்ந்து பின்னாலேயே வரும் என்பது அவர்களுக்கு அப்போது தெரியவில்லை. விதியை வெல்ல யாரால் முடியும்?

9

தொடரும் சோகங்கள்

சகதேவர் அனுப்பி வகித்த நான்கு குதிரைகள் பூட்டிய ரதத்தில் மூன்று மனைவிகளுடன் பரத்வாஜர் புறப்பட்டார். நல்ல காலம் பிறந்து விட்டது என்ற மகிழ்ச்சியில் மூன்று மனைவிகளும் குதூகலிக்க, பரத்வாஜர் மட்டும் சந்தோஷப்பட முடியாமல் ஏதாவது அசம்பாவிதம் நடந்துவிடக்கூடாதே என்ற கவலையுடன் ஆண்டவனை வேண்டிக் கொண்டே வந்தார். சௌராஷ்டிரம், மாளவ்யம், அவந்தி, குர்ஜரம் ஆகிய ராஜ்ஜியங்களையும், மலைகளையும், காடுகளையும், நர்மதை பள்ளத்தாக்கையும் கடந்து நீண்ட நெடிய பயணத்துக்குப் பிறகு மதிய வேளையில் இந்திரப்பிரஸ்தத்தை அடைந்தனர்.

பரத்வாஜர் குடும்பத்துக்கு யமுனை நதிக்கரையில் அமைந்த அரண்மனையில் விருந்தினர்களுக்கான அனைத்து வசதிகளுடன் கூடிய பெரிய அறை ஒதுக்கப்பட்டது. சிறிது நேர ஓய்வுக்குப் பிறகு நால்வரும் சூரிய அஸ்தமனத்தை ரசித்தவாறே யமுனை ஆற்றங் கரையோரம் நடந்து சென்றனர். ‘ஹஸ்தினாபுரத்திலிருந்த பாண்டவர் கள் ஏன் புதிய தலைநகராக இந்திரப்பிரஸ்தத்தைத் தேர்ந்தெடுத்தனர்’ முதல் கேள்வி சியாமளாவிடமிருந்து வந்தது.

‘அதுவொரு பெரிய கதை. ஹஸ்தினாபுரத்தின் மீது பாண்டவர் களுக்கும் உரிமை இருந்தது. ஆனால் அவர்களின் தந்தை பாண்டு இறந்ததும் பெரியப்பா திருதராஷ்டிரன் தந்திரமாகச் செழிப்பான ஹஸ்தினாபுரத்தைக் கௌரவர்களுக்கும், காடுகளும், கொடிய விலங்குகளும் வாழும் காண்டவ வனத்தைப் பாண்டவர்களுக்கும் பிரித்துக் கொடுத்தார். இருப்பினும் பாண்டவர்கள் காண்டவ

வனத்தைக் கட்டிடக் கலை வல்லுனரான 'மயன்' உதவியுடன் இந்திரனின் தலைநகர் 'அமராவதிக்கு' இணையாக 'இந்திரப்பிரஸ்தத்தை' உருவாக்கித் தங்களது தலைநகராக்கிக்கொண்டனர்' என்றார் பரத்வாஜர்.

'ராஜசூய யாகம் என்றால் என்ன... அஸ்வமேத யாகம் என்றால் என்ன... இரண்டுக்கும் என்ன வித்தியாசம்?'- சகுந்தலா அடுத்த கேள்வியைத் தொடுத்தாள்.

'சர்வ வல்லமை படைத்த அரசன் என்று எண்ணுபவர் பாரத தேசத்தின் நான்கு திசைகளுக்கும் பெரும் படையுடன் தனது தளபதிகளை அனுப்பி வைப்பார். எல்லா அரசர்களையும் வென்ற பிறகு படைத் தளபதிகள் நாடு திரும்பி வெற்றிச் செய்தியைத் தெரிவிப்பார்கள். பாண்டவர்களைப் பொறுத்தவரை, தர்மபுத்திரர் தனது நான்கு சகோதரர்களான பீமன், அர்ச்சுனன், நகுலன் மற்றும் சகாதேவன் ஆகியோரை நான்கு திசைகளுக்கும் அனுப்பி அனைத்து ராஜாக்களை யும் வென்று வாகை சூடினார். தோற்றுப் போன மன்னர்கள் இந்திரப்பிரஸ்தத்தில் நடைபெற உள்ள நிகழ்ச்சியில் பங்கேற்று தர்மபுத்திரரைச் 'சக்கரவர்த்தியாக' முடிசூட்டுவார்கள். இதுதான் 'ராஜசூய யாகம்'.

ஆனால் 'அஸ்வமேத யாகத்தில்' படைத் தளபதிகளுக்குப் பதிலாக 'குதிரை' ஒவ்வொரு நாடாகப் படைகளை வழிநடத்திச் செல்லும். குதிரையை வரவேற்று அதற்கு மரியாதை செய்தால் சம்பந்தப்பட்ட நாட்டின் அரசர் குதிரையை அனுப்பிய அரசரின் மேலாண்மையை ஏற்றுக்கொண்டதாக அர்த்தம். மாறாகக் குதிரையைக் கட்டிப் போட்டால் போருக்குத் தயார் என்று பொருள். இவ்வாறாகக் 'குதிரை' நாடு முழுவதும் சுற்றி வெற்றிகரமாகத் திரும்பி வந்த பிறகு நடைபெறும் நிகழ்ச்சியில் குதிரைக்குச் சொந்தக்கார அரசர் 'சக்கரவர்த்தியாக' முடிசூட்டிக் கொள்வார். இதுவே 'அஸ்வமேத யாகம்'. அஸ்வம் என்றால் குதிரை.

இப்படியாகப் பரத்வாஜர் தனது மனைவிகள் கேட்ட கேள்விகளுக்கு பதிலளித்தும், சந்தேகங்களைத் தெளிவுபடுத்திக்கொண்டும் வந்தபோது நடுத்தர வயதுள்ள பெண்மணி ஒருத்தி சகுந்தலாவை நெருங்கி 'நான் மகாராணி திரௌபதியின் பணிப்பெண். என் பெயர் கார்த்திகா. உங்கள் கைகளில் உள்ள மருதாணி செக்கச் சிவந்து அழகாகக் காட்சி அளிக்கிறது. இன்னும் விசேஷமாக அருகில் நின்று கொண்டிருக்கும் கணவரின் முகத்தை அச்சு அசலாக வரைந்திருக் கிறீர்கள். எங்கள் மகாராணிக்கு வித்தியாசமாக மருதாணி வைத்துக்

கொள்வது ரொம்பப் பிடிக்கும். என்னுடன் நாளை அரண்மனைக்கு வந்து அவருக்கு வைத்து விடுங்கள்' என்று அழைப்பு விடுத்தாள்.

மகாராணி திரௌபதிக்கு மருதாணி வைக்க அழைப்பா? சகுந்தலாவுக்குத் தலைகால் புரியவில்லை. அருகிலிருந்த கணவரிடம் அனுமதி கேட்க அவரும் தலையை அசைத்து சம்மதம் தெரிவித்தார். கண்டிப்பாக அரண்மனைக்கு வருவதாக சகுந்தலா வாக்களிக்க அனைவரும் தங்கியிருந்த அறைக்குத் திரும்பினர். அடுத்த நாள் காலை சகுந்தலாவும், சியாமளாவும் அரண்மனைக்குக் கிளம்ப, சர்மிளா மட்டும் பரத்வாஜருடன் தங்கிவிட்டார்.

தங்கத்தால் இழைக்கப்பட்ட திரௌபதியின் அரண்மனையைக் கண்டு சகுந்தலாவும் சியாமளாவும் அதிசயித்தனர். வரவேற்பறையில் காத்துக் கொண்டிருந்த இருவரையும் திரௌபதியின் அந்தப்புரத்துக்கு கார்த்திகா அழைத்துச் சென்றார். திரௌபதி தனது உடலெங்கும் பூசிக் கொண்டிருந்த சந்தனம் மற்றும் வாசனைத் திரவியங்களின் வாசம் மயக்கம் வராத குறையாக மூக்கைத் துளைத்தது. கழுத்திலும், காதுகளிலும், கைகளிலும் தங்கமும், நவரத்தினங்களும் ஜொலிக்கப் பெண்ணுக்குப் பெண்ணே பேராசை கொள்ளும் தேவதைபோல் திரௌபதி காட்சி அளித்தாள். இருவரும் வைத்த கண் வாங்காமல் அவளையே பார்த்துக் கொண்டிருந்தனர்.

'மருதாணி வைப்பதில் இவர் கைதேர்ந்தவர். நேரில் பார்ப்பதுபோல் அச்சாகக் கைகளில் வரைவார்' என்று சகுந்தலாவை அறிமுகப் படுத்தினாள் கார்த்திகா.

'ஆம். மகாராணி. என் கையைப் பாருங்கள். என் கணவர் பரத்வாஜரின் முகத்தை வரைந்திருக்கிறேன். உங்கள் கையிலும் உங்கள் கணவர் முகத்தை வரைவேன்' என்றாள். திரௌபதி கலகலவெனச் சிரிக்கத் தவறாக ஏதேனும் சொல்லிவிட்டோமோ என்று நடுங்கினாள் சகுந்தலா.

'அச்சப்பட வேண்டாம். என் கணவர் முகத்தை வரைவேன் என்று சொன்னவுடன் குழப்பம் வந்துவிட்டது. அர்ஜுன மகாராஜா வில்வித்தைப் போட்டியில் என்னை ஜெயித்து அன்னை குந்தியிடம் ஆசீர்வாதம் வாங்க வந்தார். 'இன்றைய பிக்ஷையில் வித்யாசமாக ஒன்றைக் கொண்டு வந்திருக்கிறோம்' என்று சொல்ல குந்தியோ யார் என்ன ஏது என்று கேட்காமல் 'வழக்கம்போல் ஐந்து சகோதரர்களும் பங்கு போட்டுக் கொள்ளுங்கள்' என்று சொல்லிவிட்டார். ராஜமாதாவின் வாக்கு உத்தரவல்லவா? அதனால் நான் பாண்டவர்கள் ஐவருக்கும் மனைவியாகிவிட்டேன். இப்போது சொல். எந்தக்

கணவரின் முகத்தைக் கையில் வரைந்து கொள்வேன்? அதை நினைத்துத்தான் சிரித்தேன்' என்றாள்.

'இதென்ன பிரமாதம். பாண்டவர்கள் ஐவரின் முகங்களையும் உங்கள் கைகளில் வரைகிறேன். ஒவ்வொரு கோணத்திலிருந்து பார்த்தால் ஒவ்வொருவரின் முகம் தெரியும்.'

'என்ன ஒவ்வொரு கோணத்திலிருந்து பார்த்தால் பஞ்ச பாண்டவர்கள் ஒவ்வொருவரின் முகமா... உன்னால் முடியுமா? சந்தேகத்துடன் திரௌபதி கேட்க சகுந்தலா முடியும் என்றாள்.

'அப்படியானால் என்னோடு வா. மாடத்திலிருந்து பார்த்தால் கீழே என் கணவன்மார்கள் உட்கார்ந்துகொண்டு ராஜசூய யாகம் பற்றிப் பேசிக் கொண்டிருப்பதைக் காணலாம். அவர்களைப் பார்த்தபடியே என் கைகளில் முகங்களை வரைந்துவிடு.'

சொன்னது சொன்னபடி திரௌபதியின் கைகளில் பஞ்ச பாண்டவர் களின் உருவங்களை அப்படியே வரைந்தாள். திரௌபதி மகிழ்ந்து வைர மாலையைப் பரிசாகக் கொடுத்து ராஜசூய யாகத்துக்கும் வருமாறு அழைப்பு விடுத்தாள். சகுந்தலா நடப்பது கனவா நனவா என்று தெரியாமல் ஆனந்தக் கடலில் நீந்தினாள். வீடு திரும்பி நடந்த அனைத்தையும் பரத்வாஜரிடம் சொல்லி 'இனி நமக்கு நல்ல காலந்தான்' என்று குதூகலித்தாள். ஆனால் பரத்வாஜரோ மகிழ்ச்சியில் மயக்கமோ, சோகத்தில் சோர்வோ கொள்ளாத இயல்புடையவர் என்பதால் பெரிதாக அலட்டிக் கொள்ளவில்லை.

பொழுது விடிந்து கிழக்கே வெள்ளி முளைத்தது. இந்திரப்பிரஸ்தமே திருவிழாக் கோலம் பூண்டிருந்தது. எங்கு நோக்கினும் ஆட்டம், பாட்டம் கொண்டாட்டம்தான். தருமர் முடிசூட்டிக் கொள்ளும் நிகழ்ச்சியை அங்கு வாழ்ந்த மக்கள் ஒவ்வொருவரும் ஏதோ அவர்கள் வீட்டுப் பிள்ளை சக்கரவர்த்தியாவதைப்போல மகிழ்ந்தனர். இசைக் கருவிகளின் கீதம் செவிகளில் தேனாய்ப் பாய, முரசுகளின் முழக்கம் விண்ணைப் பிளந்தது.

தருமபுத்திரரும், திரௌபதியும் புனித கங்கை ஆற்றில் நீராடி விட்டுப் புத்தாடைகளுடன் முடிசூட்டு விழாவுக்கெனப் பிரத்யேகமாக வடிவமைக்கப்பட்ட ரதத்தில் அமர்ந்துகொண்டனர். வேத பண்டிதர்கள் மந்திரங்களை ஜபித்துக் கொண்டே முன் செல்ல, அண்டை தேசத்து மன்னர்களும், முக்கியப் பிரதிநிதிகளும், அரச குடும்பத்து இளவரசர்களும், இளவரசிகளும், அமைச்சர்கள், படைத் தளபதிகளும், பொது மக்களும் பின் தொடர்ந்தனர். குதிரை மற்றும் யானைப் படை வீரர்கள் இவர்களுக்குப் பாதுகாப்பாக இரு பக்கமும்

அணிவகுத்தனர். எங்கு நோக்கினும் மக்கள் தலைகளே தென்பட்டன. நெரிசல் காரணமாக ஊர்வலம் மெதுவாகவே நகர்ந்து பல பணி நேரத்துக்குப் பிறகே அரண்மனையை அடைந்தது.

ராஜசூய யாகத்துக்கு வந்திருந்த அனைவரும் அமர்வதற்கு வசதியாக அரண்மனைக்கு வெளியே பிரம்மாண்ட பந்தல் அமைக்கப் பட்டிருந்தது. மிகப் பெரிய ஹோம குண்டத்தைச் சுற்றி வேத வியாசர் தலைமையில் சுஷர்மர், யஞ்யவல்கர் உள்படப் பல ரிஷிகள் அமர்ந்து கொண்டு அக்னி வளர்த்துக் கொண்டிருந்தனர். வேத பாராயணங்கள் முழங்க, பாரத தேசத்து ராஜாக்களின் வாழ்த்தொலியுடன், தர்மபுத்திரர் என்னும் யுதிஷ்டிரர் சக்ரவர்த்தியாக முடி சூட்டப் பட்டார். கண்ணுக்கு விருந்தாக ஆடலரசிகளின் நாட்டிய நிகழ்ச்சி களும், செவிகளுக்கு விருந்தாக இசை நிகழ்ச்சிகளும் நடந்தேறின. விழாவின் நிறைவுப் பகுதியாக வயிற்றுக்கு வழங்கப்பட்ட சுவையான விருந்தை அனைவரும் ருசித்து உண்டு மகிழ்ந்தனர்.

சகாதேவர் அழைப்பின் பேரில்தான் பரத்வாஜர் வந்தார் என்றாலும் ஏனோ இருவரும் சந்திக்கும் வாய்ப்பே ஏற்படவில்லை. இதன் காரணமாகச் சிறப்பு அந்தஸ்துடன் வேத பண்டிதர்களுடன் அமர வேண்டிய பரத்வாஜரை யாருமே கண்டுகொள்ளவில்லை. மேலும் பட்டு வஸ்திரங்களோ, கழுத்தில் தங்கச் சங்கிலிகளோ, விரல்களில் மோதிரங்களோ, அணியாமல் மிக எளிமையாக இருந்ததால் அவரை பிக்ஷைக்கும் தானம் பெறுவதற்கும் வந்த பிராமணராகவே எல்லோரும் தவறாக எண்ணினர். உரிய மரியாதையை அளிக்காமல் ஏனைய வேதியர்கள் அவரை ஏளனம் செய்ததுடன் எடுபிடி வேலை களைச் செய்யவும் பணித்தனர். சந்தனம் அரைத்துத் தர ஆணையிட்டனர். ஆனாலும் வேத விற்பன்னரான பரத்வாஜர் கவலைப்படவில்லை. இதுவும் இறைப்பணிதான் என்று சமாதானப்படுத்திக்கொண்டு மனத்தில் வேத மந்திரங்களை ஜபித்தவாறே சந்தனம் அரைக்கத் தொடங்கினார்.

திடீரென பரத்வாஜருக்கும் அக்னி சூக்தம் ஞாபகத்துக்கு வரவே அதை மனத்துக்குள் ஓதியவாறே சந்தனத்தை அரைத்து முடித்தார். பிறகு வந்திருந்த அனைவருக்கும் சந்தனம் வழங்கப்பட்டது. சந்தனம் நறுமணம் தருவதுடன் குளிர்ச்சியான பொருளும் கூட. சாப்பிட்ட பிறகு அதை வயிற்றின் மீது தடவிக்கொண்டால் எளிதில் ஜீரணமாகிவிடும். சாப்பிட்டு முடித்த அனைவரும் பரத்வாஜர் அரைத்த சந்தனத்தை வயிற்றின் மீது பூசிக்கொண்ட அடுத்த வினாடி ஐயோ! அம்மா! எரியுதே! என்று அலறத் தொடங்கினர். குளிர்ச்சியாக இருக்க வேண்டிய சந்தனம் எரிந்து கொண்டிருக்கும் விறகுக் கட்டையை வயிற்றில் வைத்ததுபோல் தீய்த்தது.

சத்தம் கேட்டு சகாதேவர் ஓடி வந்து என்ன ஏது என்று விசாரிக்க வேதியர்கள் சந்தனம் அரைத்துக் கொண்டிருந்த பரத்வாஜரை நோக்கிக் கைகளை நீட்டி 'இந்தப் பிராமண்ணன் செய்த வேலைதான் இது. குளிர்ச்சிக்காக சந்தனத்தை அரைத்துக் கொடுக்கச் சொன்னால் எங்கள் வயிறு எரிய வேண்டும் என்பதற்காக மிளகாயுடன் சேர்த்து அரைத்துவிட்டார்' என்றனர்.

அங்கே சந்தனம் அரைத்துக் கொண்டிருந்த பரத்வாஜரைப் பார்த்து அதிர்ந்தார் சகாதேவன். 'பண்டிதரே! உங்களை வரச் சொல்லிவிட்டு உரிய மரியாதை கொடுக்காமல் ஏதோ வேலையாக மறந்தே போய்விட்டேன். மற்ற வேதியர்களுடன் அமர்ந்து மந்திரங்களை ஓதத்தான் வரச் சொன்னேன். உங்கள் பெருமை தெரியாமல் இவர்கள் சந்தனம் அரைக்கச் சொல்லிவிட்டார்கள். தயவு செய்து பொறுத்தருள வேண்டும்' என்றார்.

பரத்வாஜர் பெருந்தன்மையுடன் 'எல்லாம் ஆண்டவன் சித்தம்' என்று சொல்லிவிட்டு அமைதியானார். இருந்தாலும் அவர் மனத்துக்குள் ஒரு நெருடல். குளிர்ச்சி தர வேண்டிய சந்தனம் ஏன் உடலைச் சுட்டது?' என்று புரியாமல் குழம்பினார். அப்போதுதான் சந்தனம் அரைக்கும்போது 'அக்னி' சூக்தத்தைப் பாராயணம் செய்து கொண்டிருந்தது ஞாபகம் வந்தது. காரணம் தெரிய வரவே 'வருண' சூக்தத்தை ஜபித்தவாறே மீண்டும் சந்தனத்தை அரைத்து அனைவருக்கும் கொடுக்கவே இப்போது எரிச்சல் மறைந்து வயிறு குளிர்ந்தது.

சகாதேவரிடமும் நடந்த அனைத்தையும் ஒன்று விடாமல் சொல்லி முடித்தார். அப்போதுதான் அங்கேயிருந்த வேதியர்களுக்கு இவருடைய பாண்டித்யமும், திறமையும் புரிந்தது. அக்னி சூக்தம் சொல்லி சந்தனத்தின் குணத்தையே மாற்ற வைக்கும் வல்லமை பரத்வாஜரிடம் இருப்பது கண்டு அவரை அவமானப்படுத்தியதற்காக வெட்கித் தலை குனிந்தனர். அவரது திறமையை, அறிவை எடை போடாமல், உடையை வைத்து முடிவு செய்ததற்காக மன்னிப்புக் கோரினர்.

பரத்வாஜரைத் தனது அண்ணனும், சக்ரவர்த்தியுமான யுதிஷ்டரிடம் அறிமுகம் செய்து வைத்தார் சகாதேவர். 'வேத விற்பன்னர், சாஸ்திரங் களைக் கரைத்துக் குடித்தவர். ஜோதிட வல்லுனர். ஆனாலும் அடக்கமே வடிவானவர். போற்றுதலையும், தூற்றுதலையும் சமமாகவே எடுத்துக் கொள்பவர். இவரை நம் விருந்தினராக வரவழைத்தேன். உரிய மரியாதை தர வேண்டியது நமது கடமை' என்றார்.

சக்ரவர்த்தி யுதிஷ்டிரர் என்ன நினைத்தாரோ தெரியவில்லை. அடுத்த வினாடி 'சகாதேவா உன் பரிந்துரை என்றைக்குமே தவறியதில்லை.

தகுந்தவருக்கே நீ தக்க பரிந்துரை செய்வாய் என்பதை நானறிவேன். ஆகவே பரத்வாஜரை இந்திரப்பிரஸ்த அரண்மனையின் தலைமைப் பண்டிதராக நியமிக்கிறேன். அவர் இன்றே பொறுப்பேற்றுக் கொள்ளலாம்' என்று ஆணையிட்டார்.

பரத்வாஜர் ஆனந்தக் கண்ணீர் வடித்தார். துவாரகை ராஜ்ஜியத்தை விட்டே விரட்டி அடித்தது. ஆனால் இந்திரப்பிரஸ்தம் ராஜ்ஜியத்துக்கே தலைமைப் பண்டிதராக நியமித்துள்ளது. நிலைத்திருப்பது நிலையாமை மட்டுமே. மாற்றம் ஒன்றே மாறாத தத்துவம். எந்தச் சூழலையும் சமமாகக் கருத வேண்டும் என்பதே வாழ்க்கை எனக்குக் கற்றுத் தந்த பாடம்' என்று விதியின் விளையாட்டை எண்ணிச் சிரித்தார்.

ராஜசூய யாகம் முடிந்து அனைவரும் அவரவர் இல்லங்களுக்குத் திரும்பிக் கொண்டிருந்தனர். ஆனால் ஒருவன் மட்டும் பொறாமைத் தீயில் வெந்து கொண்டிருந்தார். இந்திரப்பிரஸ்தத்தில் நடைபெற்ற எதையும் அவரால் ஜீரணித்துக் கொள்ள முடியவில்லை. பாரத தேசத்து ராஜாக்கள் அனைவரும் ஒன்று திரண்டு யுதிஷ்டிரரைச் 'சக்கரவர்த்தி'யாக முடிசூட்டியதைப் பார்த்து வயிறு எரிந்தான். காடாக இருந்த இடத்தை மயன் இந்திரனின் அழகாபுரிக்கு இணையாகச் சொர்க்கபுரியாக நிர்மாணித்தது அவனை வியப்பில் ஆழ்த்தியது. இவை மட்டுமா? திரௌபதியின் மீது அவனுக்கு எப்போதுமே ஒரு கண். வில் வித்தைப் போட்டியில் பங்கேற்று அவளைக் கரம் பிடிக்க எண்ணி அர்ஜுனனிடம் தோற்றது அவனது நெஞ்சை வீட்டு இன்னும் நீங்காத ரணம். அந்தத் திரௌபதி இப்போது சக்ரவர்த்தி யுதிஷ்டிரருக்கு அருகே பட்டமகிஷியாக! நினைக்க நினைக்க மனம் வெதும்பியது. அவன் வேறு யாருமல்ல. திருதராஷ்டிரனின் மூத்த மகன் துரியோதனன்.

மனத்தில் வெறுப்பு இருந்ததால் மாளிகையின் எழிலைக்கூட அவனால் ரசிக்க முடியவில்லை. தரையில் சில இடங்களில் பளிங்குக் கல் பதிக்கப்பட்டிருந்தன. அதில் நீர் தேங்கியிருப்பதுபோல் தோற்றம் தென்பட்டது. முதலில் நீர் என்று விலகிச் சென்ற துரியோதனன் அது கண்ணாடிபோல் நீர்போல் தேய்த்துப் பதப்படுத்திய கல் என்பது தெரிந்ததும் ஏமாற்றத்தில் தலை குனிந்தான். வேறொரு இடத்தில் அதுபோல் நீர் தேங்கி இருப்பதுபோல் தென்படவே அதுவும் பளிங்குக் கல்லாகத்தான் இருக்கும் என்று காலை வைக்க அது உண்மையிலேயே நீர் தேங்கிய சிறு குளம்! தொடர்ந்து நடக்க முயன்று அதில் விழுந்தான் துரியோதனன். தான் விழுந்ததைப் பார்த்து மற்றவர்கள் சிரித்ததற்காகக்கூட துரியோதனன் வருத்தப்பட வில்லை. ஆனால் மாடத்தில் நின்று கொண்டிருந்த திரௌபதி

விழுந்ததைப் பார்த்து 'குருடன் மகன் குருடன்' என்று சொல்லி எள்ளி நகையாடியதை அவனால் தாங்கிக் கொள்ளவே முடியவில்லை.

அப்போதே துரியோதனன் இரு முடிவுகளை எடுத்தான். முதலாவது இந்திரப்பிரஸ்தத்தை எப்படியாவது கைப்பற்றிச் சக்ரவர்த்தி யுதிஷ்டிரரை பிச்சைக்காரனைப்போல் நாட்டை விட்டே துரத்த வேண்டும். இரண்டாவது தன்னைப் பார்த்துச் சிரித்துக் கேவலப் படுத்திய திரௌபதியின் ஆடைகளைக் களைந்து அரச சபையில் அவமானப்படுத்த வேண்டும். கறுவிக்கொண்டே வெட்கத்தில் தலை குனிந்து இந்திரப்பிரஸ்தத்தை விட்டு வெளியேறினான் துரியோதனன்.

இரு வாரங்கள் கழிந்தன. பரத்வாஜர் தனக்கு அளிக்கப்பட்ட தலைமை பண்டிதர் வேலையில் மூழ்கியிருந்தார். திடீரென வானத்தில் வால் நட்சத்திரங்கள் தோன்றியதைக் கண்டார். ஒரே மாதத்தில் இரு சந்திர கிரகணங்களும் ஒரு சூரிய கிரகணமும் தோன்றின. வேத விற்பன்னரும், வான சாஸ்திர நிபுணருமான பரத்வாஜருக்கு இந்த சகுனங்கள் கடுமையான மன வேதனையைத் தந்தன. இவை தோன்றினால் அரச வம்சத்துக்கு ஆகாது. ஏதோவொரு அசம்பாவிதம் நடக்கப் போகிறது. கண்டிப்பாகப் போர் நிகழும். லட்சக் கணக்கான மக்கள் உயிரிழப்பார்கள் என்று அஞ்சினார். உடனடியாகச் சகாதேவரை அழைத்து விண்ணில் தோன்றிய தீய நிமித்தங்கள் குறித்து விவரித்தார். அதை அப்படியே சக்கரவர்த்தி யுதிஷ்டிரரிடம் தெரிவிக்க அவரும் கவலையில் மூழ்கினார். போரைத் தவிர்க்க எதை வேண்டுமானாலும் செய்யலாம் என்ற முடிவுக்கும் வந்தார்.

10

நெடிய போராட்டம்

ஹஸ்தினாபுரம் திரும்பிய துரியோதனன் தனது மாமா சகுனியுடன் ஆலோசித்து சக்ரவர்த்தி யுதிஷ்டிரரை சூதாட்டத்துக்கு அழைத்தார். அருகிலிருந்த பரத்வாஜர் 'இந்த அழைப்பில் ஏதோ திட்டம் இருக்கிறது. செல்லாதீர்கள்' என்று தடுத்துப் பார்த்தார். ஆனால் யுதிஷ்டிரரோ 'ஒரு அரசர் மற்றொரு அரசரைச் சூதாட்டத்துக்கு அழைத்தால் அதை மதிக்க வேண்டியது மரபு. வர மறுத்ததைக் காரணம் காட்டி ஒருவேளை துரியோதனன் போருக்கு அழைப்பு விடுத்தால் என்ன செய்வது. அதைத் தவிர்க்கவே ஒப்புக் கொண்டேன்' என்று சமாதானம் சொன்னார்.

சூதாட்டத்தில் யுதிஷ்டிரன் தோற்றார். திரௌபதி துகில் உரியப்பட்டுக் கூனிக் குறுகினாள். பாண்டவர்கள் நாடு நகரம் சொத்து எல்லாவற்றையும் இழந்து 12 ஆண்டுகள் வனவாசமும், 1 வருடம் அஞ்ஞாதவாசமும் போக வேண்டுமென உத்தரவானது. அஞ்ஞாதவாச காலத்தில் யார் கண்ணிலும் தென்படாத வகையில் மறைந்திருக்க வேண்டும். பாண்டவர்களின் மறைவிடத்தைக் கௌரவர்கள் கண்டுபிடித்துவிட்டால் மீண்டும் 13 வருடம் அனுபவிக்க வேண்டும். துரியோதனன் நினைத்ததைச் சாதித்தான்.

ராஜாங்க உத்தரவு ஹஸ்தினாபுரத்திலும், இந்திரப்பிரஸ்தத்திலும் எதிரொலித்தது. சகுந்தலா இதைக் கேட்டுக் கதி கலங்கிப் போனாள். 'வாழ்க்கையில் நமக்குச் சந்தோஷம் என்பதே கிடையாது. இன்பம் கனவில் வந்தால், துன்பம் எதிரில் வருகிறது. விதி நம்மை விடாமல் துரத்துகிறதே. எந்த ஜன்மத்தில் என்ன பாவம் செய்தோமோ?

பரத்வாஜரின் ஆறுதல் அவளைச் சமாதானப்படுத்தவில்லை. சகாதேவரைக் காணச் சென்றார்.

அவர் நடந்தவற்றை விரிவாகச் சொன்னார். 'சூதாட்டத்தில் துரியோதனன் தனக்குப் பதிலாகத் தன் மாமா சகுனியை ஆடச் சொன்னார். சகுனியின் திறமைக்கு முன்பு சக்கரவத்தியால் ஏதும் செய்ய இயலவில்லை. நாட்டை மட்டுமல்ல தன்னையும், எங்களையும், திரௌபதியையும் சூதாட்டப் பொருட்களாக வைத்து இழந்தார். கொடுமையின் உச்சமாக அரச சபையில் திரௌபதியின் சேலையைத் துரியோதனன் தம்பி துச்சாதனன் களைந்து அவமானப்படுத்தினான். உதவிக்கு யாரும் வர முடியாதநிலையில் கிருஷ்ண பரமாத்மாவின் அற்புத சக்தியால் திரௌபதியின் புடவை முடிவற்று நீண்டு கொண்டே சென்று அவளது மானத்தைக் காத்தது.

கோபத்தில் கொந்தளித்த திரௌபதி குரு வம்சம் அழிய வேண்டும் என்றும் துரியோதனனின் ரத்தத்தைக் கூந்தலில் தடவிய பிறகே கூந்தலை அள்ளி முடிப்பேன் என்று சபதமெடுத்தாள். பீமன் துரியோதனன் தொடையைப் பிளப்பேன் என்று கர்ஜித்தான்.

திருதராஷ்டிரன் பயந்து போனார். திரௌபதி கோபத்தைத் தணிக்க மூன்று வரங்களைத் தர ஒப்புக்கொண்டார். அந்த வரங்கள் மூலம் தன்னையும், கணவர்களையும் (பாண்டவர்களையும்), நாட்டையும் மீட்டெடுத்தாள். ஆனால் விதி மீண்டும் சதி செய்தது. சகுனி மீண்டும் சூதாட்டத்துக்கு அழைக்க தர்மர் நாட்டை இழந்தார். 12 ஆண்டுகள் வனவாசமும், 1 வருடம் அஞ்ஞாதவாசமும் போக வேண்டுமென உத்தரவானது. அஞ்ஞாதவாச காலத்தில் யார் கண்ணிலும் தென்படாத வகையில் மறைந்திருக்க வேண்டும். பாண்டவர்களின் மறைவிடத்தைக் கௌரவர்கள் கண்டுபிடித்துவிட்டால் மீண்டும் 13 வருடம் வனவாசம் அனுபவிக்க வேண்டும்' சகாதேவர் சபையில் நடந்த அனைத்தையும் விவரித்தார்.

பரத்வாஜரும் தன் மனைவியருடன் பாண்டவர்களுடன் வனவாசம் போக முடிவெடுத்தார். நாடு, காடு மீண்டும் நாடு இப்போது காடு என பரத்வாஜர் வாழ்க்கையில் அடுத்தடுத்து இடைவெளியின்றி இன்பமும், துன்பமும் மாறி மாறி நடைபெற்றன. யுதிஷ்டிரர் மீதுள்ள பாசத்தால் இந்திரப்பிரஸ்த மக்களும் பாண்டவர்களுடன் காடுசெல்லப் புறப்பட்டனர். நீங்கள் இல்லாத நாட்டில் நாங்கள் வாழமாட்டோம். எங்கள் மன்னர் நீங்களே. நீங்கள் காட்டில் துன்புறும்போது இந்த நாட்டில் இருந்துகொண்டு நாங்கள் எப்படி சுகங்களை அனுபவிக்க என்று சொல்லி அனைவரும் மூட்டை முடிச்சுகளுடன் குழந்தை குட்டிகளுடன் புறப்பட்டனர்.

மக்கள் தன் மீது வைத்திருக்கும் பேரன்பைப் பார்த்த தருமர் தன் பொருட்டு அவர்கள் துயரம் அனுபவிப்பதை விரும்பவில்லை. அவர்களைக் கை கூப்பிக் கேட்டுக்கொண்டதன் பேரில் பலர் வீடு திரும்பினர். அப்படியும் சிலர் அவர் சொல்லைக் கேளாமல் அவருடனே வந்தனர்.

நதியின் நீரைப் பருகி வனத்தில் கிடைக்கும் காய் கனிகளை உண்டு வாழ்ந்தனர்.

ஒரு நாள் தருமர் தன்னுடன் கானகத்துக்கு வந்த பிராமணர்களைப் பார்த்து, உங்களுக்கு என்னால் உரிய மரியாதையை, நல்ல வசதிகளைச் செய்து தரமுடியவில்லை. கானகத்தில் படும் துயரத்தை விட உங்களுக்கு முறையாக எதுவும் செய்ய முடியாமல் இருப்பது என்னை மிகவும் வாட்டுகிறது. நீங்கள் இந்தச் சிக்கலுக்கு ஒரு வழி சொல்லுங்கள்' என்று கேட்டார்.

'சூரிய பகவான் உணவுக்கு அதிபதி. அவரை நோக்கித் தவம் செய்தால் உதவி கிடைக்கும்' என்று பரத்வாஜர் சொல்ல யுதிஷ்டிரர் ஆதித்ய ஹ்ருதயம் மந்திரத்தை ஜபித்தார். உடனே சூரிய பகவான் அவர் முன் தோன்றி ஒரு அட்சய பாத்திரத்தைக் கொடுத்தார். 'எத்தனை பேர் வந்தாலும் பிரச்னையில்லை. எடுக்க எடுக்கச் சுவையான உணவு வந்து கொண்டேயிருக்கும். திரௌபதி சாப்பிட்டு முடிக்கும் வரை உணவு வந்துகொண்டே இருக்கும். அதன் பிறகு அன்றைய தினத்துக்கான சாப்பாடு தீர்ந்து போகும். இனி மறுநாள்தான்' என்ற எச்சரிக்கையுடன் அக்ஷய பாத்திரத்தைத் தந்துவிட்டு மறைந்தார். சரியான நேரத்தில் உபாயம் சொன்ன பரத்வாஜருக்கு நன்றி தெரிவித்தார் யுதிஷ்டிரர்.

காம்யக வனத்தில் தங்கியிருந்த பாண்டவர்கள் இவ்வாறாக த் தன்னுடன் வந்தவர்களுக்கு உணவளித்துக்கொண்டும், வேதியர் களுடன் யாகம் வளர்த்துக்கொண்டும் காட்டில் வாழ்ந்துவந்தனர். சிந்து நாட்டு அரசனும், கௌரவர்களின் ஒரே சகோதரியான துச்சலையின் கணவனுமான ஜயத்ரதன் தனது பரிவாரங்களுடன் வேட்டையாட காம்யக வனத்துக்கு வந்தான். புள்ளி மானை வேட்டையாட வந்தவன் கண்களில் திரௌபதி தென்படவே பித்தம் தலைக்கேறியது. எப்படியாவது அவளை அடைந்தே தீருவது என்ற வெறியுடன் 'நான் துரியோதனின் மைத்துனன் ஜயத்ரதன். இந்த அடர்ந்த காட்டில் உன்னைப்போன்ற தேவதைக்கு என்ன வேலை? என்னோடு வந்தால் உன்னைச் சிந்து நாட்டுக்கு ராணியாக்குவேன்' என்றெல்லாம் சொல்லிக்கொண்டே அவளை இழுத்துச் சென்றான்.

திரௌபதியின் அலறல் கேட்டு பரத்வாஜர் ஓடி வந்து ஜயத்ரதனைத் தடுக்கப் பார்த்தார். சத்ரியனின் சக்திக்கு முன் இவர் எம்மாத்திரம். அவரைத் தள்ளிவிட்டுத் திரௌபதியை ரதத்தில் ஏற்றிக்கொண்டு பறந்தான். கீழே விழுந்த பரத்வாஜர் சுதாரித்துக்கொண்டு பாண்டவர் களைத் தேடினார். அப்போது அவர்கள் வேட்டைக்குக் காட்டின் உள் பகுதிக்குள் சென்றிருந்தார்கள்.

பாண்டவர்களைத் தேடியபடிக் காட்டுக்குள் விரைந்தார் பரத்வாஜர். எங்கு போனார்கள் என்பது தெரியவில்லை. அப்போதுஅங்கு ஒரு மரத்தடியில் ஒரு முனிவர் இருப்பதைப் பார்த்து அவரிடம் விஷயத்தைச் சொன்னார். அந்த முனிவர் பாண்டவர்கள் இருக்கும் இடத்தைச் சொல்லவே பரத்வாஜர் அங்கு விரைந்து சென்று பாண்டவர்களிடம் விஷயத்தைச் சொன்னார். ஜயத்ரதனை விடவும் காட்டுப் பகுதி பாண்டவர்களுக்குப் பரிச்சயமாக இருந்ததால் அவனை எளிதில் கண்டுபிடித்துத் திரௌபதியைக் காப்பாற்றினார் கள். 'பெண்ணின் சம்மதம் இல்லாமல் அவளைத் தொட உனக்கு வெட்கமாக இல்லை. நீ செய்த தவறுக்குத் தண்டனையாக திரௌபதியின் காலில் விழுந்து மன்னிப்புக் கேள்' என்று உறுமியவாறே ஜயத்ரதனை அவள் காலடியில் தள்ளினான். அதோடு அவனை மொட்டையடித்து துரத்தியடித்தார் பீமன்.

அவமானத்தில் கூனிக் குறுகிய ஜயத்ரதன் கங்கைக் கரையில் அமர்ந்து பாண்டவர்களை வெல்லும் வரம் வேண்டி சிவபெருமானை நோக்கிக் கடுந்தவம் புரிந்தான். தவத்தை மெச்சிய சிவன் 'பாண்டவர் களை வெல்வது இயலாத செயல். போர்க்காலத்தில் அர்ஜுனன் தவிர்த்து ஏனைய பாண்டவர்கள் முன்னேற முடியாமல் தடுத்து நிறுத்தும் சக்தியை ஒரே ஒரு முறை உனக்குத் தருகிறேன். உரிய நேரத்தில் அதைப் பயன்படுத்திக் கொள்ளலாம்' என்று வரம் அருளினார்.

●

ஒரு நாள் பாண்டவர்கள் ஓய்வு எடுத்துக் கொண்டிருந்தபோது அர்ஜுனனின் அஸ்திரங்களை வானரம் எடுத்துச் சென்றுவிட்டதாக பர்ணசாலையில் இருந்தவர்கள் சொல்ல அதைத் தேடிக்கொண்டு பீமன் சென்றான். தொலைவில் ஒரு வானரத்தைப் பார்க்கவே அதைப் பின் தொடர்ந்தான். ஒரு கட்டத்தில் அந்த வானரம் பீமனைப் பார்த்து மனிதர்களைப் போலவே பேசத் தொடங்கியது 'இது கொடுமையான காடு. இங்கே விலங்குகள் மட்டுமே வசிக்க அனுமதி. மனிதர்கள் நுழையக் கூடாது' என்று எச்சரித்து விரட்டியது.

'மனிதர்களைப்போல் பேசும் நீங்கள் உண்மையிலேயே வானரம் தானா? என்னால் நம்ப முடியவில்லை. என் தம்பி அர்ஜுனனின் அஸ்திரங்களை எடுத்து வந்துவிட்டீர்கள். அதைத் திருப்பிக் கொடுங்கள். இல்லையெனில் கடல் கடந்து சென்ற அனுமனைப் போல் நானும் தாவிக் குதித்து உங்கள் வசம் இருக்கும் அஸ்திரங்களைத் திரும்ப எடுத்துக் கொள்வேன்' என்றான் பீமன்.

தன்னைப் பற்றித் தன்னிடமே கூறியவுடன் அனுமான் நெகிழ்ந்தார். 'அப்படியானால் நீ பீமனா? நான் தான் நீ இப்போது பெருமையுடன் சொன்ன அனுமன். நாம் இருவருமே வாயுவின் அம்சங்கள்' என்று சொன்னவுடன் அவரது கால்களில் விழுந்து வணங்கி மன்னிப்புக் கோரினான் பீமன்.

'நீடூழி வாழ்க. இதோ அஸ்திரங்களை எடுத்துக் கொள். போர்க் காலத்தில் அர்ஜுனனின் தேர் மீது பறக்கும் கொடியில் நான் வாசம் செய்வேன். நான் இருக்கும் வரை அர்ஜுனனுக்குத் தோல்வி என்பதே கிடையாது' என்று ஆசீர்வதித்தார் அனுமன்.

அனுமனை வணங்கிவிட்டுக் கிளம்பிய பீமனுக்கு அருகிலிருந்த மாமரத்தில் தொங்கிக் கொண்டிருந்த மாம்பழத்தின் மீது ஆசை வந்தது. அவற்றைப் பறிக்கச் சென்ற பீமனைத் தடுத்து நிறுத்திய அனுமன் 'அதைத் தொடாதே. நீ ஆசைப்பட்டாலும் பறிக்க முடியாது என்பது வேறு விஷயம். அந்த மாம்பழத்துக்கு விசேஷமான குணமும், பின்னணியில் ஒரு சுவாரஸ்யமான கதையும் உண்டு. என்ன என்பதை அங்கே தவம் செய்து கொண்டிருக்கும் மார்க்கண்டேய முனிவரிடம் கேட்டுத் தெரிந்து கொள்' என்றவாறே மறைந்தது.

பீமன் விஷயத்தை யுதிஷ்டரிடம் சொல்ல அனைவரும் மார்க்கண்டேய முனைவரை வணங்கி விவரத்தைக் கேட்டனர். 'இந்த மாமரத்திலுள்ள மாம்பழம் ஒவ்வொரு யுகத்திலும் ஒரு முறை மட்டுமே பழுக்கும். கிருத யுகத்தில் வேதம் ஓதுதலும், ஓதுவித்தலும் மட்டுமே நடைபெற்றன. அந்த வேத காலத்தில் எங்கும் எதிலும் தர்மம் தழைத்தோங்கி இருந்தது. இந்தப் பழத்தை உண்பவருக்கு இறைவனை உணர முடியும். அந்த யுகத்தில் உருவான இந்த ஒற்றைப் பழத்தை பக்த பிரகலாதன் சாப்பிட்டதால் ஸ்ரீமன் நாராயணனைச் சென்று சேர முடிந்தது.

அடுத்த த்ரேதா யுகத்தில் தர்மம் ஓங்கியிருந்தாலும், கொஞ்சம் அதர்மமும் எட்டிப் பார்க்கத் தொடங்கியது. மண் ஆசையும், பெண்

ஆசையும் அதிகரிக்க போர்கள் மூண்டன. நாட்டை ஆளவும், பாதுகாக்கவும், சத்ரியன் என்னும் புது வர்ணம் தோன்றியது. அரச நிர்வாகத் திறனை இந்த மாம்பழம் அளித்தது. இராமனும், இலக்குவனும், வனவாசத்தில் இருந்தபோது அவர்களை மீண்டும் நாட்டுக்கு அழைத்துச் செல்ல பரதன் வந்தபோது மூவரும் இந்த மரத்தடியில்தான் அமர்ந்திருந்தனர். 'நீங்கள் திரும்பி வரும் வரை உங்கள் பிரதிநிதியாக அரசாள்வேன்' என்று பரதன் சொன்னபோது நிர்வாகத் திறனுக்காக இம்மாம்பழத்தை அவனுக்கு அளித்து ஆசீர்வதித்தார் இராமபிரான்.

இப்போது நடைபெறும் மூன்றாவதான துவாபர யுகத்தில் தர்மமும், அதர்மமும் சம அளவில் உள்ளன. மிகப் பெரிய போர் இந்த யுகத்தில் நடைபெறும். எனவே இந்த மாம்பழத்தைச்சாப்பிடும் பெண்ணுக்குப் பிறக்கும் மகன் பஞ்ச பூதங்களில் நிலம், நீர் மற்றும் ஆகாயம் ஆகிய மூன்றையும் ஆள்வான். நெருப்பு, காற்று ஆகிய இரண்டும் அவனுக்குக் கட்டுப்படும்.

அடுத்து வரப் போகும் கலி யுகத்தில் தர்மம் அழிந்து அதர்மமே கோலோச்சும். நீதி, நேர்மை, நியாயம் மறைந்து எங்கும் அநீதியும், அநியாயமுமே நிறைந்திருக்கும். கலி யுகத்தில் கடவுளே ஒரு நல்லவனைத் தேர்ந்தெடுத்து இந்தப் பழத்தைத் தருவார். கண்ணுக்குத் தெரியாமல் மறையும் சக்தியையும் இப்பழம் அந்த மனிதனுக்குத் தரும். அதர்மத்தை அழித்து மீண்டும் தர்மத்தை அந்த மனிதர் நிலைநாட்டுவார்.

பாண்டு புத்திரர்களே! இந்த மாம்பழம் உங்கள் கண்களுக்குத் தெரிந்தாலும் உங்களால் பறிக்க முடியாது. ஆசீர்வதிக்கப்பட்ட அம்பை அதன் மீது எய்து என் மடி மீது விழ வைக்க வேண்டும். பிறகு மந்திரங்களை ஓதி என் கரங்களால் கொடுக்கும்போது அதற்குத் தனி சக்தி வந்துவிடும். நான் சொன்ன பலன்கள் அனைத்தையும் அளிக்கும்' என்று மாம்பழத்தின் சிறப்பை மார்க்கண்டேய முனிவர் சொல்லி முடித்தார்.

'அர்ஜுனா! அதோ அந்தப் பாம்புப் புற்றுக்குப் பக்கத்தில் இருக்கும் அம்பை எடு. இராமர் இங்கே தங்கியிருந்தபோது விட்டுச் சென்ற பெருமை பெற்ற அம்பாகும். அந்த மாம்பழம் தரையில் விழக் கூடாது. என் மடியில் விழுமாறு குறிபார்த்து எய்வாயாக'.

இலக்கைக் குறிபார்த்து எய்வதில் அர்ஜுனனுக்கு நிகரும் உண்டோ? மடியில் விழுந்த மாம்பழத்தைக் கையில் எடுத்து 'பாண்டவர்களே!

மிகச் சிறந்த போர் வீரனை ஈன்றெடுக்கப் போகும் பெண்ணிடம் இதைச் சாப்பிடக் கொடுங்கள். நீர், நிலம், ஆகாயம், நெருப்பு, காற்று ஆகிய பஞ்ச பூதங்களும் அந்த மாவீரனுக்குக் கட்டுப்படும். அர்ஜுனா! என்போன்ற ரிஷியின் மடியில் மாங்கனியை விழவைத்தது போல் அபார வில் வித்தையை குருக்ஷேத்திரப் போரில் காண்பிக்க வேண்டிய கட்டாயம் ஏற்படும். அதற்கு முன்னோட்டம்தான் என் மடி மீது மாம்பழத்தை விழ வைக்கும் பயிற்சி. ஆண்டவன் உங்களுக்குத் துணை புரிவான். சென்று வாருங்கள்' என்று வாழ்த்தினார் மார்க்கண்டேய முனிவர்.

11

மீண்டும் துவாரகைக்கு...

மார்க்கண்டேயர் கொடுத்த மாம்பழத்துடன் பாண்டவர்கள் பர்ணசாலைக்குத் திரும்பி திரௌபதியிடம் விவரத்தைச் சொன்னார்கள். 'இப்படித்தான் என்னைத் திருமணம் செய்து கொண்ட செய்தியை ராஜமாதா குந்தியிடம் சொல்ல அவர் வழக்கம்போல் பங்கு போட்டுக் கொள்ளுங்கள் என்று சொல்லிவிட்டார். வேறு வழியின்றி பாண்டவர்கள் ஐவருக்கும் நான் மனைவி ஆனேன். இப்போது இந்த மாம்பழத்தின் கதி என்ன ஆகப் போகிறதோ' சிரித்தவாறே சொன்னாள் திரௌபதி.

'சந்தேகமே வேண்டாம். இந்த மாம்பழத்தை நீதான் சாப்பிட வேண்டும்' என்று ஐவரும் ஒரே குரலில் ஆமோதித்தனர்.

'என் மூலம் பிறக்கும் உபபாண்டவர்கள் அனைவரும் வீரர்களாக இருக்க வேண்டும் என்பதே என் விருப்பம். ஆனால் மாம்பழத்தைச் சாப்பிட்டு ஒருவருக்கு மட்டும் வீரனைப் பெற்றெடுத்தால் மற்ற பாண்டவ குமாரர்களுக்குள் போட்டியும் பொறாமையும் ஏற்படும். ஐவர் மூலம் பிறக்கும் எல்லாக் குழந்தைகளும் எனக்குச் சமமே. ஆகவே என்னால் பிள்ளைகளுக்குள் சண்டை வேண்டாம்' என்று மறுத்தாள் திரௌபதி.

'நானே இதற்கான வழியைச் சொல்கிறேன். நம் குடும்பத்தின் மீதும் ராஜ்ஜியத்தின் மீதும் அக்கறை உள்ளவர் பரத்வாஜர். அவருக்குக் குழந்தையில்லை. இந்தப் பழத்தை அவரிடம் கொடுங்கள். அவருக்குப் பிறக்கும் மகன் நம் வம்சத்துக்கு உற்ற தோழனாக இருப்பான்' என்றாள் பாஞ்சாலி.

திரௌபதியின் யோசனை பாண்டவர்களுக்குச் சரியாகவே பட்டது. பரத்வாஜரை உடனே வரவழைத்து விவரங்களைச் சொல்லி மாம்பழத்தைக் கொடுத்தனர். 'துவாரகையை விட்டுத் துரத்தப் பட்டேன். எனக்கு இந்திரப்பிரஸ்தம் அடைக்கலம் அளித்துத் தலைமைப் பண்டிதர் என்னும் பொறுப்பையும் தந்தது. என்னைச் சேர்த்துக்கொண்ட ராசி உங்களைக் காட்டுக்குத் துரத்திவிட்டது. ஆனால் நீங்களோ பெருந்தன்மையுடன் என் வம்ச விருத்திக்கு இந்த மாம்பழத்தைக் கொடுத்து என்னை கௌரவப்படுத்தியுள்ளீர்கள்' என்று கண்ணீர் பெருக நன்றி தெரிவித்தார்.

'எங்கள் நலனில் உங்களைவிட அக்கறை உள்ளவர்கள் வேறு யாரும் இருக்க முடியாது. ஜயத்ரதனிடமிருந்து எங்கள் திரௌபதியைக் காப்பாற்றியதற்கு நாங்கள்தான் உங்களுக்குக் கடன்பட்டுள்ளோம். எல்லாம் நல்லபடியாகவே நடக்கும்' என்றார் யுதிஷ்டிரர்.

வீடு திரும்பிய பரத்வாஜர் மாம்பழத்தின் மகிமையை மூன்று மனைவிகளிடம் சொல்லக் குடும்பமே மகிழ்ச்சியில் திளைத்தது. ஆனால் புது சிக்கல் உண்டாயிற்று. பரத்வாஜரின் மனைவிகளான சகுந்தலா, சியாமளா, சர்மிளா ஆகிய மூவருமே மாம்பழத்தைச் சாப்பிட ஆசைப்பட்டனர். எதற்கு வம்பு என்று நினைத்த பரத்வாஜர் பழத்தின் தோலை (நிலம்) ஒருவரும், சாற்றை (நீர்) ஒருவரும், அதன் வாசத்தை (காற்று) ஒருவரும் பகிர்ந்து கொள்ளும் வகையில் மாம்பழத்தை மூன்று கூறுகளாக்கி மூவரிடமும் கொடுத்தார். குழந்தைப் பேறு கிடைக்கப் போகும் சந்தோஷத்தில் மூவரும் மகிழ்ந்தனர்.

மாம்பழத்தைச் சாப்பிட்ட சில மாதங்களில் மூவரும் கருத்தரித்தனர். சந்தோஷத்தைப் பாண்டவர்களுடன் பகிர்ந்து கொள்ள பர்ணசாலையை அடைந்தார் பரத்வாஜர். 'பண்டிதரே! எந்த விஷயத்துக்காகக் காத்திருந்தோமோ அது மங்களகரமாக நடக்கப் போகிறது. இதுநாள் வரை எங்களுடன் நீங்கள் இருந்தது போதும். கருவுற்றிருக்கும் மனைவிகளுடன் இந்தக் காட்டில் கஷ்டப்பட வேண்டாம். நீங்கள் குடும்பத்துடன் துவாரகைக்கும் திரும்பிச் செல்ல வேண்டும் என்பதே எங்கள் விருப்பம். ஜாதிப் பிரஷ்டம் செய்து நாட்டை விட்டே துரத்திவிட்டதைப் பற்றிக் கவலைப்படாதீர்கள். பகவான் கிருஷ்ணரைச் சந்திக்க நானே பரிந்துரைக் கடிதம் தருகிறேன். எல்லாப் பிரச்னைகளும் தீர்ந்துவிடும்' என்று சமாதானப்படுத்தினார் யுதிஷ்டிரர்.

கனத்த இதயத்துடன் பாண்டவர்களிடமிருந்து விடைபெற்ற பரத்வாஜரையும் அவரது குடும்பத்தினரையும், அடர்ந்த காட்டு

வழியே துவாரகை எல்லை வரை சகாதேவர் பத்திரமாக அழைத்து வந்துவிட்டார். ஏற்கனவே தகவல் அனுப்பியிருந்ததால் இவர்களைக் கூட்டிச் செல்லக் கிருஷ்ணன் மகன் பிரத்யும்னன் வந்திருந்தான். அவனிடம் யுதிஷ்டிரர் கொடுத்தனுப்பிய பரிந்துரைக் கடிதத்தைக் காட்ட மிகுந்த மகிழ்ச்சியுடன் அவர்களைத் தனது ரதத்தில் ஏற்றிக்கொண்டு துவாரகை நோக்கிப் புறப்பட்டான்.

துவாரகையில் பிறந்து வளர்ந்தது தொடங்கி அங்கிருந்து விரட்டி அடிக்கப்பட்டது, காட்டுக்குச் சென்றது, இந்திரப்பிரஸ்தத்தை அடைந்து தலைமைப் பண்டிதரானது, கானகம் திரும்பியது, இப்போது மீண்டும் துவாரகை நோக்கிப் பயணிப்பது வரை எல்லாவற்றையும் பிரத்யும்னனிடம் விளக்கமாகச் சொல்லி முடித்தார் பரத்வாஜர். துவாரகையில் கிருஷ்ணரைச் சந்தித்து யுதிஷ்டிரர் கொடுத்த பரிந்துரைக் கடிதத்தைக் கொடுக்கவே அகமகிழ்ந்தார் கிருஷ்ணர். பரஸ்பர விசாரணைகளுக்குப் பிறகு பரத்வாஜரை அரசு குருகுலத்தின் தலைவராக நியமித்தார். புது வாழ்வு கிடைத்ததென சகுந்தலா துள்ளிக் குதிக்க, பரத்வாஜரோ வழக்கம்போல் புன்னகை பூத்தார்.

அரசு குருகுலத்தின் தலைவராக அடுத்த நாளே பொறுப்பேற்றுக் கொண்டார். குருகுலங்கள் ஒவ்வொரு ஆண்டும் உத்தராயண காலத்தில் ஐந்து வயதில் மாணவர்களைச் சேர்த்துக் கொள்ளும். ஐந்து முதல் எட்டு வயது வரை வேதங்களும், உபநிஷத்களும், புராணங்களும், ஸ்லோகங்களும், கற்றுத் தரப்படும்.

பின்னர் ஏட்டுக் கல்வியுடன், எட்டு முதல் பதிநான்கு வயது வரை நாட்டியம், ஓவியம், சிற்பம், மருத்துவம், சோதிடம், வாணிபம், விவசாயம் உள்ளிட்ட பிடித்தமான தொழிற் கல்வியும் சொல்லித் தரப்படும். அனைவருக்கும் ராணுவப் பயிற்சி கட்டாயம் உண்டு. வாழ்க்கை எப்படி அமைந்தாலும் அதை மனதார ஏற்றுக் கொள்ளும் மனப் பக்குவத்தின் அவசியமும் வலியுறுத்தப்படும்.

வேலை நிமித்தமாக சமுத்திர நாராயணர் கோயிலுக்குச் செல்லும் வழியில் பரவாஜர் தன்னைச் ஜாதியிலிருந்து நீக்கித் துவாரகையை விட்டு வெளியேற்றிய பஞ்சாயத்துத் தலைவரைச் சந்திக்க நேர்ந்தது. நாடு கடத்தப்பட்ட பரத்வாஜர் இப்போது அரசு குருகுலத்தின் அதிகாரம் மிக்க தலைமைப் பொறுப்பில் இருப்பது கண்டு அவர் கொஞ்சம் பயந்துதான் போனார். இருப்பினும் வெளியே காட்டிக் கொள்ளாமல் ‘நான் உங்களை நாடு கடத்திய நேரம் எல்லாம் நல்லபடியாக நடந்துள்ளது. உள்ளூரிலேயே இருந்திருந்தால்கூட இந்த யோகம் அடித்திருக்குமா? என்று கிண்டலாகச் சொன்னார்.

‘என் நிலைமையை அப்போதே விளக்கினேன். நீங்கள் கேட்கவில்லை. இப்போதும் அதையேதான் சொல்கிறேன். அறிவு, ஆயுதம், வியாபாரம், விவசாயம் ஆகிய பிரிவுகளில் யார் சிறந்து விளங்குகிறார்களோ அவர்களே அதற்குச் சொந்தக்காரர்கள். வேதம் கற்றவன் பிராமணன், போர் முறைகளைக் கற்றவன் சத்ரியன், வியாபார தந்திரம் கற்றவன் வைசியன், சூத்திரம் அதாவது நுணுக்கம் கற்றவன் சூத்திரன். மேற்கண்ட நான்கு வர்ணங்களும் இதைத்தான் வலியுறுத்துகின்றன. இன்னார்தான் இன்ன தொழிலைச் செய்ய வேண்டும் என்ற அவசியமில்லை. யார் வேண்டுமானாலும் எதை வேண்டுமானாலும் தேர்ந்தெடுத்து அதில் சிறக்கலாம். ஜாதிகளுக்கும் தொழில்களுக்கும் குணங்களுக்கும் எந்தத் தொடர்புமில்லை.

பிராமணன் என்பது ஜாதிப் பெயர் அல்ல. கற்றவன் என்று பொருள். யார் படித்தாலும் அவர்கள் பிராமணர்களே. சத்ரியன் என்பது ஜாதிப் பெயர் அல்ல. வேதியராகப் பிறந்து போர் முறைகளில் சிறந்து விளங்கினால் அவர்கள் சத்ரியர்களே. துரோணர் சிறந்த உதாரணம். விசுவாமித்திரர் சத்ரியர் என்றாலும் வேதம் படித்து முனிவர் ஆனதால் அவர் பிராமணரே. எந்தக் குலத்தைச் சேர்ந்தவரும் எதுவும் ஆகலாம். தர்மம் மட்டுமே நிலவிய கிருத யுகத்தில் எல்லோரும் படித்தவர்களே அதாவது பிராமணர்களே. த்ரேதா யுகத்தில் கொஞ்சம் அதர்மம் எட்டிப் பார்த்து மண் ஆசையும், பெண் ஆசையும் அதிகரிக்கவே சத்ரியன் என்னும் புது வர்ணம் தோன்றியது. தற்போதைய துவாபர யுகத்தில் தர்மமும், அதர்மமும் சமமாக இருப்பதால் வைஸ்யன் என்றும் சூத்திரன் என்றும் வர்ணங்கள் நான்காக விரிவடைந்தன.

இப்போதும் சொல்கிறேன். நால்வகை வர்ணங்களும் தொழில் அடிப்படையில் உருவானவையே தவிர ஜாதி அடிப்படையில் உருவானவை அல்ல. நீங்கள் செய்யும் தொழில் உங்களை அடையாளம் காட்டும். ஜாதி அல்ல என்பது தெளிவு. வேதத்திலும், சாஸ்திரத்திலும், ஜாதி வித்யாசம் இல்லை. ஆனால் துவாபர யுகம் முடிந்து கலி யுகம் தோன்ற இருப்பதால் ஜாதிப் பாகுபாடு அதிகரிக்கும் நிலை ஏற்பட்டுள்ளது. முன் ஜன்மத்தில் செய்த கர்மாவைப் பொறுத்து அடுத்த பிறப்பு அமைகிறது. ஆனால் திறமை மட்டுமே ஒருவரின் தொழிலை நிர்ணயிக்கும். என்னுடைய குருகுலத்தில் திறமையின் அடிப்படையில்தான் அனுமதியே தவிர ஜாதி ரீதியாக இல்லை’ என்று ஜாதிக்கும், வர்ணத்துக்கும் உள்ள வேறுபாட்டை விளக்கினார் பரத்வாஜர்.

‘உங்களுக்கு இப்போது நேரம் நன்றாக இருக்கிறது. நீங்கள் என்ன சொன்னாலும் கேட்டுக் கொள்ளும் நிலையில் நான் இருக்கிறேன்’ என்று சொன்னார் பஞ்சாயத்துத் தலைவர்.

●

நிறைமாதக் கர்ப்பிணிகளான சகுந்தலா, சியாமளா, சர்மிளா ஆகிய மூவருக்கும் பிரசவ காலம் நெருங்கிக் கொண்டிருந்தது. மிதமான மழையும், ஆகாயத்தில் வண்ணமயமான வானவில்லும் தோன்றின. பரத்வாஜருக்கு இடதுகண் துடிக்க, எல்லாமே நல்ல சகுனங்கள் என்று அகமகிழ்ந்தார்.

அடுத்த சில நாள்களில் ஓர் இன்ப அதிர்ச்சி பரத்வாஜருக்குக் காத்திருந்தது. கௌதம மகரிஷி அவரது இல்லத்துக்கு வருகை தந்திருந்தார். சந்தோஷத்தின் உச்சத்துக்குப் போன பரத்வாஜர் அவரது பாதங்களில் விழுந்து வணங்கினார். ‘உங்கள் காலடி பட என் இல்லம் புண்ணியம் செய்திருக்க வேண்டும்’ என்று புளகாங்கிதம் அடைந்தார்.

‘நான் துவாரகை வழியாக ரிஷிகேஷம் செல்கையில் உங்கள் ஞாபகம் வரவே பார்த்துவிட்டுப் போகலாம் என்று வந்தேன். நீங்கள் பாக்கியம் செய்தவர். உங்களுக்குப் பிறக்கப் போகும் மூன்று மகன்களும் நீர், நிலம், ஆகாயம், நெருப்பு, காற்று ஆகிய பஞ்ச பூதங்களையும் ஆள்வார்கள்.

முதல் மகன் நிலத்தடி நீர், பூகம்பம், தட்ப வெப்பம் என இந்தப் பூமி தொடர்பான அனைத்து விஷயங்களிலும் நிபுணனாக இருப்பான். நிலத்தைத் தோண்டி ஓரிடத்தில் இறங்கி இன்னொரு இடத்திலிருந்து வெளியே வருவான். பூமிக்கு அடியில் எத்தனை ஆண்டுகள் வேண்டுமானாலும் இருப்பான். நிலத்தில் அவனைத் தோற்கடிப்பது இயலாத செயல்.

இரண்டாவது மகன் தண்ணீரில் நிகரற்று விளங்குவான். கடலுக்கு அடியில் அவனால் அன்ன ஆகாரமின்றி எத்தனை ஆண்டுகள் வேண்டுமானாலும் உயிர் வாழ முடியும். வருண மந்திரத்தை ஜபித்து மழையைப் பொழிய வைக்கும் ஆற்றல் அவனுக்கு உண்டு. தண்ணீரில் அவனை யாருமே வெல்ல முடியாது.

மூன்றாவது மகன் ஆகாயத்தில் அசகாய சூரனாக இருப்பான். வாயு மந்திரத்தை உச்சரித்துக் காற்றின் திசையைக் கூடத் திருப்பி விடுவான். தென்றலைப் புயலாகவும், சூறாவளியைத் தென்றலாகவும் மாற்றும் திறமை கொண்டவன். வானத்தில் பறக்கும் பறவைகளுடன் பேசுவான். தொலை தூரத்தில் வசிக்கும் மனிதர்களுடன் காற்றின்

அலைக்கற்றைகள் மூலம் உரையாடும் சக்தி பெற்றவன். ஆகாயத்தில் அவனை ஜெயிக்க இனியொருவன் பிறந்துதான் வரவேண்டும்.

பரத்வாஜருக்குத் தனது மகன்களில் பெருமைகளைக் கேட்கக் கேட்க ஆனந்தமாக இருந்தது. 'பரத்வாஜரே! இரு விஷயங்களை நினைவு வைத்துக் கொள்ளுங்கள். மூவரும் ஒன்றாக இருந்தால் மட்டுமே பஞ்ச பூதங்களும் அவர்களுக்குக் கட்டுப்படும். அடுத்தது பதினைந்தாம் வயதில் அவர்களுக்கு மிகப் பெரிய கண்டம் இருக்கிறது. மூவரும் அந்த வயதில் போருக்குப் போனால் மரணம் சம்பவிக்கும். ஆகவே போருக்குப் போகாமல் பார்த்துக் கொள்ள வேண்டியது உங்கள் பொறுப்பு. அந்த வயதைத் தாண்டி விட்டால் இனி எல்லாம் வெற்றிதான். செல்வமும், செல்வாக்கும், தேடி வரும்' என்று கௌதமர் சொல்லிக்கொண்டிருக்கும் போதே குழந்தைகள் அழும் சத்தம் கேட்டது. ஆம் சுகப் பிரசவம்தான். மூவரும் முத்தான மூன்று புதல்வர்களைப் பெற்றெடுத்தனர். கௌதமர் குழந்தைகளை ஆசீர்வதித்து விடை பெற பரத்வாஜர் மகிழ்ச்சி வெள்ளத்தில் மிதந்தார்.

ஒரு நல்ல நாளில் குழந்தைகளுக்குப் புண்ணியாகவசனமும், நாமகரணமும் சீரும் சிறப்புமாக நடைபெற்றன. அரச குடும்பத்தின் சார்பாக கிருஷ்ணரின் மகன் பிரத்யும்னனும், சாத்யகியும் வந்திருந்து வாழ்த்தினர். முதல் மகனுக்குப் பூமிசேனன் (நிலத்தின் மகன்), இரண்டாவது மகனுக்கு ஜல சேனன் (நீரின் மகன்), மூன்றாவது மகனுக்கு வாயுசேனன் (காற்றின் மகன்) என்று பெயரிட்டனர்.

நாளொரு மேனியும் பொழுதொரு வண்ணமுமாக மூன்று குழந்தைகளும் வளரத் தொடங்கினர். அவர்களது அபரிமிதமான சாஸ்திர, அஸ்திரத் திறமைகள் விரைவில் வெளிப்பட ஆரம்பித்தன.

12

குருகுலப் பற்று

மூன்று குழந்தைகளுக்கு உள்ள அதிசய சக்தி குறித்துக் கௌதமரின் வாக்கு பலிப்பதை பரத்வாஜரும் அவரது மனைவிகளும் நேரில் கண்டு பரவசப்பட்டார்கள். ஒரு நாள் சிறுவன் பூமிசேனன் ஒரு சேட்டை செய்தான். உயரமான மேஜை மேலே நாராயண மூர்த்தி சிலை ஒன்று வைக்கப்பட்டிருந்தது. மிகவும் பெரிய சிலை. கனமான கல்லினால் செய்யப்பட்டது. அந்தச் சிலையின் கீழே வைக்கப்பட்டிருந்த துணி கீழே தொங்கிக் கொண்டிருந்தது. அதைப் பார்த்த பூமிசேனன் அதைப் பிடித்து இழுக்கவே உயர்ந்த பீடத்தில் வைக்கப்பட்டிருந்த நாராயண மூர்த்தி சிலையும் கூடவே வந்தது. இன்னும் ஒரு நொடி தாமதித்தால் அந்தக் கற்சிலை குழந்தைமீது விழுந்துவிடும். சற்று தொலைவில் வேறு ஏதோ வேலையில் இருந்த சகுந்தலா தேவி அதைப் பார்த்ததும் பதறியடித்து ஓடிவந்தார். ஆனால், அவர் வருவதற்குள் கற்சிலை பூமிசேனன் மீது விழப்பார்த்தது. ஐய்யோ... குழந்தை நசுங்கிவிடுமே என்று சகுந்தலா பயத்தில் அலறினார். ஆனால், என்ன ஆச்சரியம்... அப்போது அருகில் விளையாடிக் கொண்டிருந்த 'வாயுசேனன்' தனது வாயால் பலமாக ஊதவே அந்தக் கற்சிலை பூமிசேனன் மீது விழாமல் சற்று தள்ளி விழுந்தது!

மற்றொரு சமயம் 'ஜலசேனன்' கால் இடறிச் சுற்றுச்சுவர் இல்லாத கிணற்றில் விழ எல்லோரும் பதறிப் போய் எட்டிப் பார்த்தால் அங்கே அவன் ஆனந்தமாக நீந்திக் கொண்டிருந்தான். மூன்றாவது குழந்தை பூமி சேனன் விளையாடும் சுவாரஸ்யத்தில் மொட்டை மாடியிலிருந்து

தவறிக் கீழே விழ பூமி அவனைப் பூவைப்போல மெல்லத் தாங்கவே கீறல்கூட இல்லாமல் அவன் சிரித்துக் கொண்டே எழுந்து போனான்.

இவை ஒருசில உதாரணங்களே. இதுபோல் மூவரும் பல சாகசங்களை நிகழ்த்திப் பெற்றோரை அனுதினமும் சந்தோஷப் படுத்திக் கொண்டிருந்தனர். பிள்ளைகளின் விளையாட்டையும் சேட்டையையும் பார்த்துப் பரவசப்படுவதை விடவும் வேறென்ன பேறு பெற்றோருக்கு இருக்க முடியும்? இவ்வாறாக நாள்களாக, வாரங்களாக, மாதங்களாக, வருடங்களாக காலச்சக்கரம் சுழன்று கொண்டே இருந்தது.

குழந்தைகள் குருகுலத்தில் சேர்ந்து படிக்கும் வயதை எட்டினர். அதே நேரம் அர்ஜுனன் - சுபத்ரா குழந்தையான அபிமன்யு, கைலாஷ் வைஸ்யன் குழந்தையான ஆர்ய வைஸ்யன் ஆகியோரும் குருகுலத்தில் சேர பரத்வாஜ்ரைத் தேடி வந்தார்கள். அரசு குருகுலத்தில் சேர்க்கக் குழந்தைகளின் திறன்களைப் பரத்வாஜர் சோதித்துக் கொண்டிருந்தபோது மத்ஸ்யனும் தனது மகன் சாகரை அழைத்து வந்து தயக்கத்துடன் நின்றான்.

‘பண்டிதரே. சாகக் கிடந்த எங்களுக்கு வாழ்க்கையைக் கொடுத்தவர்கள் நீங்கள். இன்னும் ஒரு உதவி வேண்டும். உங்களிடம் கேட்கவே வெட்கமாக இருக்கிறது. பிராமணர்களும், சத்ரியர்களும், வைஸ்யர்களும் படிக்கும் அரசு குருகுலத்தில் சூத்திரர் குலத்தைச் சேர்ந்த என் மகன் சாகரும் படிக்க வேண்டும் என்று ஆசைப் படுகிறேன். சாத்தியமா?’ என்று கெஞ்சினான்.

‘அரசு குருகுலம் பிராமணர்களுக்கும், சத்ரியர்களும், வைஸ்யர் களுக்கும் மட்டுமே என்று யார் சொன்னது. இங்கு எல்லோரும் சமம். ஏற்றத்தாழ்வு இல்லை. திறமை அடிப்படையில்தான் இங்கு சேர்த்துக் கொள்கிறோம். நிலத்தில் முளைத்த தாழம்பூவை சிவ பூஜையில் பயன்படுத்துவதில்லை. ஆனால் சேற்றில் பிறந்தாலும் செந்தாமரை இறைவனுக்கு உகந்த பூவாக விளங்குகிறது. எனவே பிறந்த இடம் முக்கியமல்ல. அதன் குணமே முக்கியம். யார் என்ன சொன்னாலும் சரி. உன் மகன் சாகருக்குக் குருகுலத்தில் கண்டிப்பாக இடமுண்டு. கவலைப்படாதே’ என்றார்.

இவ்வாறாக பிராமண (பரத்வாஜர்) குலத்தைச் சேர்ந்த பூமிசேனன், ஜலசேனன், வாயுசேனன்; சத்ரிய (அர்ஜுனன் - சுபத்ரா) குலத்தைச் சேர்ந்த அபிமன்யு; வைஸ்ய (கைலாஷ் வைஸ்யன்) குலத்தைச் சேர்ந்த ஆர்ய வைஸ்யன்; சூத்திர (மத்ஸ்யன்) குலத்தைச் சேர்ந்த சாகர் ஆகிய ஆறு குழந்தைகளும் ஒரே அணியாக பரத்வாஜரின் பாதுகாப்பில் குருகுலத்தில் சேர்க்கப்பட்டனர்.

முதல் நாள் கல்விக் கடவுளான சரஸ்வதியை வணங்கும் ஸ்லோகம் :

'சரஸ்வதி நமஸ்துப்யம் வரதே காமரூபிணி
வித்யாரம்பம் கரிஷ்யாமி ஸித்திர் பவது மே ஸதா'

குழந்தைகள் ஐந்து முறை சேர்ந்து ஸ்லோகங்களைச் சொன்னார்கள். பின்னர் தனித்தனியாகச் சொல்லச் சொன்னபோது மற்ற குழந்தைகளைவிட மத்ஸ்யனின் குழந்தையான சாகர் ஒவ்வொரு சமஸ்கிருத வார்த்தையையும் அட்சர சுத்தமாக உச்சரித்ததைக் கண்டு பரத்வாஜர் ஆச்சரியப்பட்டார். எந்த வேறுபாட்டையும் காட்டாமல் ஆறு மாணவர்களையும் சரி சமமாகவே நடத்தினார்.

ஆறு பேரும் ஒரு நாள் அருகிலிருக்கும் கோமதி ஆற்றங்கரைக்குச் சென்றனர். ஜலசேனனும், சாகரும் நீச்சல் தெரிந்தவர்கள் என்பதால் சுழன்று ஓடிக் கொண்டிருக்கும் ஆற்றில் குதித்துக் களியாட்டம் போட்டனர். கரையில் நின்று கொண்டிருந்த அபிமன்யுவுக்கும், ஆர்ய வைஸ்யனுக்கும் நீச்சல் தெரியாது. இருந்தாலும் முயற்சி செய்து பார்க்கலாமே என்று ஆற்றில் குதிக்க, வெள்ளமாய்ப் பெருக்கெடுத்து ஓடும் நீரில் சிக்கிக்கொண்டு 'காப்பாற்றுங்கள். காப்பாற்றுங்கள்' என்று பயத்தில் ஓலமிட்டனர்.

அருகில் நீந்திக் கொண்டிருந்த ஜலசேனனும் சாகரும் விரைந்து வந்து அவர்கள் தலைமுடியைப் பற்றி இழுத்துக் கரையில் சேர்த்தனர். வயிற்றை அமுக்கிக் குடித்த தண்ணீரை வெளியேற்றினர். மயக்கம் தெளிந்த அபிமன்யுவும் ஆர்ய வைஸ்யனும் 'எங்கள் உயிரைக் காப்பாற்றிய உங்களுக்குக் கடமைப்பட்டுள்ளோம்' என்று கைகூப்பி ஜலசேனனுக்கும் சாகருக்கும் நன்றி தெரிவித்தனர்.

'இன்றுமுதல் ஆயுளுக்கும் நாம் ஒற்றுமையாக இருப்போம். நட்புக்கு இலக்கணமாகத் திகழ்வோம். இந்த பூமியில் நம்மைப் பிரிக்க இனி எந்த சக்தியாலும் முடியாது' என்று பஞ்ச பூதங்கள் சாட்சியாக சத்தியம் செய்து உறுதிமொழி எடுத்துக்கொண்டனர். குருகுலத்தில் இருப்பவர்களுக்கு விஷயம் தெரிந்தால் பெற்றோர்களுக்குச் சொல்லி அனுப்புவார்கள் என்ற பயத்தில் ஆற்றில் விழுந்ததையும் காப்பாற்றியதையும் பற்றி யாருமே மூச்சுவிடவில்லை.

வேத மந்திரங்கள் ஒலிக்க ஒரு நல்ல நாளில் குழந்தைகளுக்கு உபநயனம் நடைபெற்றது. இடது தோளிலிருந்து வலது இடுப்பு வரை பருத்தியினாலான நூலை அணிந்து கொண்டனர். இது பற்றி பரத்வாஜர் விளக்குகையில் 'யஞ்ஞோபவீதம் அல்லது பூணூல் என்று அழைக்கப்படும். பூணூல் மூன்று இழைகளைக்கொண்டது. காயத்ரி (மனம்), சரஸ்வதி (வாக்கு), சாவித்ரி (செய்கை) ஆகியவற்றில்

தூய்மையாக இருப்பதை இவை வலியுறுத்தும். மாதா, பிதா, ஆச்சார்யா ஆகியோருக்கு என்றென்றும் கடமைப்பட்டுள்ளேன் என்பதையும் உறுதிப்படுத்தும். பிரம்மச்சாரியாக இருக்கும்போது மூன்று இழைகள் கொண்ட ஒரு பூணூலையும், திருமணமான பிறகு ஆறு இழைகள் கொண்ட பூணூல்களையும் அணிய வேண்டும்' என்றார்.

இந்த நிகழ்வில் இன்னொரு முக்கிய விஷயமும் அரங்கேறியது. அனைவரின் முன்பாகவும் மீனவன் மத்ஸ்யனின் மகன் சாகரை தன்னுடைய மகனாக பரத்வாஜர் தத்து எடுத்துக் கொண்டார். அவனுக்கும் மற்ற குழந்தைகளுடன் உபநயனம் செய்து வைத்துக் காதுகளில் காயத்ரி மந்திரத்தை ஓதினார். கிருஷ்ணரின் துவாரகை குருகுலத்தில் ஜாதியோ வர்ணமோ வேற்றுமையில்லை என்பது மீண்டும் நிரூபணமானது.

ஆண்டுகள் உருண்டோடின. குழந்தைகள் ஏழாவது வயதை எட்டினர். ஆம். இப்போது குருகுல வாசத்தின் இரண்டாம் கட்டமான ஆயுதப் பயிற்சிக்குத் தயாரானார்கள்.

13

வீர தீர சாகசங்கள்

சிற்பம், ஓவியம், நாட்டியம், வர்த்தகம் எனத் தங்களுக்கான எந்தத் தொழிலையும் தேர்ந்தெடுத்துக் கொள்ளலாம் என்றாலும், சிறு வயதிலிருந்தே வீர தீரக் கதைகளைக் கேட்டு வளர்ந்தவர்கள் என்பதால் பெரும்பான்மைக் குழந்தைகள் ஆயுதப் பயிற்சியையே தேர்ந்தெடுத்தனர். அனைவருக்குமான கட்டாய ராணுவப் பயிற்சி ஒரு பகுதி என்றாலும் முழுமையான ஆயுதப் பயிற்சி கடுமையான தேர்வுகளில் வெற்றி பெற்றவர்களுக்கு மட்டுமே அளிக்கப்படும். பூமிசேனன், ஜலசேனன், வாயுசேனன், அபிமன்யு, ஆர்ய வைஸ்யா மற்றும் சாகர் ஆகிய ஆறு குழந்தைகளும் ஆயுதப் பயிற்சிக்குத் தேர்வானார்கள்.

களப் பயிற்சிக்கு முன்பாக அனுபவம் மிக்க போர்ப்படைத் தளபதிகள் தங்களது குருகுலப் பயிற்சியின்போது நடைபெற்ற சுவையான நிகழ்வுகளைப் பகிர்ந்துகொண்டனர். துவாரகை அரசின் சார்பாக பலராமர், பிரத்யும்னன், சாத்யகி, கிருத வர்மர் ஆகியோர் வகுப்புகள் எடுத்தனர். முதலாவதாக துரோணரின் குருகுலத்தில் கௌரவர்களும், பாண்டவர்களும், குறிப்பாக அர்ஜுனன் ஆயுதப் பயிற்சி எடுத்த விவரத்தை பலராமர் விவரித்தார்.

ஆச்சாரியார் துரோணரிடம் பாண்டவர்களும், கௌரவர்களும் கூட்டாகவே ஆயுதப் பயிற்சி எடுத்துக்கொண்டாலும், எல்லோரையும் விடவும் அர்ஜுனன் மிக விரைவாகவே அஸ்திரப் பிரயோகங்களைக் கற்றுக்கொண்டான். எனவே அவன் மீது துரோணருக்குத் தனி பிரியம் ஏற்பட்டதில் வியப்பொன்றும் இல்லை. இது குறித்து

பாண்டவர்கள் சந்தோஷப்பட்டாலும், கௌரவர்கள் குறிப்பாக துரியோதனன் பொறாமையில் புழுங்கினான். தங்களுக்குச் சரியாகச் சொல்லிக் கொடுக்கவில்லை என்றும் அர்ஜுனனுக்கு மட்டும் நுணுக்கமாகச் சொல்லிக் கொடுப்பதாகவும் அவரிடமே குறைப்பட்டுக் கொண்டான். இதை பிதாமகர் பீஷ்மரிடமும் சொல்லி வருத்தப் பட்டான்.

'எல்லோரையும் சமமாகவே கருதுகிறேன். ஆனால் அர்ஜுனனுக்கு மற்றவர்களைவிடத் தொழில் பக்தி அதிகம். ஒரு வேலையைக் கொடுத்துவிட்டால் அதை முடிக்கும் வரை ஓய மாட்டான். வேறெந்த சிந்தனையும் அவன் மனத்தில் ஓடாது. காரியத்தில் கண்ணும் கருத்துமாக இருப்பான். உங்கள் திருப்திக்காக ஒரு போட்டி வைக்கிறேன். அப்போது நீங்களே புரிந்து கொள்வீர்கள்' என்று துரோணர் விளக்கினார்.

மரக் கிளை உச்சியில் பறவையின் உருவத்தை வைத்து அதன் கண்ணின் மீது குறிபார்த்து அம்பெய்து வீழ்த்த வேண்டும் என்பதே போட்டி. முதலில் யுதிஷ்டிரனை அழைத்தார். வில்லை வளைப்பதற்கு முன்பு உன் கண்ணுக்கு என்ன தெரிகிறது என்று துரோணர் கேட்டார். அவர் கௌரவர்கள், பாண்டவர்கள், ஆச்சாரியார், மரம் பறவை எல்லாம் தெரிகின்றன என்றார்.

யுதிர்ஷ்டிரரைத் தள்ளி நிற்கச் சொல்லிவிட்டுத் தொடர்ந்து துரியோதனன், பீமன், நகுலன், சகாதேவன் உள்ளிட்ட அனைவரிடமும் இதே கேள்வியைக் கேட்டார். ஒவ்வொருவரும் காடு தெரிகிறது, மரங்கள் தெரிகின்றன; அந்த மரம் மட்டும் தெரிகிறது; கிளை மட்டும் தெரிகிறது என்று ஒவ்வொருவரும் ஒவ்வொன்றைச் சொன்னார்கள். நீங்கள் யாரும் அம்பெய்ய வேண்டாம் என்று சொன்ன ஆச்சாரியார், கடைசியாக அர்ஜுனனிடமும் அதே கேள்வியைக் கேட்டார். அவரோ 'எனக்குப் பறவையின் கண் மட்டுமே தெரிகிறது. சுற்றியுள்ள எதுவுமே தெரியவில்லை' என்றார். அர்ஜுனன் குறிபார்த்து அம்பெய்து வீழ்த்தினான் என்று சொல்லித் தெரிய வேண்டியதில்லை.

'எந்தவொரு பயிற்சியாக இருந்தாலும் அதில் ஈடுபாடும், கவனமும் மிக மிக முக்கியம். சிந்தனையைச் சிதறவிட்டால் எதையும் முழுமையாகவும், விரைவாகவும் கற்றுக் கொள்ள முடியாது. இப்போது புரிகிறதா நான் ஏன் அர்ஜுனனுக்கு முக்கியத்துவம் தருகிறேன்' என்று துரோணர் சொல்ல துரியோதனன் மேலும் பொறாமைத் தீயில் வெந்தான். பிதாமகர் பீஷ்மர் புன்னகைத்தார்.

இதுதான் துரோணர் குருகுலத்தில் அர்ஜுனன் பயிற்சி பெற்ற கதை. இதிலிருந்து நீங்கள் கற்றுக்கொண்ட பாடம் என்ன என்று பலராமர் கேட்க அனைத்துக் குழந்தைகளும் ஒருமித்த குரலில் 'எடுத்த காரியத்தில் ஈடுபாடும் கவனமும் வேண்டும். அப்போதுதான் ஜெயிக்க முடியும்' என்றனர். அர்ஜுனனைப்போல வீரனாக வேண்டும் என்றும் உறுதியெடுத்துக்கொண்டனர்.

அடுத்து அஸ்திரங்கள் குறித்த விளக்கம் தரப்பட்டது. 'அஸ்திரம் என்பது தெய்வாம்சம் கொண்டது. சம்பந்தப்பட்ட கடவுளை வேண்டி அவரது அருள் பெற்ற பிறகே இதைப் பயன்படுத்த முடியும். சில அஸ்திரங்களைக் குரு தனது சிஷ்யனுக்கு உபதேசிப்பார். சிலவற்றைக் கடுமையான தவம் செய்து இறைவனிடமிருந்துதான் நேரடியாகப் பெற வேண்டும்.

ஒவ்வொரு அஸ்திரத்துக்கும் ஒரு பிரத்யேக கடவுளும், பிரத்யேகப் பலனும் உண்டு. தவிர்க்க முடியாத தருணங்களில் மட்டுமே அஸ்திரத்தை உபயோகப்படுத்த வேண்டும். தவறாகப் பயன்படுத்தினால் அது எய்தவரையே அழித்து விடும். மேலும் ஒரு சில அஸ்திரங்களுக்கு ஒரே ஒரு முறை மட்டுமே பயன்படுத்த வேண்டும் என்ற கட்டுப்பாடும் உண்டு. எனவே தெய்விக அஸ்திரத்தைப் பயன்படுத்துவது எத்தனை முக்கியமோ அதைவிட அதைத் தவறாகப் பயன்படுத்தக் கூடாது என்பதும் மிகவும் முக்கியம். சில முக்கிய அஸ்திரங்களையும் அவற்றின் கடவுள்களையும் கூறுகிறேன்:-

இந்திராஸ்திரம் (இந்திரன்), அக்னியாஸ்திரம் (அக்னி-நெருப்பு), வருணாஸ்திரம் (வருணன்-மழை), பார்க்கவாஸ்திரம் (பிருகு ரிஷி), நாகஸ்திரம் (நாகர்கள்), நாகாபாஷாண அஸ்திரம் (நாகர்கள்-விஷம்), வாயுவாஸ்திரம் (வாயு-காற்று), சூர்யாஸ்திரம் (சூரியன்), வஜ்ராஸ்திரம் (இந்திரன்-மின்னல்), மோகினியாஸ்திரம் (மோகம்), பர்வதாஸ்திரம் (பார்வதி), பிரம்மாஸ்திரம் (பிரம்மா), நாராயணஸ்திரம் (விஷ்ணு), பாஸுபதாஸ்திரம் (சிவன்)' என்று விளக்கினார் பரத்வாஜர்.

மூன்றாம் நாள் குருகுலங்கள் குறித்தும் சிறப்பாக கௌரவ பாண்டவர்களின் குருவான ஆச்சார்ய துரோணரைப் பற்றியும் பரத்வாஜர் விளக்கினார். 'குழந்தைகளே நான் ஏற்கனவே சொன்னது போல் யார் எந்தக் குலத்தில் பிறந்தாலும் எந்தத் தொழிலையும் செய்யலாம். அதுவே உங்கள் வர்ணத்தை முடிவு செய்யும். துரோணர் பிராமணராகப் பிறந்தாலும் சத்ரியனைப்போல் அஸ்திர வித்தை கற்றுக்கொண்டார். அவரது ஒரே மகன் அஸ்வத்தாமன். மிகுந்த

வறுமையில் வாடவே குடும்பத்தைக் காப்பாற்ற அஸ்தினாபுரத்துக்கு வந்தார். களைப்பாக இருக்கவே ஒரு மரத்தடியில் அமர்ந்துகொண்டு அரண்மனைக்கு வெளியே சில சிறுவர்கள் விளையாடிக் கொண்டிருப்பதைப் பார்த்தார். திடீரென அனைவரும் ஆட்டத்தை நிறுத்தி விட்டுக் கிணற்றைச் சுற்றி நிற்கவே அருகில் சென்று விசாரித்தார்.

'விளையாடிக் கொண்டிருந்த பந்து கிணற்றுக்குள் விழுந்துவிட்டது. எட்டிப் பார்த்த யுதிஷ்டிரன் கைவிரல் மோதிரமும் நழுவி விழுந்துவிட்டது' என்றான் அர்ஜுனன். மிதந்து கொண்டிருக்கும் பந்தும், கிணற்று நீர் தெளிவாக இருந்ததால் அடியில் கிடந்த மோதிரமும் கண்ணுக்குத் தெளிவாகத் தெரியவே 'இவற்றை எடுத்துக் கொடுத்தால் எங்கள் பிதாமகர் பீஷ்மரிடம் அழைத்துச் செல்கிறோம்' என்று யுதிஷ்டிரன் சொன்னான். துரோணர் அருகிலிருந்த கோரைப் புற்கள் ஒவ்வொன்றாக எடுத்துத் தொடர்ச்சியாகப் பந்து மீது எய்து அவற்றைச் சங்கிலிபோல் இழுக்கப் பந்து வெளியே வந்தது. பிறகு அர்ஜுனன் கையிலிந்த வில்லையும், அம்பையும் வாங்கிக் குறிபார்த்து மோதிர வளையத்துள் எய்ய அது மோதிரத்துடன் கிணற்றிலிருந்து வெளியேறி துரோணரின் கையில் விழுந்தது.

சிறுவர்கள் ஆர்ப்பரித்தனர். விஷயத்தை பீஷ்மரிடம் சொல்ல, தனது பேரக் குழந்தைகளான கௌரவர்களுக்கும், பாண்டவர்களுக்கும், அவரே ஆச்சாரியராக இருந்து அஸ்திரப் பயிற்சியை வழங்க வேண்டும் என்று வேண்டுகோள் விடுத்தார். துரோணரும் மகிழ்ச்சியுடன் ஒப்புக்கொண்டார்' என்று துரோணர் கதையைச் சொல்லி முடித்தார்.

அடுத்த போர்களின்போது படைத் தளபதிகளின் வியூகங்கள் பாதுகாப்புக்கு மட்டுமின்றித் தாக்குதல்களுக்கும், ஏன், எப்படி, எதற்கு அமைக்கப்படுகின்றன என்று ஆசிரியர்கள் விளக்க மாணவர்கள் மெய் மறந்து கேட்டுக் கொண்டிருந்தனர். க்ரௌஞ்ச வியூகம் (அன்றில் பறவை), மகர வியூகம் (முதலை வியூகம்), கூர்ம வியூகம் (ஆமை வியூகம்), திரிசூல வியூகம், சக்கர வியூகம், பத்ம வியூகம் (தாமரை வியூகம்), சர்ப்ப வியூகம், கருட வியூகம், ஊர்மி வியூகம் (கடல் வியூகம்), மண்டல வியூகம், வஜ்ர வியூகம் (வைரம்/மின்னல் வியூகம்), அசுர வியூகம், தேவ வியூகம். சூசி (ஊசி) வியூகம், ஸ்ரிங்கடக வியூகம் (கொம்பு வியூகம்), சந்திரகலா வியூகம், மாலா வியூகம் ஆகியவை குறிப்பிடத்தக்கவை. அப்போது இடைமறித்த பரத்வாஜர் 'சக்கர வியூகம் பற்றி கிருஷ்ணருக்கும் துரோணருக்கும் அர்ஜுனனுக்கும் மட்டுமே தெரியும்' என்றார்.

அஸ்திரம், வியூகம் தொடர்பான ஏட்டுக் கல்விக்குப் பிறகு அவற்றைப் பயன்படுத்தும் நடைமுறைப் பயிற்சி இரு இடங்களில் நடத்த முடிவானது. பிரத்யும்னன் மற்றும் சாத்யகி துவாரக வனத்திலும், கிருதவர்மர் மற்றும் பலராமர் ரவதிக வனத்திலும் களப் பயிற்சி அளிக்க நியமிக்கப்பட்டனர்.

எல்லாப் பயிற்சிகளிலும் அபிமன்யுவே முதல் மாணவனாக வெற்றி பெற்றான். கோமதி ஆற்றில் வேகமாக நீந்திக் கொண்டிருக்கும் மீனைக் குறிபார்த்து அம்பெய்தி வீழ்த்தினான். இந்திர மற்றும் வஜ்ர அஸ்திரங்களில் அபிமன்யுவும், சூரிய அஸ்திரத்தில் சாகரும், மோகினி அஸ்திரத்தில் ஆர்ய வைஸ்யாவும் நிகரற்று விளங்கினர். பூமிசேனனும், ஜலசேனனும், வாயுசேனனும் ஒன்றாக இருக்கும் போது மட்டுமே பஞ்ச பூதங்கள் அவர்களுக்குக் கட்டுப்பட்டன.

ஒரு நாள் காட்டில் அவர்கள் போய்க்கொண்டிருந்தபோது, ஆர்ய வைஸ்யனை பாம்பு கடித்துவிட்டது. அனைவரும் பதறிப் போனார்கள். எந்தப் பாம்பு கடித்தது என்று தெரிந்தால்தான் என்ன மூலிகை மருந்து கொடுக்கவேண்டும் என்று தெரியும். எனவே பூமிசேனன் எந்தப் பாம்பு கடித்தது என்பதைக் கண்டுபிடிக்க முன்வந்தான். தன் செவியைக் கூர்மையாக்கி பூமியில் காதைவைத்துக் கேட்டான். கொத்திய பாம்பு சற்று தள்ளி ஒரு மண் பொந்துக்குள் இருப்பது அவனுக்குத் தெரியவந்தது. அதைப் பிடித்தார்கள். அது நல்ல பாம்பு. எனவே அது கொத்தினால் என்ன மூலிகைச் சாறை கொத்திய இடத்தில் விடவேண்டும் என்பது அவர்களுக்குத் தெரியும். அந்த மூலிகை காட்டில் ஓடும் ஆறு ஒன்றின் மறு கரையில் இருந்தது.

ஆனால், அப்போது அந்த ஆற்றில் வெள்ளம் போய்க்கொண்டிருந்தது. என்ன செய்ய என்று அபிமன்யுவும் மற்றவர்களும் கலங்கினர். அப்போது, வாயு சேனன் ஒரு பறவையைப் பிடித்து அதன் காதில் ஏதோ சொன்னான். அந்தப் பறவை மறுகரைக்குச் சென்று மூலிகையைப் பறித்துவந்தது. அதன் சாறெடுத்து ஆரிய வைஸ்யனை பாம்பு விஷத்தில் இருந்து காப்பாற்றினர். இதனால் அவர்களிடையே நட்பு மேலும் பலப்பட்டது.

துவாரக வனத்தில் பிரத்யும்னன் மற்றும் சாத்யகி ஆகியோரின் வழிகாட்டுதல்களில் களப்பயிற்சி முடியவே அடுத்து கிருதவர்மர் மற்றும் பலராமரிடம் பயிற்சி பெற மாணவர்கள் ரவதிக வனத்துக்குப் பயணித்தனர்.

14

பட்டமளிப்பும் அதைத் தாண்டியும்

களப்பயிற்சி தொடங்குவதற்கு முன்பு மாணவர்களிடையே கிருதவர்மர் பேசியதாவது 'ஆயுதப் பயிற்சிகளுடன் ஆயுர்வேத மருத்துவப் பயிற்சியும் முக்கியம். போர்க் காலங்களில் வீரர்களுக்கோ, குதிரைகளுக்கோ, யானைகளுக்கோ காயம் ஏற்பட்டால் அதற்கான சிகிச்சை முறைகளை நீங்கள் கற்றுக் கொள்ள வேண்டியது கட்டாயம் ஆகும். பாண்டிய நாட்டு இளவரசர் மாறன் இதற்கெனப் பிரத்யேக ஆயுர்வேத மருத்துவமனையை இங்கே தொடங்கி உள்ளார். அங்கே சென்று மருத்துவப் பயிற்சியைப் பெறலாம்' என்றார்.

மாறன் துறவியைப்போல் காவி உடை உடுத்தியிருந்தார்.

'வாருங்கள். உங்களை வரவேற்பதில் மகிழ்ச்சி அடைகிறேன். இன்று நான் நலமாக இருப்பதற்குக் காரணமே ஆயுர்வேத சிகிச்சைதான். தமிழகத்தில் கிடைக்கும் சில மூலிகைகளையும், இங்கே உள்ள மூலிகைகளையும் கலந்து பல மருத்துகளைத் தயாரித்துள்ளேன். அதர்வண வேதத்தின் உப வேதங்கள் தனுர்வேதம், கந்தர்வவேதம், அர்த்த சாஸ்திரம் மற்றும் ஆயுர்வேதம் ஆகும். பிரம்ம தேவன் அருளிய ஆயுர்வேதத்தில் மொத்தம் ஒரு லட்சம் ஸ்லோகங்கள் உள்ளன. பாண்டவர்களில் இளையவனான சகாதேவன் குதிரைகளைப் பராமரிப்பதிலும், சிகிச்சை அளிப்பதிலும் வல்லவர் என்று கேள்விப்பட்டேன். அதையும் அவர் இங்கே பகிர்ந்து கொள்ளலாம்' என்று மாறன் பாராட்ட மாணவர்கள் மகிழ்ச்சி அடைந்தனர்.

துவாரக மற்றும் ரவதிக வனங்களில் அளிக்கப்பட்ட அஸ்திரங்கள், சக்கர வியூகம் தவிர்த்து ஏனைய வியூகங்கள் மற்றும் ஆயுர் வேதப்

பயிற்சிகள் நிறைவடைந்தன. பயிற்சி பெற்ற மாணவர்கள் தங்கள் திறமையைப் பொது மக்கள் மற்றும் பல்வேறு நாட்டு மன்னர்கள் முன்னிலையில் வெளிப்படுத்த நல்ல நாள் குறிக்கப்பட்டது. அங்கம், வங்கம், கலிங்கம், விராடம், கோசலம், அஸ்தினாபுரம், இந்திரப்பிரஸ்தம், காந்தாரம், சேர, சோழ, பாண்டிய அரசர்களின் வாரிசுகளும், நாடு முழுவதுமுள்ள குருகுலங்களில் பயிற்சி பெற்ற ஏனைய மாணவர்களும் பெருமளவில் திரண்டிருந்தனர். அவர்களுள் அபிமன்யு உள்ளிட்ட பாண்டவர்களின் மைந்தர்களும், துரியோதனன் மகன் லட்சணன், துச்சாதனன் மகன் துர்மசேனன், கர்ணன் மகன் வீரசேனன் ஆகியோர் முக்கியமானவர்கள். நூறு கௌரவர்களின் மைந்தர்களுக்கு துரோணரின் மகன் அஸ்வத்தாமன் அஸ்திர, வியூகப் பயிற்சி அளித்திருந்தான்.

போட்டிகள் ஆரம்பமாயின. அபிமன்யு, பூமிசேனன், ஜலசேனன், வாயுசேனன், ஆர்ய வைஸ்யா, சாகர் ஆகியோர் நீர், நிலம், காற்று, ஆகாயம், நெருப்பு என பஞ்ச பூதங்களின் கட்டுப்பாட்டிலுள்ள அஸ்திரங்களில் வெற்றி பெற்றனர். பல்வேறு கட்டங்களுக்குப் பிறகு அபிமன்யு தலைமையிலான துவாரகை குருகுலத்துக்கும், லட்சணன் தலைமையிலான அஸ்தினாபுர குருகுலத்துக்கும் இடையே இறுதிச் சுற்றுப் போட்டி ஆரம்பமானது. இருவரும் தனித்தனியே அமைக்கும் வியூகங்களை யார் உடைக்கிறார்களோ அவர்கள் அங்கம் வகிக்கும் குருகுலமே சிறந்ததாக அறிவிக்கப்படும் என்பதே போட்டி.

அஸ்தினாபுர குருகுலம் சர்ப்ப வியூகம் அமைத்தது. ஒரு பிரிவு சர்ப்ப வியூகத்தின் தலைப் பகுதியை அடித்து நொறுக்கிக் கொண்டிருக்க, இன்னொரு பிரிவுடன் பூமிசேனன் தனது ஆற்றலைப் பயன்படுத்திப் பூமியைக் குடைந்து சர்ப்பத்தின் (பாம்பு) வால் பகுதி முடியும் இடத்திலிருந்து வெளியே வந்தான். இப்போது லட்சண குமாரனின் சர்ப்ப வியூகம் தலைப் பகுதியிலும், வால் பகுதியிலும் கடுமையான தாக்குதல்களுக்கு உள்ளாகிப் படுதோல்வியைச் சந்தித்தது.

அபிமன்யு தலைமையிலான துவாரகை குருகுலம் அனைத்துப் போட்டிகளிலும் வெற்றி பெற்றதாக அறிவிக்கப்பட்டது. அபிமன்யு தனது வெற்றியை பூமிசேனன், ஜலசேனன், வாயுசேனன், ஆர்ய வைஸ்யா மற்றும் சாகருக்குக் காணியாக்கினான். இனி என்றென்றும் இணை பிரியாமல் ஒற்றுமையாக இருப்போம் என அனைவரும் உறுதி எடுத்துக்கொண்டனர்.

துவாரகை குருகுலத்தில் பயிற்சி பெற்ற மாணவர்களே பெரும்பான்மைப் போட்டிகளில் வெற்றி பெற்றதால் மற்ற குருகுல மாணவர்கள் பொறாமைப்பட்டனர். குறிப்பாக துரியோதனன் மகன்

லட்சணன் 'துவாரகை குருகுல மாணவர்களே ஜெயிக்கும் வகையில் போட்டிகள் நடத்தப்படுகின்றன. நியாயமாக நடைபெறவில்லை' என்று புகார் தெரிவித்தான். பாண்டவர்கள் மீது அவன் தந்தை துரியோதனன் பொறாமை தீயை வளர்த்ததுபோல் இவனும் பாண்டவர்களின் வாரிசுகள் மீது தீரப் பகையை வளர்த்துக் கொண்டான்.

ஒரு பக்கம் இரு பிரிவினருக்கு இடையே வன்மம் வளர்ந்து கொண்டிருக்க, இன்னொரு பக்கம் இரு இளம் உள்ளங்களில் காதல் துளிர் விடத் தொடங்கியது. சாகர் தனது திறமைகளை வெளிப்படுத்தி அனைவரின் பாராட்டைக் குவித்ததை கன்னி ஒருத்தி ஓரக் கண்ணால் ரசித்தவாறே அவனை மயக்கக் காதல் கண்ணி விரித்துக் கொண்டிருந்தாள். மேடையிலே கூட்டம் அதிகமாக இருந்ததால் கீழே இறங்கி வருவதற்காகக் காத்திருந்தாள். கைகள் கொள்ளாத அளவுக்கு ஏராளமான பரிசுகளுடன் வந்த சாகரை மெல்ல நெருங்கினாள். சாகருக்கும் ஏதோ நீண்ட நாள் பழகி அவளுக்காகவே காத்திருந்ததுபோல் ஓர் உள்ளுணர்வு. இருவர் விழிகளும் கலந்ததால், பேச வாய்ப்பின்றி வாய் மௌனமானது.

'வர்ஷா! நீ எங்கே இத்தப் பக்கம்?' என்ற ஆர்ய வைஸ்யாவின் சத்தம் கேட்டு இருவரும் சுதாரித்துக்கொண்டனர். 'நீதான் அழைக்கவில்லை. அண்ணாவின் திறமையைக் காண வரக் கூடாதா?' என்று வர்ஷா சமாளித்தாள்.

'இவள் என் தங்கை வர்ஷா' என்று சாகரிடமும் 'குருகுலத்தில் என் ஆருயிர் நண்பன் சாகர்' என்று வர்ஷாவிடமும் பரஸ்பரம் அறிமுகப் படுத்தினான். இரு உடல்களுக்கு மட்டுமே அங்கு சம்பிரதாயமாக ஓர் அறிமுகம் நடைபெற்றது. இருவர் மனங்களும் விழிகள் வழியே எப்போதோ சங்கமித்துவிட்டன. பயிற்சியின்போது மற்றவர்கள் விடுத்த அஸ்திரங்களைத் தவிடு பொடியாக்கிய சாகருக்கு, கரும்பு வில்லைக்கொண்டு காமன் விடுத்த மலர்க் கணையை மட்டும் சமாளிக்க முடியாமல் அவஸ்தைப்பட்டான். எத்தனையோ அஸ்திரங்களைப் பற்றி விளக்கிய பரத்வாஜர் காமாஸ்திரம் பற்றி எதுவுமே சொல்லவில்லையே என்று நினைக்க, வர்ஷாவும் அன்றிரவு தூக்கம் வராமல் படுக்கையில் புரண்டு கொண்டிருந்தாள்.

மாணவர்கள் 14 வயதை எட்டினர். வேத சாஸ்திர வகுப்புகள், ஆயுதப் பயிற்சிகள் ஆகியவற்றைத் தொடர்ந்து நிறைவாக அன்றாட வாழ்க்கையில் சந்திக்கும் பிரச்னைகளைச் சமாளிக்க ஆத்ம பலம், தத்துவம் குறித்த விளக்கங்களும் பயிற்சிகளும் தொடங்கின. பரத்வாஜர் அனைவரையும் வரவேற்று 'மாணவச் செல்வங்களே

உங்களை மீண்டும் சந்திப்பதில் மகிழ்ச்சி அடைகிறேன். வெளியே நம்மை எதிர்க்கும் பெரும் படையைக்கூட வெல்வது எளிது. ஆனால் உள்ளுக்குள் எழும் பிரச்னைகளை வெல்வதுதான் கடினம். எதிரியை அடக்குவதைவிட மனத்தை அடக்குவதுதான் கஷ்டம்.

நாம் பிரச்னைகளை எதிர்த்துப் போராடுகிறோமா பிரச்னைகளைக் கண்டு பயந்து ஓடுகிறோமா என்பதில்தான் நம் திறமை அடங்கி இருக்கிறது. எல்லோருக்கும் கனவு உண்டு. ஆனால் ஒரு சிலருக்கு மட்டுமே அது நனவாகிறது. சிலருக்கு வெற்றி சுலபமாகக் கிடைக்கிறது. பலருக்கு வெற்றி கடுமையான போராட்டத்துக்குப் பிறகே சாத்தியப்படுகிறது. இதைப் பற்றி என்றைக்காவது யோசித்திருக்கிறீர்களா மாணவர்களே' என்று கேட்டார்.

'இதைத்தான் விதி என்கிறோம். வெற்றி தோல்விகளை இதுவே நிர்ணயிக்கிறது. அதே மண்ணில், ஒரே அளவு எருவிட்டு, நீரூற்றி வளர்த்தாலும், இரு மரங்களுக்கும் வெவ்வேறு அம்சங்கள் இருக்கும். இது மனிதருக்கும் பொருந்தும். ஒரே தாய் வயிற்றில் பிறந்தாலும் சகோதரர்களுக்கு இடையே குணங்கள் மாறுபடும். இது இயற்கை நியதியும் கூட. உங்கள் எண்ணங்களே எதிர்காலத்தைச் செதுக்குகின்றன. ஆகவே மண்ணில் நல்ல வண்ணம் வாழ வேண்டுமெனில் எண்ணங்கள் நன்றாக இருக்க வேண்டும். மலை உச்சியை அடைய வேண்டுமெனில் உங்கள் இலக்கு சிகரங்களை நோக்கியே இருக்க வேண்டும். தரையிலுள்ள சின்னஞ்சிறு கற்களில் உங்கள் கவனம் சிதறக்கூடாது.

எல்லோரிடமும் திறமை இருக்கிறது. அதேபோல் வாய்ப்புகள் அனைவருக்கும் திறந்தே கிடக்கின்றன. ஆனால் நம்மிடம் இருக்கும் திறமையை வெளிப்படுத்த வாய்ப்புகளைப் பயன்படுத்துவதில்லை. எனவே புலம்புவதை விட்டுவிட்டுக் கிடைக்கும் வாய்ப்பைப் பயன்படுத்த முனைய வேண்டும். தண்ணீரில் தத்தளித்துக் கொண்டிருப்பவனுக்குச் சிறு மரக்கட்டை கிடைத்தாலும் பிழைத்துக் கொள்வான். எனவே, வாய்ப்புகளில் சிறிது பெரிது என்ற பேதமில்லை. அதைச் சரியாகப் பயன்படுத்துவதில்தான் திறமை அடங்கியிருக்கிறது' என்று நீண்ட உரையாற்றினார். பிறகு மாணவர்களுக்குள்ள சந்தேகங்களைக் கேட்டார்.

'குருவே! நாங்கள் தாழ்ந்த வர்ணத்தைச் சேர்ந்தவர்கள். எங்களுக்கான வாய்ப்பு மறுக்கப்படுகிறது. உயர் வர்ணத்தைச் சேர்ந்தவர்கள் எங்களை அங்கீகரிக்க மறுக்கிறார்கள். இன்னும் பலருக்குக் கடுமையாக உழைத்தும் பலனில்லை' சாகர் கேள்வியில் வருத்தமிருந்தது.

'தடைகளைத் தகர்த்தெறியும் பக்குவத்தை வளர்த்துக் கொள்ள வேண்டும். கனவு, இலக்கு, நோக்கம் ஆகியவற்றில் கவனத்தைச் செலுத்து. துவாரகை வர்ண பேதம் பார்ப்பதில்லை என்பதை நீ அறிவாய். எல்லோரையும்போல் உனக்கு இங்கு சம அந்தஸ்து வழங்கப்பட்டு வரும் நிலையில் இந்த ஐயம் ஏன் வந்தது? எல்லோரும் ஜெயிக்கத்தான் பிறந்திருக்கிறார்கள். ஆனால் வளரும் சூழலும், தங்களுக்குத் தாங்களே போட்டுக் கொள்ளும் வட்டமுமே அவர்கள் வளர்ச்சிக்குத் தடையாக உள்ளது. கோழி முட்டைகளுடன் கலந்துவிட்ட கழுகு முட்டை குஞ்சு பொரித்தால் அது கோழிக் குஞ்சாகவே வளருமே தவிர கழுகாக மாற முடியாது. மனதளவில் ஒருவர் தனது தாழ்நிலையை ஒப்புக்கொண்டுவிட்டால் அதை மீறிவரவைக்க யாராலும் முடியாது.

முயற்சி செய்து தோல்வி அடைவது இழுக்கல்ல. முயற்சியே செய்யாமல் இருப்பதுதான் இழுக்கு. கீழே விழுவதில் எந்தத் தவறும் இல்லை. ஆனால் விழுந்தும் எழாமல் இருப்பதுதான் தவறு. தோல்வி மீண்டும் வெற்றிக்கான உத்வேகத்தைத் தரும். ஆனால் சோம்பல் வாழ்க்கையே சூனியமாக்கிவிடும். முயற்சி செய்யாமல் கிடைக்கும் வெற்றியை விட, முயற்சி செய்தும் கிடைக்கும் தோல்வியே மேல். இரண்டுமே தற்காலிகமானவை. முயற்சிதான் முக்கியமே தவிர வெற்றி தோல்வி அல்ல' என்றார்.

'குருவே! முயற்சி செய்தும் தோற்றுக் கொண்டே இருந்தால் மனம் வெறுத்துப்போகிறதே. துவண்ட மனத்தைத் துள்ள வைக்க என்ன செய்ய வேண்டும்? சாகர் விடாமல் கேட்டான்.

'இன்றைக்கு எல்லோருக்கும் இருக்கும் முக்கியப் பிரச்னையே இதுதான். உங்களுக்குக் 'கர்ம யோகத்தைப்' பற்றிச் சொல்லிக் கொடுக்க வேண்டிய நேரம் வந்துவிட்டது. கொடுத்த பணியைச் செய்யுங்கள். எந்தவொரு வேலையையும் விருப்பத்துடன் செய்யுங்கள். செய்யும் தொழிலே தெய்வம். வேலை வணங்கத்தக்கது. பலனை எதிர்பார்க்காதே. கடமையைச் செய்' என்றார் பரத்வாஜர்.

'குருஜி! நான் செய்யும் வேலைக்கான பலனை எதிர்பார்க்கக் கூடாதா? கடமையைச் செய்பவன் அதற்கான உரிமையைக் கோரக் கூடாதா? மாணவன் நன்கு படிப்பதற்கான நோக்கம் அதிக மதிப்பெண். விவசாயி நிலத்தில் உழைப்பதன் நோக்கம் நல்ல விளைச்சல். போர் வீரன் கடுமையாகப் போராடுவதன் நோக்கம் வெற்றி. குறிக்கோள் இல்லாத உழைப்பு வீணல்லவா?

'சாகர்! நோக்கம் உனக்குச் சாதகமாக இருக்கும் என்ற அதீத நம்பிக்கை வைக்காதே. முடிவு எதுவாக இருப்பினும் அதை ஏற்கும் பக்குவம் வேண்டும். நீ செய்யும் செயலின் பலனை நீ அனுபவிக்கலாம். ஆனால், பலனை எதிர்பார்த்து வேலை செய்து அது கிடைக்காமல் போனால் ஏமாற்றமே மிஞ்சும். அதனால்தான் முன்னோர்கள் கடமையைச் செய்; பலனை எதிர்பார்க்காதே என்று அறிவுரை கூறினார்கள். பலன் மீதான கவனம் செயலைச் சரியாகச் செய்ய விடாமல் தடுத்துவிடும். தாமரை இலைத் தண்ணீர்போல், ஒட்டிக் கொள்ளாமலும், வெட்டிக் கொள்ளாலும் வாழக் கற்றுக் கொள்ள வேண்டும். பற்றற்ற வாழ்க்கை ஆத்ம திருப்தியையும், மன அமைதியையும் தரும்.'

'குருவே! அடுத்தவர்களிடம் இருக்கும் பொருள் நம்மிடம் இல்லையே என்று ஏன் பொறாமைப்படுகிறோம்; ஒப்பீடு தவறா?

'ஒப்பீடு தவறே அல்ல. ஒரு வகையில் ஆரோக்கியமான போட்டிக்கு அதுவே வழி வகுக்கிறது. போட்டி இருக்கலாம். பொறாமை கூடாது. போட்டியாளரின் தகுதியும், செயல்பாடும் உந்து சக்தியாக ஊக்கப்படுத்தும். குறைகள் இருப்பின் திருத்திக் கொள்ளவும் உதவும். ஆண்டவன் படைப்பில் ஒவ்வொன்றுக்கும் அர்த்தம் உண்டு. யானை சாப்பிடுவதைப்போல் பூனை சாப்பிட ஆசைப்பட்டால் ஜீரணமாகாது. தூக்கணாங் குருவியைப்போல் மனிதன் கற்பனையில் கூட வீடு கட்ட முடியாது. நீ நீயாக வாழ்வதில் இருக்கும் நிம்மதி அடுத்தவரைப்போல் வாழ வேண்டும் என்று பொறாமையில் கிடைக்காது' என்ற பரத்வாஜர் விடையுடன் கேள்வி - பதில் அமர்வும் குருகுலப் பயிற்சியும் நிறைவடைந்தன.

பட்டமளிப்பு விழாவில் குருகுல மாணவர்கள் பெற்ற மதிப்பெண்களின் அடிப்படையில் பட்டங்களும், விருதுகளும் வழங்கப்பட்டன. மாணவர்கள் ஒருவரை ஒருவர் கட்டிப்பிடித்து ஆனந்தக் கண்ணீர் சொரிந்தனர். குருகுலம் என்னும் தோட்டத்தில் கவலையின்றிப் பாடித் திரிந்த மாணவர்கள் இன்றைக்குத் திசை மாறிச் செல்லப் போகிறார்கள். ஆடியதும், பாடியதும் மட்டுமே இனி பசுமை நிறைந்த சுகமான நினைவுகளாக அவர்கள் நெஞ்சங்களில் நிறைந்திருக்கும். எந்த நாட்டில், எந்த ஊரில், எங்கு கண்டாலும் இதே பிரியாத நட்புடனும் பாசத்துடன் என்றென்றும் இருப்போம் என்று உறுதி எடுத்துக்கொண்டார்கள். ஆனால் வெகு விரைவிலேயே இந்த நட்புக்குச் சோதனை வருமென்று எதிர்பார்த்திருக்க மாட்டார்கள்.

15

நட்பை முறித்த காதல்

பரத்வாஜர் குருகுலத்தில் படித்த அபிமன்யு, பூமிசேனன், ஜலசேனன், வாயுசேனன், ஆர்ய வைஸ்யா மற்றும் சாகர் ஆகியோர் பதின்பருவ வயதைக் கடந்து வாலிப வயதை எட்டினர். அவர்கள் விரும்பிய வகையில் மீண்டும் சந்திக்கும் நேரம் கைகூடி வந்தது. துவாரகையில் இளைஞர்களை உள்ளடக்கிய யுவ சேனையைத் தொடங்க வேண்டுமென அபிமன்யு விடுத்த கோரிக்கை ஏற்றுக் கொள்ளப் பட்டது. இதனைத் தொடர்ந்து அபிமன்யு யுவ சேனையை அமைக்க முடிவெடுத்திருக்கும் விஷயத்தைத் தனது குருகுல நண்பர்களுக்குச் சொல்லி அனுப்ப அவர்களும் நட்பைப் புதுப்பித்துக் கொள்ளும் ஆவலில் துவாரகை வந்தடைந்தனர்.

அபிமன்யு ஒட்டு மொத்த யுவ சேனைத் தலைவராகவும், தரைப் படைத் தளபதியாக பூமிசேனனும், கப்பல் படைத் தளபதியாக ஜலசேனனும், வான் படைத் தளபதியாக வாயுசேனனும், ராணுவத் திட்டமிடல் முதன்மை அதிகாரியாக சாகரும், ஆதாரங்கள் திரட்டும் முதன்மை அதிகாரியாக ஆர்ய வைஸ்யாவும் பதவி ஏற்றுக் கொண்டனர். அனைவரின் கூட்டுப் பொறுப்பில் யுவ சேனாவுக்கான வீரர்கள் தேர்ந்தெடுக்கப்பட்டனர்.

அபிமன்யு தனது தாய் சுபத்ராவிடம் தான் தொடங்கிய யுவ சேனா பற்றியும் தனது நண்பர்கள் பூமிசேனன், ஜலசேனன், வாயுசேனன், ஆர்ய வைஸ்யா மற்றும் சாகர் ஆகிய குருகுல நண்பர்கள் வகிக்கும் முக்கியப் பொறுப்புகள் பற்றியும் விரிவாக விளக்கினான். ‘அபிமன்யு! நேற்று ஆர்ய வைஸ்யாவின் அம்மாவைச் சந்தித்தேன்.

அவரது கணவர் தன வைஸ்யனின் சாவுக்குச் சாகரின் அப்பா மத்ஸ்யாதான் காரணம் என்று உறுதியாக நம்புகிறார். எனவே யுவ சேனையிலிருந்து சாகரை நீக்குவதே சரியாக இருக்கும்' என்றாள் சுபத்ரா.

'தயவு செய்து நான் சொல்வதைக் கேளுங்கள். ஆர்ய வைஸ்யாவின் அம்மா அவரது கணவனைக் கொன்றது மத்ஸ்யாதான் என்று தவறாக நினைத்துக் கொண்டிருக்கிறார். மேலும் இதில் ஜாதி வெறியும் முக்கியப் பங்களிக்கிறது. பட்டமளிப்பு விழாவில் சாகரைச் ஜாதிப் பெயர் சொல்லித் திட்டியதை நானே கேட்டேன். அவரது கணவரின் கொலைக்கும் சாகரின் அப்பாவுக்கும் எந்தத் தொடர்பும் இல்லை' என்று அபிமன்யு மன்றாடினான்.

பொய்யை மீண்டும் மீண்டும் சொன்னால் ஒரு கட்டத்தில் மெய்யென்று என்று யோசிக்கத் தோன்றும் என்பார்கள். ஆர்ய வைஸ்யாவின் அம்மா அதைத்தான் செய்தாள். சாகர் தாழ்ந்த குலத்தைச் சேர்ந்தவன் என்றும், அவன் அப்பாதான் தன் கணவரைக் கொலை செய்தார் என்றும் சுபத்ரா தொடங்கி சகுந்தலா, சர்மிளா, சியாமளா என ஒவ்வொருவரிடமும் அன்றாடம் புலம்பத் தொடங்கினாள். அவர்களும் அதை உண்மை என்று நம்பித் தனது மகன்களிடம் சாகரோடு சகவாசம் வைத்துக் கொள்ள வேண்டாம் என்று அறிவுறுத்தத் தொடங்கினார்கள்.

சாகர் பிறந்த நாள் முதற்கொண்டே அவனை நன்கு அறிந்தவள் சகுந்தலா. தனக்குக் குழந்தை இல்லாத குறையைப் போக்க வந்தவன் என்று அவனைக் கொஞ்சி மகிழ்ந்திருக்கிறாள். ஆனால் இப்போது சாகரை மீது வெறுப்பைக் காட்டினாள். 'ஆர்ய வைஸ்யாவின் அம்மா எல்லாவற்றையும் சொல்லிவிட்டாள். நீ கொலைகாரனுக்குப் பிறந்தவன். விஷப் பாம்பு. தாழ்ந்த ஜாதியில் பிறந்தவன்' என்று கடுஞ்சொற்களால் அவனைக் காயப்படுத்தினாள். கண் முன் நிற்காதே என்று அடிக்காத குறையாக விரட்டினாள்.

சாகர் அழுது கொண்டே வீடு திரும்பினான். 'ஆர்ய வைஸ்யாவின் அப்பாவைக் கொன்றது நீங்கள்தானா? அவன் அம்மா இப்படித்தான் எல்லோரிடமும் சொல்லிக் கொண்டிருக்கிறார். என்னதான் நடந்தது. உண்மையைச் சொல்லுங்கள். தலையே வெடித்துவிடும் போலிருக்கிறது?' என்று அப்பாவிடம் கேட்டான்.

'தன வைஸ்யனிடம் வாங்கிய கடனைத் திருப்பித் தராததால் நம்முடைய வீட்டையும், பொருள்களையும் பிடுங்கிக்கொண்டு துரத்திவிட்டார். நானும், உன்னை வயிற்றில் சுமந்து கொண்டிருந்த

நிறைமாத கர்ப்பிணியான அம்மாவும், திக்கு திசை தெரியாமல் கட்டுமரத்தில் புறப்பட்டோம். என்னுடைய போதாத காலம் கட்டுமரம் விபத்துக்குள்ளாகி எல்லோரும் கடலில் விழுந்தோம். கடலிலேயே அம்மா உன்னைப் பிரசவித்தாள். பிழைத்தது நாம் மூவர் மட்டுமே. மற்றவர்கள் என்ன ஆனார்கள் என்று இதுவரை தெரியாது. பரத்வாஜர்தான் நமக்கு ஆதரவளித்து இங்கேயே தங்க வைத்து எல்லா உதவிகளையும் செய்து வருகிறார். தன வைஸ்யனை யாரோ கொலை செய்துவிட்டார்கள் என்ற விவரமும் இப்போதுதான் தெரியும். எனக்கும் அந்தக் கொலைக்கும் எந்தத் தொடர்பும் இல்லை. உனக்கு நம்பிக்கை இல்லை என்றால் பரத்வாஜ குருவிடம் கேட்டுக் கொள்' கண்ணீர் மல்க நடந்ததைக் கூறினார் மத்ஸ்யன்.

'நான் உங்களை நம்புகிறேன் அப்பா. மன அமைதிக்காகக் கோமதி ஆற்றங்கரையில் சிறிது நேரம் தங்கிவிட்டு வருகிறேன்' என்று சொல்லிவிட்டுக் கிளம்பினான் சாகர்.

கோமதி ஆற்றில் மீன்கள் துள்ளி விளையாடும் ரம்மியமான காட்சியை ரசித்துக் கொண்டிருந்தபோது 'சாகர்! உங்களுக்கு இங்கே என்ன வேலை?' இன்பத் தேன் செவிகளில் பாய்வதுபோல் ஒரு குரல் கேட்டது.

'யார் வர்ஷாவா? நீ என்னைப் பார்க்க வந்திருப்பது உன் வீட்டாருக்குத் தெரிந்தால் அவ்வளவுதான். பெரிய பிரச்னை ஆகிவிடும். முதலில் இங்கிருந்து கிளம்பு.'

'ஏன் எப்போதும் என்னை விரட்டுவதிலேயே குறியாக இருக்கிறீர்கள். நான் கிளம்புவதற்காக வரவில்லை. இனி என் வாழ்வு உங்களோடுதான். என்றைக்கு உங்களை முதன் முதலாகப் பார்த்தேனோ அன்றைக்கே என்னைப் பறிகொடுத்துவிட்டேன். தயவு செய்து என்னை ஏற்றுக் கொள்ளுங்கள்.'

'என்னைப் பார்த்தாலே எல்லோரும் ஒதுங்கிப்போகிறார்கள். எதிலும் என்னைச் சேர்த்துக் கொள்ளாமல் துரத்தி அடிக்கிறார்கள். என் அப்பாதான் உன் தந்தையைக் கொன்றார் என்று உன் அம்மா வீண் பழி சுமத்துகிறார். என் ஜாதியைச் சொல்லி அசிங்கப்படுத்துகிறார். நீயும் நானும் இந்தப் பிறவியில் இணைவது சாத்தியமே இல்லை. நான் பட்ட அவமானங்கள் போதும். என்னோடு சேர்ந்து நீயும் கேவலப்பட வேண்டாம்.'

'எனக்குத் தெரியாமலில்லை. தெரிந்தேதான் இந்த முடிவை எடுத்திருக்கிறேன். என் அம்மா பேசியதற்காக நான் மன்னிப்புக் கேட்டுக் கொள்கிறேன். அம்மாவின் மீதுள்ள கோபம், உங்கள் மீதுள்ள பரிவு ஆகியவையே இந்த முடிவெடுக்கக் காரணம்.

‘கோவத்திலும், பச்சாதாபத்திலும் எடுக்கும் முடிவு சரியாக இருக்காது. நீ என் மீது கொண்ட காதலும் அப்படித்தான். உனக்கு ஒரு வாரம் அவகாசம் தருகிறேன். நன்றாக யோசி. நீ எடுத்த முடிவை நீயே மாற்றிக் கொள்வாய்.’

‘சரி. ஒரு வாரம் யோசித்து என் முடிவைச் சொல்கிறேன். ஆனால் ஒரு நிபந்தனை. இடைப்பட்ட ஒரு வார காலத்தில் நீ எனக்கு நீச்சல் கற்றுத் தர வேண்டும். சரியாக எட்டாம் நாள் காலை என் முடிவைச் சொல்கிறேன்’ சாகரை வலையில் வீழ்த்தச் சரியான திட்டத்துடன் நிபந்தனை விதித்தாள்.

இருக்கும் குழப்பத்தில் நீச்சல் கற்றுக் கொடுக்க ஏன் நிபந்தனை விதித்தாள் என்று புரியாமல் சாகர் ஒப்புக்கொண்டான். சாகரத்தில் விரிக்கும் வலையில் மீன்கள்தான் சிக்கும். ஆனால் இந்தக் கயல் விரித்த வலையில் சாகரமே சிக்கிக்கொண்டது.

நீச்சல் கற்றுக் கொள்ள அதிகாலையிலேயே வந்துவிட்டாள் வர்ஷா. தங்கத்தில் முகமெடுத்துச் சந்தனத்தில் உடலெடுத்த சிலைபோல் காலைக் கதிரொளியில் பொன்னாக மின்னினாள். முதல் முறையாக அவளைக் கண்டு கிறங்கினான் சாகர். பகலில் ஒரு நிலவுபோல் காட்சி அளித்தாள். புருவத்தை வில்லாக வளைத்துப் பார்வையைக் கணையாகத் தொடுத்து வீசியதில் சாகர் மயங்கினான். கோமதி ஆற்றுப் படித்துறையில் வர்ஷா சப்பரம்போல் இறங்கினாள். சாகரும் நீரில் இறங்கி இரு கைகளை நீட்ட அதில் குப்புறப்படுத்தவாறே கைகளையும், கால்களையும் ஆட்டினாள்.

கொடியில் படரும் மலரைப்போல் அவன் கரங்களில் உருண்டும் புரண்டும் தவழ்ந்தாள். வர்ஷா நீச்சலின் ஆரம்பப் பாடங்களைக் கற்றுக்கொண்டாளோ இல்லையோ தெரியாது.... ஆனால் சாகர் பெண் ஸ்பரிசத்தின் ஆரம்பப் பாடங்களில் தன்னை இழந்தான். தத்தளிப்பதுபோல் அவள் தவறி விழ, அவளைத் தாங்கிப் பிடிக்க இடையைத் தழுவத், தண்ணீரில் இன்ப நாடகமே அரங்கேறிக் கொண்டிருந்தது. ஆறு நாள்கள் இப்படியாகக் கழிந்தன. ஒரு சில நாள்கள் வர்ஷா வேண்டுமென்றே தாமதமாக வர, தன்னைக் காணோமே என்று சாகர் தேடுவதை ஒளிந்திருந்து ரசித்தாள்.

கடைசி நாள். சே! தெரியாத்தனமாக ஒரு வாரம் என்று ஒப்புக் கொண்டோமே. இப்படியொரு சுகம் கிடைக்குமென்று தெரிந்திருந்தால் நீச்சல் பயிற்சியை ஒரு மாதமாக நீட்டித்திருக்கலாமே?’ என்று நினைக்கும் அளவுக்குச் சாகரைத் தவிக்கவிட்டாள்.

தண்ணீரில் மீன் துள்ளுவதைப் பார்த்த சாகர் முதல் முறையாக மான் துள்ளுவதைக் கண்டு மயங்கினான். ஆற்றில் மீனைப் பிடித்து விளையாடிய சாகருக்கு, மானைப் பிடித்து விளையாடுவது சுகமான அனுபவத்தைத் தந்தது. அவன் கையில் சிக்குவது போலவும், அணைத்த கரங்களுக்கு உள்ளே உடலை வளைத்தும், நெளித்தும், அங்கங்களை உரசிக்கொண்டு விடுவித்துக் கொள்வதுபோலவும் வர்ஷா சகல அஸ்திரங்களையும் பயன்படுத்தி அவனை வீழ்த்தினாள்.

காமாஸ்திரத்தின் கடைசி கணையாகத் தண்ணீரில் மூழ்குவது போலவும், தண்ணீரைக் குடித்துவிட்டது போலவும் வர்ஷா பாசாங்கு செய்ய சாகர் அலறியவாறே அவளைக் கைத்தாங்கலாக அள்ளிக் கரையில் போட்டான். இதுபோன்ற தருணங்களில் வயிற்றில் இருக்கும் தண்ணீரை வெளியேற்றவும் மீண்டும் இயல்பாக மூச்சு விடவும் இரண்டே வழிகள்தான் உள்ளன. அதைத்தான் சாகரும் செய்தான். உடுக்கைபோல் சிறுத்த இடையை மெதுவாக அழுத்த, குடித்ததுபோல் வாயில் தேக்கி வைத்திருந்த நீரை வெளியேற்றினாள். அடுத்து அவள் இயல்பாக மூச்சுவிட அவளது கோவைப் பழமெனச் சிவந்த இதழ்களில் தனது உதடுகளைப் பதித்தான். அவளது மார்புகளில் கைகளை வைத்து அழுத்த பெண்மை விழித்துக் கொண்டது. தேவதையாகக் காட்சி அளித்த வர்ஷாவின் முன் சாகர் முற்றிலுமாகச் சரணடைந்தான்.

‘சாகர். ஒரு வாரம் கழித்து என் முடிவைச் சொல்லச் சொன்னீர்கள் அல்லவா? உங்களை மனதாரக் காதலிக்கிறேன். இதுதான் என் முடிவு’ என்று வர்ஷா சொல்ல, சாகர் ‘நானும்தான்’ என்று அவளை ஆரத் தழுவினான். ஜாதி, சமூகம் என்று ஏதேதோ கூறி ‘அறிவு’ அவன் ஆசைக்கு அணை போடப் பார்த்தது. அறிவுக்கும், மனத்துக்கும் நடந்த காதல் போராட்டத்தில் ‘மனம்’ ஜெயித்தது. ஆத்மார்த்தமான காதலுக்குப் பச்சைக் கொடி காட்டியது.

அபிமன்யுவுக்கும், சேனா சகோதரர்களுக்கும், சாகரை விட்டுப் பிரிய மனமில்லை என்றாலும் அம்மாக்கள் சொல்லை மீற முடியவில்லை. சாகர் அப்பா ஆர்ய வைஸ்யா அப்பாவைக் கொல்லவில்லை என்பதை பரத்வாஜர் ஒருவர் மட்டுமே உறுதிப்படுத்த முடியும். ஆனால் அவர் வெளியூரிலிருந்ததால், திரும்பி வரும் வரையில் காத்திருந்து விஷயத்தைச் சொன்னார்கள். பரத்வாஜர் அதிர்ந்தார். உயிருக்குப் போராடிக் கொண்டிருந்த மத்ஸ்யனையும், அவனது நிறைமாத கர்ப்பிணி மனைவியைக் காப்பாற்றிய கதையையும், சாகர் பிறந்ததையும் சொல்லி முடித்தார்.

அன்று முதல் தனது கண்காணிப்பிலேயே அவர்கள் இருப்பதையும், தன வைஸ்யன் கொலைக்கும் மத்ஸ்யனுக்கும் எந்தத் தொடர்பும் இல்லை என்றும் உறுதிப்படுத்தினார். அனைவரும் நிம்மதிப் பெருமூச்சு விட்டனர். சாகரைத் தேடிச் சென்று மன்னிப்புக் கேட்டனர்.

யாருக்கும் தெரியாமல் இரகசியமாக இருந்த சாகர் - வர்ஷா காதல் எப்படியோ அவள் அண்ணன் ஆர்ய வைஸ்யா காதுகளை எட்டியது.

தன் தந்தையின் சாவுக்கு சாகர் அப்பா காரணமில்லை என்று பரத்வாஜர் கூறியவுடன் நிம்மதி அடைந்தவன், தன் சகோதரி வர்ஷாவைச் சாகர் காதலிப்பது தெரிந்தவுடன் கோபத்தின் உச்சிக்கே போனான். ஜாதி மீண்டும் பிரச்னை ஆனது. வைஸ்ய குலத்தைச் சேர்ந்த என் சகோதரிக்குத் தாழ்ந்த குலத்தைச் சேர்ந்த சாகர் மாப்பிள்ளையா என்று குமுறினான். இதற்கு ஒரே வழி வர்ஷாவுக்கு விரைவில் வேறொரு மாப்பிள்ளை பார்த்து உடனடியாகத் திருமணம் செய்வதுதான் என்று தீர்மானித்தான்.

அதுவரை இருவரும் அடிக்கடி சந்திப்பதைத் தடுக்க அஸ்தினாபுர அரண்மனையில் துரியோதனன் மகன் லட்சண குமாரன் பாதுகாப்பில் அவளை விடுவது என்றும் முடிவானது. குருகுலப் பயிற்சியின்போது லட்சணனுக்கும் அபிமன்யுவுக்கும் இடையேதான் மோதலே தவிர ஆர்ய வைஸ்யனுடன் எந்தப் பிரச்னையும் இல்லை. மேலும் அபிமன்யுவையும், ஆர்ய வைஸ்யனையும் பிரிக்க இதுவே சரியான வாய்ப்பு என்றும் லட்சண குமாரன் நினைத்தான்.

வர்ஷா பதறினாள். அஸ்தினாபுரத்துக்குப் போய்விட்டால் பிறகு மீண்டும் சாகருடன் திருமணம் என்பது நடவாத காரியம். அதே தருணம் போகாமல் இருந்தால் சாகருக்குத் தொடர்ந்து தொல்லை கொடுப்பார்கள். எனவே என்ன செய்யலாம் என்று இருவரும் பரத்வாஜரிடம் ஆலோசனை கேட்டார்கள். காதல் கல்யாணம் அதுவும் கலப்பு மணம் என்றதும் பரத்வாஜர் சந்தோஷப்பட்டார். 'இப்போதைக்கு ஹஸ்தினாபுரத்துக்குப் போ. அங்கே போனவுடன் எந்த மாப்பிள்ளையை முடிவு செய்திருக்கிறார்களோ அவருக்கும் உனக்கும் பரத்வாஜர்தான் ஜாதகப் பொருத்தம் பார்க்க வேண்டும் என்று சொல். மிச்சத்தை நான் கவனித்துக் கொள்கிறேன்' என்று வர்ஷாவுக்கு ஆறுதல் சொல்லி அனுப்பினார் பரத்வாஜர். இருவர் கன்னங்களிலும் கண்ணீர் வழிந்தோட, மீண்டும் சந்திப்போம், மணக்கோலம் காண்போம் என்ற நம்பிக்கையில் பிரியா விடை பெற்றனர் சாகரும் வர்ஷாவும்.

ஹஸ்தினாபுரம் வந்து சேர்ந்த உடனேயே வர்ஷாவுக்கு மாப்பிள்ளை தேடும் படலத்தை ஆரம்பித்தான் ஆர்ய வைஸ்யா. தேடிக் கண்டுபிடித்து கோவிந்தா என்றொரு பையனையும் முடிவு செய்துவிட்டான். வர்ஷா முரண்டு பிடித்தாள் 'சாகருடன் கல்யாணம் என்பதை மட்டும் மறந்துவிடு. வேறு என்ன வேண்டுமானாலும் கேள்?' என்றவுடன் பரத்வாஜர் சொன்னது ஞாபகம் வந்தது. 'எங்கள் இருவருக்கும் ஜாதகம் பொருந்தியிருக்கிறது என்று பரத்வாஜர் கூற வேண்டும். அவர் சொன்னால் சம்மதிக்கிறேன்' என்றாள் வர்ஷா.

இருவரின் திருமணத்துக்கு எப்படியேனும் உதவ வேண்டும் என்னும் திட்டத்துடன் பரத்வாஜர் தனது மகன்கள் பூமிசேனன், ஜலசேனன், வாயுசேனன் ஆகியோருடன் சாகரை மட்டும் மாறுவேடத்தில் ஹஸ்தினாபுரம் அழைத்து வந்தார். உபசரிப்புகள் மற்றும் ஓய்வுக்குப் பிறகு கோவிந்தா - வர்ஷா ஜாதகங்களை எடுத்து வரச் சொன்னார். ஜாதகக் கட்டங்களைப் பார்த்துக் கொண்டே விரல்களில் எண்களையும் கூட்டியும், கழித்தும் ஏதோ மனக்கணக்குப் போட்டார்.

பிறகு ஒரு முடிவுக்கு வந்தவராக 'ஆர்யா உன் சகோதரி வர்ஷா ஜாதகத்தில் தோஷம் இருக்கிறது. ஒரு பரிகாரம் செய்தால் சரியாகிவிடும். போன ஜன்மத்தில் வேதியனுக்குத் துரோகம் இழைத்ததால் அவன் தற்கொலை செய்து கொண்டான். அகால மரணம் காரணமாக அந்த ஆவி இவளுக்குத் தொந்தரவு கொடுக்கிறது. காம்யக வனத்தில் அந்த ஆவி சுற்றி வருகிறது. நாளை அமாவாசை. வர்ஷா ஒரு ராத்திரி அங்கு தங்கி அந்த ஆவிக்குத் தன்னந்தனியாகப் படையல் வைக்க வேண்டும். அதை மற்றவர்கள் பார்க்கக் கூடாது. அப்படிச் செய்தால் அந்த ஆவி திருப்தி அடைந்து இவளை விட்டு நீங்கிவிடும். தோஷமும் விலகிவிடும். பிறகு எந்தத் தடையுமின்றித் திருமணத்தை நடத்தி விடலாம்' என்றார்.

பரத்வாஜரும், சேனா சகோதரர்களும், ஆர்ய வைஸ்யாவும், வர்ஷாவும் காட்டுக்குள் அமைக்கப்பட்ட குடிசையில் தங்கினர். வர்ஷா படையல் வைப்பதை யாரும் பார்க்கக் கூடாது என்பதால் மற்றவர்கள் உள்ளேயே இருந்தனர். நள்ளிரவு அமாவாசை கும்மிருட்டில் வாழை இலையில் வர்ஷா படையல் வைத்துக் கொண்டிருக்கத் திடீரென வெண்ணிற ஆடையில் ஓர் உருவம் சாப்பிட உட்கார்ந்தது. வர்ஷா கொஞ்சம் அச்சப்படவே 'பயப்படாதே. நான்தான் சாகர். மாறுவேடத்தில் சாப்பிட வந்திருக்கிறேன். உன் சகோதரன் ஆர்ய வைஸ்யா தூங்கிய பிறகு வந்து மெல்லிய மூன்று முறை கை தட்டுவேன். என்னோடு புறப்பட்டு வா' என்று சொன்னான்.

ஆவிக்குப் படையல் தந்துவிட்டு வர்ஷா வந்தவுடன் ஆர்யா நிம்மதி ஆனான். தோஷம் நீங்கியது. இனி அடுத்தது கோவிந்தா - வர்ஷா கல்யாணம்தான் என்று நினைத்துக் கொண்டே ஆழ்ந்த உறக்கத்தில் விழுந்தான். சிறிது நேரம் கழித்துச் சாகர் மூன்று முறை கையைத் தட்டவே எழுப்பவே பரத்வாஜரை வணங்கிவிட்டு வெளியே வந்து சாகருடன் கிளம்பினாள். மரங்களுக்கு இடையே மறைவாகக் காத்துக் கொண்டிருந்த பரத்வாஜரின் மகன்கள் துணைக்கு உடன் வர அனைவரும் வன எல்லையில் இருக்கும் வன துர்கைக் கோயிலை அடைந்தனர்.

அங்கே ஒரு பூசாரி இவர்களுக்காகக் காத்துக் கொண்டிருக்க, கடவுள் சந்நிதியில் அதிகாலை பூபாள நேரத்தில் வர்ஷா கழுத்தில் சாகர் மங்கல நாணைக் கட்டினான். இறைவன் சாட்சியாக இருவரும் கணவன் மனைவி ஆனார்கள்.

தூங்கி எழுந்த ஆர்யா அருகே இருந்த வர்ஷாவைக் காணாமல் திடுக்கிட்டான். சேனா சகோதரர்களும் இல்லாதது அவனுக்கு அதிர்ச்சியை அளித்தது. பரத்வாஜர் ஒன்றுமே தெரியாததுபோல் கையை விரித்தார். ஏற்கனவே சாகர் மீது மட்டும் இருந்த கோபம் இப்போது பூமிசேனன், ஜலசேனன் மற்றும் வாயுசேனன் ஆகியோர் மீதும் திரும்பியது.

துவாரகை திரும்பிய ஆர்ய வைஸ்யா நடந்த அனைத்தையும் அபிமன்யுவிடமும், அம்மாவிடமும் கூறினான். ‘வர்ஷா எனக்கு சகோதரியும் இல்லை உனக்கு மகளுமில்லை. அவளுடன் இனிமேல் நமக்கு எந்த ஒட்டும் உறவும் வேண்டாம். அதேபோல் இன்று முதல் சாகருடன், பூமிசேனன், ஜலசேனன் மற்றும் வாயுசேனன் ஆகியோரும் நமக்கு ஜன்ம விரோதிகள்’ என்று ஆத்திரத்தில் கத்தினான் ஆர்ய வைஸ்யா.

ஆழமான நட்பை அழகான காதல் முறித்துவிட்டது.

16

ரகசியம்

பரத்வாஜர் விளக்கமளித்த பிறகும்கூட ஆர்ய வைஸ்யாவின் அம்மா தனது கணவனைக் கொன்றது சாகரின் அப்பாதான் என்ற தனது முடிவை மாற்றிக் கொள்ளவில்லை. இப்போது அவள் பெற்ற மகள் வர்ஷா கொலைகாரன் மகன் சாகருடன் ஓடிப் போய்விட்டாள் என்று ஆர்யா சொன்னவுடன் இன்னும் வயிறு எரிந்தாள், கதறினாள். அபிமன்யு அம்மா சுபத்ராவிடம் ஓடோடிச் சென்று நடந்த அனைத்தையும் சொல்லி அழுது நியாயம் கேட்டாள்.

ஏற்கனவே சாகர் மீது கடுப்பில் இருந்த சுபத்ராவுக்கு அவன் வர்ஷாவைத் திருட்டுத்தனமாகக் கல்யாணம் செய்து கொண்டது தெரிய வந்ததும் கோபமும் வெறுப்பும் பன்மடங்கு அதிகரித்தது. உடனே அபிமன்யுவை அழைத்து 'சாகர் குறித்துப் பலமுறை உன்னை எச்சரித்தேன். நீ நம்பவில்லை. இப்போது பார்... நண்பனின் சகோதரியையே திருட்டுத்தனமாகக் கல்யாணம் செய்து கொண்டிருக்கிறான். இதுதான் அவன் நட்புக்குக் கொடுக்கும் மரியாதையா? யுவ சேனையிலிருந்து அவனை உடனடியாக நீக்கி இப்போதே ஆணை பிறப்பிப்பாய். அவன் செய்த தவறுக்கு இதுதான் தண்டனை' என்றாள்.

சுபத்ராவைச் சமாதானப்படுத்த அபிமன்யு மேற்கொண்ட எந்த முயற்சியும் பலனளிக்கவில்லை. எந்தவித விளக்கம் அளிக்கவும் சாகருக்கு வாய்ப்பு தராமல் அவன் பதவி பறிக்கப்பட்டது. 'தாழ்ந்த ஜாதிப் பையன் உயர்ந்த ஜாதிப் பெண்ணைக் கலப்புத் திருமணம் செய்து கொள்வது குற்றமா? நீதி, நேர்மை, சமத்துவம் பேசும்

துவாரகையில் இது தவறாகுமா? கிருஷ்ணருக்கும், பிரத்யும்னனுக்கும், அபிமன்யுவுக்கும் தெரிந்துதான் நடக்கிறதா? என்றெல்லாம் மனம் குழம்பியது. சமூகத்தையும் குடும்பத்தையும் எதிர்த்து வர்ஷாவைத் திருமணம் செய்து கொண்ட விவகாரமே இன்னும் ஓயவில்லை. இப்போது வேலையும் இல்லை. குடும்பத்தை எப்படி நடத்துவது? யோசித்து யோசித்து சாகருக்குப் பைத்தியமே பிடித்துவிடும் போலிருந்தது.

'என்னை மன்னித்துவிடு வர்ஷா. வெள்ளிக் கரண்டியில் உண்டு, பட்டு மெத்தையில் உறங்கிய உன்னை, மண் சட்டியிலும், கட்டாந் தரையில் படுக்க வைத்த பாவியாகிவிட்டேன். சாப்பிடுவதற்கே நேரமில்லாமல் பரபரப்பாக இருந்த உன்னைச் சாப்பாட்டுக்கே வழியில்லாமல் நடுத் தெருவில் நிறுத்திவிட்டேன். என்னைத் திருமணம் செய்து கொண்ட பாவத்துக்காக நீயும் கஷ்டப்பட வேண்டும் என்பது விதி. உடலில் ஏற்படும் காயத்தின் வலியைக்கூட என்னால் தாங்கிக் கொள்ள முடியும். ஆனால் மனத்தில் ஏற்பட்ட காயத்தின் வலியைத் தாங்கிக் கொள்ள முடியவில்லை' என்று உருகினான் சாகர்.

சாகரின் மீது சுபத்ரா வெறுப்பை உமிழக் காரணம் தனது அம்மாதான் என்று தெரிந்தவுடன் வர்ஷா மிகவும் வருத்தப்பட்டாள். மகளே ஆனாலும் விருப்பத்தை மீறித் திருமணம் செய்து கொண்டதற்காக இருவரையும் அம்மா பழி வாங்குவதை நினைத்து வேதனைப் பட்டாள். யாரை நொந்து என்ன பயன்? ஜாதிக் கட்டமைப்பு வலுவாக இருக்கும் சமூகத்தில் கட்டுப்பாட்டை உடைத்தெறிவது அசாத்திய மான காரியம். அப்படியே வளையத்தை விட்டு வெளியேறினாலும் வாழ்ந்து காட்டுவது இன்னும் கஷ்டம். இருப்பினும் போராடித்தான் ஆக வேண்டும். வாழ்ந்து காட்ட வேண்டும். உங்கள் வீரத்தின் மீது நம்பிக்கை இருக்கிறது. இந்த உலகம் உங்களை உச்சந்தலையில் வைத்துக்கொண்டாடத்தான் போகிறது' என்று வர்ஷா அவனை வாரி அணைத்துக்கொண்டாள்.

பொழுது விடிந்தது. இனி வாழ்வும் விடியும் என்ற நம்பிக்கையுடன் இருவரும் பரத்வாஜரை அவரது குருகுலத்தில் சந்தித்து நடந்த அனைத்தையும் விவரித்தனர். இப்போதைக்கு இன்னொரு குருகுலத்தில் வேலை பெற்றுத் தருவதாகவும் காலம் கனியும் வரை பொறுமையுடன் காத்திருக்குமாறும் இருவருக்கும் ஆலோசனை கூறினார். ருசிக்கு உணவு இல்லாவிட்டாலும், பசிக்கு உணவு இனி கிடைக்கும் என்று இருவரும் நிம்மதி அடைந்தனர்.

சில மாதங்கள் கழிந்தன. திடீரென அபிமன்யு மற்றும் பிரத்யும்னனிட மிருந்து உடனே சந்திக்குமாறு அவசர அழைப்பு வரவே சாகர்

புறப்பட்டான். 'சாகர்! துவாரகைக்கு இப்போது இக்கட்டான நேரம். கிருஷ்ணர், பலராமர், கிருதவர்மர், சாத்யகி ஆகிய நால்வரும் கோசல நாட்டு யுவராஜா திருமணத்துக்குச் சென்றுள்ளனர். அவர்கள் இல்லாத தருணம் பார்த்து நிஷாதர்களும், ஒற்றைக் கால் ராட்சசர்கள் கேரகர்களும், நமது ஆளுகைக்கு உட்பட்ட அந்தர் தீபத்துக்குள் நுழைந்து மக்களை வதைத்துக் கொண்டிருக்கின்றனர். மேலும் அங்கு தேனிலவுக்காகச் சுற்றுலா சென்றுள்ள அண்டை நாடு இளவரசனை யும், அவன் மனைவியையும், உள்ளூர் ஆளுநரையும், அங்குள்ள பாழடைந்த சிவன் கோயிலில் பிணைக்கைதிகளாகப் பிடித்து வைத்துள்ளனர். சகாதேவர் முன்பு அவர்களைத் தோற்கடித்துக் கைது செய்தவர்களை விடுவித்தால் மட்டுமே இவர்களை விடுவிப்போம் இல்லாவிட்டால் கொன்றுவிடுவோம் என்று மிரட்டுகின்றனர். அனர்த்த நாட்டு இளவரனும், இளவரசியும் அவர்கள் பிடியில் இருப்பதால் உயிரிழப்பு இல்லாமல் மிகுந்த கவனமுடம் இப்பிரச்னையைக் கையாள வேண்டும்' என்றனர்.

'மூன்று நாள்களுக்குள் பிணைக் கைதிகளை விடுவிக்கவேண்டும். இந்தப் பிரச்னை அனர்ந்த நாட்டு அரசருக்கு மட்டுமல்ல; உள்ளூர் மக்களுக்கே கூடத் தெரியக்கூடாது. நமது சிறைகளில் இருப்பவர் களை விடுவித்தால் பிறகு இதுவே பழக்கமாகிப் பல்வேறு சிக்கல் களுக்கு வழிவகுக்கும். எதிரிகளிடம் சிக்கிக்கொண்டவர்களையும் காப்பாற்ற வேண்டும். அதே சமயம் இங்கே கைதிகளாக இருப்பவர் களையும் விடுதலை செய்யக் கூடாது. இவை அனைத்துமே மிக மிக ரகசியமாக நடைபெற வேண்டும் என்பதற்காக இந்தத் தாக்குதலுக்கு ''ரகசியம்'' என்று பெயரிட்டுள்ளோம்' என்றார் பிரத்யும்னன்.

'சரி. என்னை ஏன் வரவழைத்தீர்கள்? எனது பங்களிப்பு என்ன? நான் எவ்வாறு உங்களுக்கு உதவ வேண்டும்?'

'சாகர். இந்த மீட்பு நடவடிக்கை அபிமன்யு தலைமையில் நடந்தாலும் அதற்கான திட்டத்தை நீதான் வகுத்துத் தர வேண்டும். அதற்காகத்தான் உன்னை வரவழைத்துள்ளோம்' என்றார் பிரத்யும்னன்.

'சேனா சகோதரர்களுடன் இணைந்து பணியாற்றுவதில் ஆட்சேபணை இல்லை. ஆனால் ஆர்ய வைஸ்யா வேண்டாம். எனக்கு அவனுக்கும் ஒத்துப் போகவில்லை. பிரச்னை என்னவென்று உங்களுக்குப் புரியுமென்று நினைக்கிறேன்.'

'சரி.. உன் இஷ்டம். அபிமன்யு, பூமிசேனன், ஜலசேனன், வாயுசேனன், நீ உள்ளிட்ட ஐவரும் இணைந்து செயல்படுங்கள். பிணைக் கைதிகளை விடுவிக்கும் அதே சமயம் நமது சிறைகளில்

இருக்கும் கைதிகளை விட்டு விடக் கூடாது. எதிரிகள்தான் அழிய வேண்டுமே தவிர பொது மக்கள் யாரும் உயிரிழக்காமல் பார்த்துக் கொள்ளுங்கள். இவை அனைத்தும் அவசரமாகவும் ரகசியமாகவும் மூன்றே நாள்களில் செய்து முடிக்க வேண்டும்' என்று சொன்னவுடன் சாகர் உற்சாகமானான். தனக்கும் இவர்களுக்கும் ஏற்பட்ட இடைவெளியைக் குறைக்கக் கிடைத்த மகத்தான வாய்ப்பென எண்ணி மகிழ்ந்தான்.

சேனா சகோதரர்களுடன் அந்தர் தீபத்துக்கு விரைந்த சாகர் சற்று தொலைவிலிருந்து பாழடைந்த சிவன் கோயிலை நோட்டமிட்டான். அனைவரும் மாறுவேடத்தில் இருந்ததால் யாருக்கும் அடையாளம் தெரியவில்லை. கோயிலுக்குள் என்ன நடக்கிறது என்று தெரிந்து கொள்ள பூமிசேனன் அங்கிருந்து பூமியைக் குடைந்து உள்ளே சென்று அவர்களது பேச்சையும் நடவடிக்கையையும் உன்னிப்பாகக் கவனித்தான்.

உள்ளே இருந்தவர்கள் கொடூரமாகக் காட்சி அளித்தனர். அவர்கள் பேசிய மொழி பூமிசேனனுக்குப் புரியவில்லை. உடனே அவனுக்கு ரித்விகா மலையில் ஆயுர்வேத மருந்தகம் வைத்துக் கொண்டிருந்த மாறனின் நினைவு வந்தது. விந்திய மலைக்குத் தெற்கே இருந்து வந்த மாறனுக்குப் பல மொழிகள் அத்துப்படி என்பதால் அவனை அழைத்து வர ஏற்பாடானது. அவர்களது உரையாடல்களைக் கேட்ட மாறன் அதிர்ச்சி அடைந்தான். சாராம்சம் இதுதான்:

சிறையிலுள்ளவர்களை விடுவித்தவுடன் ஒப்புக்கொண்டபடி பிணையில் இருப்பவர்களை விடுவிக்காமல் அவர்களைக் கொன்று விடுவது. இதன் காரணமாக அனர்த்த நாட்டுக்கும், துவாரகைக்கும் போர் மூளும். துவாரையில் வடக்கு மூலை, தெற்கு மூலையில் உள்ள இரு குடிநீர் ஏரிகளில் களிமண் பானைகளில் விஷத்தைக் கலந்து வைப்பது. களிமண் பானைகள் தண்ணீரில் கரையும்போது அவற்றுடன் கொடிய விஷமும் ஏரித் தண்ணீரில் கலந்து அதைக் குடிக்கும் மக்களைக் கொல்வது. இது உள்நாட்டில் குழப்பத்தை ஏற்படுத்தும்.

சாகர் மளமளவென்று புதுத் திட்டங்களை வகுத்தான். முதலில் இரண்டு ஏரிகளிலுள்ள விஷம் கலந்த பானைகளை அகற்றுவது. இரண்டாவது துவாரகைச் சிறையிலுள்ள கைதிகளை விடுவித்து நாளைக் காலை ஒப்படைப்பதாகச் சொல்வது. மூன்றாவது விஷத் தண்ணீரைக் குடித்ததால் மக்கள் நூற்றுக்கணக்கில் இறந்துவிட்டார்கள் என்ற பொய்யான தகவலைக் காட்டுமிராண்டி நிஷாதர்களும், ஒற்றைக் கால் ராட்சசர்கள் கேரகர்களும் தெரிவிப்பது. நான்காவது சந்தோஷத்திலும், மதுமயக்கத்திலும் அவர்கள் ஆழ்ந்து உறங்கிக் கொண்டிருக்கும்போது பிணைக் கைதிகளாக உள்ள அனைவரையும்

விடுவித்துப் பூமிசேனன் அமைத்த பாதாளச் சுரங்கம் வழியே வெளியேற்றுவது. ஐந்தாவதாகக் கோயிலில் இருக்கும் பழமையான சிவன் சிலையையும் அங்கிருந்து அகற்றி இங்கே கொண்டு வருவது. ஆறாவதாக அனைவரும் பாதுகாப்பாக வெளியேறியவுடன் பாழடைந்த சிவன் கோயிலுக்கு நள்ளிரவில் தீ வைத்து உள்ளேயிருக்கும் அனைவரையும் கொன்று குவிப்பது.

பிரத்யும்னனிடமும், அபிமன்யுவிடமும் வியூகத்தைச் சொல்லி விட்டுத் திட்டங்களை அடுத்தடுத்து நடைமுறைப்படுத்தினான் சாகர். இரவோடு இரவாக, விஷம் கலந்த பானைகளை எடுக்கச் சென்றான். ஆனால், துரதிஷ்டவசமாக வடக்கு மூலையில் வைக்கப்பட்ட பானை உடைந்து விஷம் நீரில் கலந்துவிட்டிருந்தது. என்ன செய்ய என்று பதறிய சாகரை மாறன் ஆறுதல்படுத்தினார்.

கொல்லிமலைப் பகுதியில் இருந்து கொண்டுவந்த விஷச் செடியின் சாறை இந்த ஏரில் கலந்திருக்கிறார்கள். அர்க்க பத்ரம் எனும் மூலிகையைக்கொண்டு இந்த விஷத்தை முறித்துவிடமுடியும். எனது ராஜ்ஜியத்தில் இருந்து அந்த விஷ முறிவு மூலிகைகளைக் கொண்டு வந்து இங்கு என் தோட்டத்தில் வளர்த்துவந்திருக்கிறேன். என்னை விரைந்து அங்கு கொண்டு சென்றால் அந்த மூலிகையைக் கொண்டுவந்து இந்த நீரில் கலந்திருக்கும் விஷத்தை முறித்து விடுவேன் என்று சொன்னார். சாகர் தன் குதிரையில் மாறனை ஏற்றிக்கொண்டு காற்றைப்போல் பறந்து சென்று அந்த மூலிகையைக் கொண்டுவர உதவினான். மாறன் அந்த மூலிகைச் சாறை ஏரி நீரில் கலக்கவே விஷம் முறிந்தது.

தென் பகுதியில் இருந்த ஏரிக்கு விரைந்தார்கள். நல்லவேளையாக அந்தப் பானையில் இருந்த விஷயம் நீரில் கலந்திருக்கவில்லை. எனவே அதை உடனே அப்புறப்படுத்திவிட்டார்கள்.

துவாரகைச் சிறையிலுள்ளவர்கள் விடுவிக்கப்படுவார்கள் என்றும், விஷம் கலந்த நீரைக் குடித்து மக்கள் இறக்கிறார்கள் என்று சொன்னவுடன் சாகர் எதிர்பார்த்ததுபோல் நிஷதர்களும், கேரகர்களும் உற்சாகத்தில் வயிறு முட்டக் குடித்து மயக்கமானார்கள்.

பிணைக் கைதிகளையும், புராதன சிவன் சிலையையும் பத்திரமாகச் சுரங்கப் பாதை வழியே வெளியே கொண்டு வந்தார்கள். நள்ளிரவைக் கடந்தாகிவிட்டது. இனி ஆறாவதாகப் பாழடைந்த கோயிலுக்குத் தீ வைக்க வேண்டியதுதான் பாக்கி. அபிமன்யுவுக்குச் செய்தி அனுப்ப அவன் வில்லை வளைத்து அக்னி அஸ்திரத்தை எய்தான். அடுத்த சில வினாடிகள் அந்த இடமே சாம்பலானது. நிஷதர்களும், கேரகர்களும்

தீயில் கருகி இறந்தனர். பொழுது விடிவதற்குள் எல்லாம் நல்ல படியாக நடந்து முடிந்தது.

சாகரின் திட்டமிடலையும், வியூகத்தையும், பிரத்யும்னனும், அபிமன்யுவும், சேனா சகோதரர்களும் வாயார வாழ்த்தினர். ‘என்ன செய்து என்ன பயன். நான் சூத்திரன் என்பதால் என் திறமை அனைத்தும் விழலுக்கு இறைத்த நீர்தானே. கலப்புத் திருமணம் செய்துகொண்ட ஒரே காரணத்துக்காக என்னை ஒதுக்கி வைத்தீர்களே’ என்று தன் தரப்பு நியாயத்தைச் சொன்னான் சாகர்.

‘மன்னித்துக் கொள் சாகர். நடந்த எதுவுமே எனக்குத் தெரியாது. நான் ஊரில் இல்லை. இப்போதுதான் வந்தேன். என்னென்னவோ நடந்தது விட்டது. துவாரகையில் இனிமேல் ஜாதி, வர்ண பாகுபாடோ, தவறோ நடக்காமல் பார்த்துக் கொள்கிறேன். அனைத்தையும் மறந்துவிட்டு நீ மீண்டும் பொறுப்பேற்பதுடன், அபிமன்யுவின் வலது கரமாக எப்போதும் துணையிருப்பதாக உறுதியளிக்க வேண்டும்’ என்று பிரத்யும்னன் அன்புக் கட்டளை இட்டான். அபிமன்யுவும் மன்னிப்புக் கோர சாகர் மகிழ்ச்சியுடன் அதே பதவியை ஏற்றுக்கொண்டான். வர்ஷாவுக்கு சந்தோஷம் தாங்கவில்லை. எங்கே சாகர் - வர்ஷா வாழ்க்கை சூன்யமாகி விடுமோ என்று கவலைப்பட்ட பரத்வாஜரும் எல்லையில்லாத ஆனந்தம் அடைந்தார்.

17

கல்யாணமே... வைபோகமே...

ஏற்கெனவே கலப்புக் கல்யாணம் காரணமாக சாகர் - ஆர்யா நட்பில் விரிசல் விழுந்தநிலையில் மீண்டும் திருமணங்களே நட்புடன் பழகிய மனங்களைக் காயப்படுத்தும் வகையில் அமையத் தொடங்கின. இவர்களுடைய நட்புக்கும் கல்யாணங்களுக்கும், ஏழாம் பொருத்தம் என்பதை உறுதிப்படுத்துவதுபோல் அடுத்தடுத்த நிகழ்வுகள் அரங்கேறின. பரத்வாஜரின் மகன்களானன பூமிசேனன், ஜலசேனன் மற்றும் வாயுசேனனுக்கு, விராட தேசத்து அரசவை வேதியரின் மகள்களான நர்மதை, சிந்து, காவேரி ஆகியோருடன் திருமணம் நிச்சயமானது.

பாரத தேசத்தின் அனைத்து ராஜ்ஜியங்களுக்கும் அழைப்பு விடுக்கப் பட்டது. பாண்டவர்களும் திரௌபதியும் அஞ்ஞாதவாசத்தில் இருந்ததால் அவர்களுக்கு அழைப்பிதழ் அனுப்ப இயலவில்லை. ஆனால் யுதிஷ்டிரர் கங்கபட்டராகவும், பீமன் வல்லபனாகவும், அர்ஜுனன் பிருஹன்னளையாகவும், நகுலன் கிரந்திகனாகவும், சகாதேவன் தந்திரிபாலனாகவும், திரௌபதி சைரந்திரியாகவும் அதே விராட தேசத்தில் மாறுவேடத்தில் தங்கியிருந்தது யாருக்குமே தெரியவில்லை.

பூமிசேனன் - நர்மதா, ஜலசேனன் - சிந்து, வாயுசேனன் - காவேரி திருமண நிகழ்ச்சியில் அபிமன்யு, பிரத்யும்னன், துரியோதனன் மகன் லட்சண குமாரன் உள்படப் பல்வேறு நாட்டு அரசர்களும், இளவரசர்களும் கலந்துகொண்டு சிறப்பித்தனர். பிருஹன்னளை வேடத்தில் இருந்த அர்ஜுனன் தனது மகன் அபிமன்யுவைக் கண்டு பரவசமடைந்தான்.

சைரந்திரி வேடத்தில் வேலைக்காரியாக இருந்த திரௌபதியின் அழகில் விராட மன்னன் மைத்துனனும், தளபதியுமான கீசகன் மயங்கினான். 'என்னைத் திருமணம் செய்துகொண்டால் வேலைக்காரி யாக இருக்கும் உன்னைப் பட்டத்து ராணியாக்குவேன்' என்று ஆசை வார்த்தை கூறினான். ஆனால் திரௌபதியோ 'எனக்கு ஐந்து கந்தர்வர்கள் பாதுகாவலாக உள்ளார்கள். என்னிடம் தவறாக நடந்து கொண்டால் உன்னைக் கொன்றுவிடுவார்கள்' என்று சொல்லிப் பார்த்தாள். ஆனால் கீசகனோ மயக்கத்தின் உச்சத்தில் இருந்தான். 'என் ஆசைக்கு இணங்க மறுத்தால் உன்னைச் சபையில் நிறுத்திக் கேவலப்படுத்துவேன். இந்நாட்டின் தளபதி நான்' என்று மிரட்ட வேறு வழியின்றி அவனைத் தீர்த்துக் கட்ட திரௌபதி முடிவெடுத்து வல்லபன் வேடத்தில் இருந்த பீமனிடம் விஷயத்தைச் சொன்னாள்.

'இரவு சமையலறைப் பக்கம் வருமாறும், அவனுக்காகக் காத்துக் கொண்டிருப்பதாகவும், கீசகனுக்குச் செய்தி அனுப்பினாள் திரௌபதி. பெண் வேடத்தில் அமர்ந்து கொண்டிருந்த பீமனைத் தவறுதலாக திரௌபதி என்றெண்ணிக் கட்டிப் பிடித்தான் கீசகன். அணைத்த கைகளை முறுக்கிக் கழுத்தைத் திருகி அவனைப் பிணமாக்கினான் பீமன். ஐந்து கந்தர்வர்கள் தனக்குத் துணை என்று திரௌபதி ஏற்கனவே சொல்லியிருந்ததால் திரௌபதியிடம் தவறாக நடக்க முயன்ற கீசகனை அவர்கள்தான் கொன்றிருப்பார்கள் என்று மக்கள் முடிவுக்கு வந்தனர். தம்பி கீசகன் இறந்த சோகத்திலும் திரௌபதியிடம் மன்னிப்புக் கேட்டாள் விராட மன்னனின் மனைவி.

கீசகனும் பீமனுக்கு இணையான வீரன். அவனைக் கொல்வது அவ்வளவு எளிதுமல்ல. கீசகன் விராடனின் அரண்மனையில் படுகொலை செய்யப்பட்டான் அதுவும் கந்தர்வர்களால் என்ற செய்தியைத் தனது மகன் லட்சண குமாரன் மூலம் துரியோதனன் தெரிந்து கொண்டான். 'இது கந்தர்வர்களின் வேலை அல்ல. நிச்சயம் பீமனின் வேலையாகத்தான் இருக்கும். அவன் பீமன்தான் என்பதை மட்டும் நிரூபித்துவிட்டால், பிறகு மீண்டும் பாண்டவர்களைப் பன்னிரு ஆண்டுகள் வனவாசம் மற்றும் ஓராண்டு அஞ்ஞாதவாசம் என்று காட்டுக்கு விரட்டிவிடலாம்' என்று மனக்கோட்டை கட்டினான் துரியோதனன்.

விராட மன்னன் மீது போர் தொடுக்க முடிவெடுத்துப் பெரும் படையுடன் முற்றுகை இட்டது கௌரவ சேனை. அர்ஜுனன் பெண் வேடத்தில் இருந்ததால், அரண்மனையிலேயே தங்கிவிட ஏனைய பாண்டவர்கள் விராட மன்னனுடன் போர்க்களத்துக்குச் சென்றனர். துரியோதனன் அரண்மனையைத் தாக்கினான். உள்ளே இருந்த

இளவரசன் உத்தரன் சிறுவன் என்பதால் துரியோதனனைக் கண்டு அஞ்சினான். சைரந்திரி வேடத்தில் இருந்த அர்ஜுனன் அவனுக்கு உதவுவதாகச் சொல்லி வன்னி மரத்தில் ஒளித்து வைத்திருந்த தனது காண்டீபத்தை வெளியே எடுத்தான். நாணைப் பூட்டி வில்லை வளைக்கும்போது எழுந்த சத்தம் விராட தேசமெங்கும் பயங்கரமான அதிர்வலைகளை ஏற்படுத்தியது.

சத்தத்தைக் கேட்ட துரியோதனன் இது காண்டீபத்தின் ஒலி என்பதையும், அர்ஜுனன் இங்கேதான் எங்கேயோ இருக்கிறான் என்பதைச் சந்தேகத்துக்கு இடமின்றி உறுதிப்படுத்திக்கொண்டான். தொடர்ந்து அர்ஜுனன் எழுப்பிய சங்கொலி போருக்குத் தயார் என்பதைச் சொல்லாமல் சொல்லியது. இருவருக்கும் இடையே நடந்த போரில் துரியோதனன் படைகள் சிதறியோட அர்ஜுனன் வெற்றி வாகை சூடினான்.

அஞ்ஞாதவாசம் முடிந்த பிறகே அர்ஜுனன் வெளியே வந்ததால் மீண்டும் பாண்டவர்களைக் காட்டுக்கு அனுப்ப வேண்டும் என்ற வாதம் எடுபடவில்லை. தன் மகன் உத்தரனையும் நாட்டையும் காப்பாற்றியதற்கு நன்றிக் கடனாகத் தனது மகள் உத்தரையை அர்ஜுனன் மகன் அபிமன்யுவுக்குத் திருமணம் செய்து வைக்க விரும்பினார் விராட மன்னன். இருவருக்கும் திருமணத்துக்கான ஏற்பாடுகள் தடபுடலாக நடைபெற்றன.

யுதிஷ்டிரர் எல்லா நாட்டு மன்னர்களுக்கும் அழைப்பு விடுத்தார். முதலில் கிருஷ்ணரும், பலராமரும், பிரத்யும்னனும் வருகை தந்தனர். சிறிது நேரம் கழித்து திரௌபதியின் தந்தை துருபதன் தனது மகன் திருஷ்டத்யும்னன், சிகண்டி மற்றும் திரௌபதிக்குப் பிறந்த உப பாண்டவர்களுடன் வந்து சேர்ந்தார். தந்தையையும், உடன் பிறந்தவர்களையும், பிள்ளைகளையும் பதின்மூன்று வருடங்கள் கழித்துப் பார்த்துப் பரவசப்பட்டாள் திரௌபதி. பிரிந்தவர் மீண்டும் சேரும்போது அழுதால் கொஞ்சம் நிம்மதி என்பதுபோல் திரௌபதி அழுது தீர்த்தாள். இது ஆனந்தக் கண்ணீர்.

அர்ஜுனனுக்கும் - சுபத்திரைக்கும் பிறந்த மகன் என்றாலும் அபிமன்யு மீது திரௌபதிக்கு தனிப் பாசம் உண்டு. மாற்றாந் தாயாக இல்லாமல், பெற்ற தாயைப் போலவே பரிவு காட்டினாள். அடுத்த நாள் நல்ல முகூர்த்த நேரத்தில், வேத மந்திரங்கள் முழங்க, பெரியவர்கள் முன்னிலையில், அனைவரின் ஆசீர்வாதத்துடன் அபிமன்யு - உத்தரை திருமணம் இனிதே நடந்தேறியது.

18

போர் ஆரம்பமானது

பன்னிரு ஆண்டுகள் வனவாசமும், ஓராண்டு அஞ்ஞாதவாசமும் முடிந்த பிறகே சூதாட்டத்தில் தோற்ற நாட்டைப் பாண்டவர்களிடம் திரும்ப ஒப்படைப்பதாக வாக்குறுதி அளிக்கப்பட்டிருந்தது. ஆனால் அஞ்ஞாதவாசம் முடிவதற்கு முன்பே அர்ஜுனனைக் கண்டுபிடித்து விட்டதால் பாண்டவர்கள் மீண்டும் காட்டுக்குச் செல்ல வேண்டும் என்று துரியோதனன் அடம் பிடித்தான். மீண்டும் காட்டுக்குச் செல்வது அல்லது போர் ஆகிய இரண்டில் ஏதேனும் ஒன்றுதான் தீர்வானது. நியாயப்படி வனவாசமும் அஞ்ஞாதவாசமும் முடிந்து விட்டதால் மீண்டும் காட்டுக்குச் செல்ல முடியாது என்பதில் பாண்டவர்கள் உறுதியாக இருந்தனர். கடைசி முயற்சியாகக் கிருஷ்ணரை அனுப்பிச் சமாதானம் பேசுவது என்றும் போரைத் தவிர்க்க எதற்கும் தயார் என்றும் யுதிஷ்டிரன் சொல்லி அனுப்பினான்.

தனிப்பட்ட முறையில் இல்லை என்றாலும், தூதர் என்ற முறையில் கூட கிருஷ்ணனுக்கு உரிய மரியாதையைக் கொடுக்காமல் துரியோதனன் ஏளனப்படுத்தினான். பீஷ்மரும், துரோணரும், கிருபரும், விதுரரும் சொல்லியும்கூடக் கேட்காமல் அவமானப் படுத்தினான். நாடு மட்டுமல்ல, ஐந்து ஊர்களுமல்ல, ஐந்து கிராமங்களுமல்ல, ஐந்து வீடுகளுமல்ல, ஊசி முனை அளவு இடம்கூடக் கொடுக்க முடியாது என்று துரியோதன்ன் உறுதியாக மறுத்தான். கிருஷ்ணன் அமர்ந்திருந்த இருக்கையை அதலபாதாளத்தில் விழச் செய்து கொல்லவும் திட்டமிட்டிருந்தான். ஆனால் தனது சக்தியைப் பயன்படுத்தி கிருஷ்ணன் தப்பித்ததுடன், போர் ஒன்றுதான்

தீர்வெனில் அதற்கும் பாண்டவர்கள் தயார் என்று சொல்லிவிட்டு வெளியேறினார்.

கௌரவர்களும் பாண்டவர்களும் பாரத தேசம் முழுவதும் பரவியிருந்த ராஜ்ஜியங்களைத் தங்கள் பக்கம் இழுக்கத் தொடங்கினர். துவாரகை, காசி, மகதம், சேடி, பாண்டியர் ஆகிய ராஜ்ஜியங்கள் பாண்டவர் அணியிலும், அங்கம், கேகேயம், சிந்து, அவந்தி, காந்தாரம், காம்போஜம் ஆகியவை கௌரவர் அணியிலும் இணைந்தன. விதர்ப நாட்டு அரசன் ருக்மியும், பலராமரும் நடுநிலை வகித்தனர். கிருஷ்ணர் தனக்கு ஆலோசகராகவும், சாரதியாகவும் வந்தாலே போதுமென்று அர்ஜுனன் சொல்ல, கிருஷ்ணரின் தனிப்பட்ட சேனையை துரியோதனன் கேட்டு வாங்கிக்கொண்டான்.

துருபதன், விராடன், திருஷ்டத்யும்னன், சிகண்டி, சாத்யகி, சேகிதனன், பீமன் ஆகியோர் தலைமையில் ஏழு அக்ரோணிப் படைகள் அமைக்கப்பட்டன. எட்டாவது அக்ரோணிப் படையை அபிமன்யு தலைமையில் அவனது ஐந்து நண்பர்கள் வழிநடத்துவது என்றும் முடிவானது. பாண்டவ சேனையின் தளபதியாக திருஷ்டத்யும்னன் நியமிக்கப்பட்டான்.

துரியோதனன், துச்சாதனன், துரோணர், அஸ்வத்தாமன், ஜயத்ரதன், கிருபர், கிருதவர்மர், சல்லியன், சுதக்ஷிணர், பூரிஸ்ரவஸ், பாலிகா ஆகியோர் தலைமையில் கௌரவர்கள் பதினோரு அக்ரோணிப் படைகளை அமைத்தனர். படைத் தளபதியாக பிதாமகர் பீஷ்மர் நியமிக்கப்பட்டார். பாண்டவர்களைக் கொல்ல மாட்டேன் என்றும் தான் தளபதியாக இருக்கும் வரை கர்ணன் யுத்த களத்துக்கு வரக் கூடாது என்றும் பீஷ்மர் இரு நிபந்தனைகளுடன் தலைமை ஏற்க ஒப்புக்கொண்டார்.

ஓர் அக்ரோணிப் படை என்பது 21,870 ரதங்கள், 21,870 யானைகள், 65,610 குதிரைகள் மற்றும் 1,09,350 காலாட்படை வீரர்களைக்கொண்டு 1:1:3:5 என்ற விகிதத்தின்படி அமைக்கப்பட்டதாகும். பாண்டவர்களின் 7 அக்ரோணிப் படைகளுடன் ஒப்பிடும்போது கௌரவர்களின் அக்ரோணிப் படைகளின் எண்ணிக்கை 11. கிட்டத்தட்ட ஒன்றரை மடங்கு பெரியது.

பாண்டவ மற்றும் கௌரவ சேனைகளின் தளபதிகள் கலந்தாலோசித்து தர்ம யுத்தத்தை அதாவது போர் நெறிகளையும், நியாயங்களையும் வகுத்தனர். அதன் விதிகள் பின்வருமாறு:

- சூர்ய உதயத்துக்கு முன்பும் சூர்ய அஸ்தமனத்துக்குப் பின்பும் போர் நடக்கக் கூடாது.

- ஒருவருடன் ஒருவர் மட்டுமே நேருக்கு நேர் போரிட வேண்டும். அதாவது ஒருவரைப் பலர் சூழ்ந்துகொண்டு பல முனைத் தாக்குதல் நடத்தக்கூடாது.
- சண்டையிடும் இருவரும் ஒரே வகையான ஊர்தியில்தான் (குதிரை / யானை / ரதம்) அமர்ந்து கொண்டு, ஒரே வகையான ஆயுதத்தைத்தான் (வில் / கத்தி / வாள் / ஈட்டி) பயன்படுத்த வேண்டும். தரைச் சண்டை எனில் இருவரும் ஒரே வகை ஆயுதத்துடன் தரையில் மோத வேண்டும்.
- சரண் அடைந்த வீரனைக் காயப்படுத்தவோ கொல்லவோ கூடாது.
- சிறைப் பிடிக்கப்பட்ட வீரனைப் போர்க்கைதியாக அறிவித்து உரிய மரியாதையுடனும் பாதுகாப்புடனும் நடத்த வேண்டும்.
- ஆயுதமின்றி நிராயுதபாணியாக இருக்கும் வீரனைக் காயப்படுத்தவோ கொல்லவோ கூடாது.
- மயங்கிய நிலையில் இருக்கும் வீரனைக் காயப்படுத்தவோ கொல்லவோ கூடாது.
- போரில் பங்கேற்காத விலங்கையும் வீரனையும், காயப்படுத்தவோ கொல்லவோ கூடாது.
- உயிரைக் காப்பாற்றிக்கொள்ளப் போர்க் களத்திலிருந்து புறமுதுகிட்டு ஓடும் வீரனைக் காயப்படுத்தவோ கொல்லவோ கூடாது.
- பெண்ணைக் காயப்படுத்தவோ கொல்லவோ கூடாது.
- ஒவ்வொரு ஆயுதத்தையும் பயன்படுத்த வரைமுறை உண்டு. குறிப்பாக, கதையால் இடுப்புக்குக் கீழே அடிக்கக்கூடாது. ஏராளமான உயிர்ச் சேதங்களையும் கடுமையான விளைவு களையும் ஏற்படுத்தும் பயங்கரமான ஆயுதத்தை ஒரு முறைக்கு மேல் பயன்படுத்தக்கூடாது.
- மேற்கண்ட நெறிகளையும், நியாயங்களையும், விதிகளையும் மீறி அதர்மமான முறையில் எந்த வீரனும் போரிடக் கூடாது.

போர்க்கான விதிமுறைகள் வகுக்கப்பட்டவுடன் பாண்டவர் களுக்கும் கௌரவர்களுக்கும் இடையே யுத்தம் நடைபெறுவது குறித்த பிரகடனம் வெளியானது. அடுத்த நாள் காலை சூர்யோதய நேரத்தில் குருக்ஷேத்திரத்தில் கிழக்கு நோக்கிப் பாண்டவர்

படைகளும் மேற்கு நோக்கிக் கௌரவப் படைகளும் எதிரெதிர் அணிவகுத்து நின்றன. அர்ஜுனனுக்குத் தேரோட்டிய கிருஷ்ணன் தனது பாஞ்சஜன்ய சங்கை முழங்க பூவுலகில் மட்டுமின்றி ஈரேழு பதிநான்கு உலகங்களையும் அந்த ஒலி அதிர வைத்தது.

தனக்கு முன்னால் அணிவகுத்த கௌரவர் சேனையைப் பார்த்த அர்ஜுனன் கண்களுக்கு அவர்கள் எதிரிகளாகத் தெரியவில்லை. அண்ணன், தம்பி, தாயாதி, தாத்தா, மாமன், மச்சான், பெரியப்பா, சித்தப்பாக்களாகவே தோன்றினார்கள். உறவுகளை எதிர்த்துச் சண்டையிட்டு பிணங்களின் மீதா அரசாள வேண்டும் என்று கலங்கினான். வில்லையும் அம்பையும் கீழே போட்டு விட்டு இந்தப் போர் வேண்டாமே என்று கிருஷ்ணனிடம் கலங்கினான்.

'மனிதனாகப் பிறந்த ஒவ்வொருக்கும் அவரவர் தொழில் சார்ந்த தர்மம் உண்டு. நீ சாதாரணக் குடிமகன் அல்ல. இந்நாட்டின் அரசன். மக்களை எதிரிகளிடமிருந்து பாதுகாக்கும் பொறுப்புண்டு. எதிரிகளை அழித்தால்தான் அது சாத்தியப்படும். முன்னால் அணிவகுத்து நிற்பவர்களை எதிரிகளாகப் பார். உறவுகளாகப் பார்க்காதே. நீ செய்வதாக எண்ணாதே. செய்பவன் நான்தான். படைப்பவனும் நானே; காப்பவனும் நானே; அழிப்பவனும் நானே. எப்போ தெல்லாம் தர்மம் அழிந்து அதர்மம் தலை தூக்குகிறதோ அப்போதெல்லாம் நான் ஒவ்வொரு யுகத்திலும் தோன்றுவேன் ''பரித்ராணாய சாதூனாம் விநாசாய சதுஷ்க்ருதாம், தர்ம சம்ஸ்தாபனார்த்தாய சம்பவாமி யுகே யுகே'' என்று கீதோபதேசத்துடன், விஸ்வரூப தரிசனத்தையும் கிருஷ்ணன் வழங்க அர்ஜுனன் தெளிவடைந்தான். போருக்குத் தயாரானான்.

இதற்கிடையே சாகரை அணுகி பரத்வாஜர் 'எனக்குப் பிறக்கா விட்டாலும் நீதான் என் மூத்த மகன். எனக்கு ஓர் உதவி செய்ய வேண்டும். உனது சகோதரர்கள் பூமிசேனன், ஜலசேனன், வாயுசேனன் ஆகிய மூவருக்கும் பதினைந்தாம் வயதில் ஒரு கண்டம் உள்ளது. உயிரைப் பறிக்கும் கண்டம் அது. இதிலிருந்து தப்பித்து விட்டால் பிறகு அவர்கள் பெரும் புகழுடனும், நீடித்த ஆயுளுடனும் வாழ்வார்கள். இப்போது அவர்களுக்குப் பதினைந்து வயது நடந்து கொண்டிருக்கிறது என்பதுதான் என்னுடைய அச்சம்.

பாண்டவ - கௌரவ யுத்தம் தொடங்கப் போகிறது. பாண்டவர் களுக்கு, குறிப்பாக அபிமன்யுவுக்குத் துணையாக இவர்கள் போர்க்களம் போகாமல் பார்த்துக் கொள்ள வேண்டியது உன் பொறுப்பு. வேதியர் குலம் என்றாலும் அஸ்திரப் பயிற்சியையும்

கற்றதால் களம் புகத் துடித்துக் கொண்டிருக்கிறார்கள். இளம் கன்று பயமறியாது. ஆனால் பெற்ற மனம் துடிக்கிறது.

ஒருவேளை பதினைந்து வயது முடிவதற்குள் போரில் ஈடுபட்டால் ... சொல்லவே நெஞ்சம் நடுங்குகிறது... அவர்கள் சாவு நிச்சயம். நீதான் அவர்களைத் தடுத்து நிறுத்திக் காப்பாற்றவேண்டும்' என்று கண்ணீர் மல்கிக் கெஞ்சினார்.

'பரத்வாஜர் தனக்குக் குரு மட்டுமல்ல. தந்தைக்கு நிகரானவர். எல்லாவற்றையும் இழந்து எதிர்காலம் என்னாகுமோ என்று தத்தளித்த என் பெற்றோருக்கு ஆதரவளித்து, தாழ்ந்த குலம் என்று தெரிந்தும், சொந்த மகனைப்போல் என்னைப் பாராட்டிச் சீராட்டி வளர்த்து இந்தநிலைக்கு ஆளாக்கியவர். என் கலப்பு மணத்துக்கு முழு ஆதரவளித்தவர்' என்ற பழைய நினைவுகள் சாகர் மனத்தில் நிழலாடின.

மகன்களைக் காப்பாற்ற அவர் தன்னிடம் உயிர்ப் பிச்சை கேட்டபோது சாகர் கலங்கினான். 'குருவே! பூமிசேனன், ஜலசேனன், வாயுசேனன் ஆகியோர் போரில் பங்கேற்காமல் பார்த்துக் கொள்வது என் பொறுப்பு. ஒருவேளை அப்படியொரு நிலை ஏற்பட்டால் என் உயிரைக் கொடுத்தாவது அவர்களைக் காப்பாற்றுவேன். இது சத்தியம்' என்று வாக்களித்தான். இனி சாகர் கவனித்துக் கொள்வான் என பரத்வாஜர் நிம்மதி அடைந்தார்.

எட்டாவது அக்ரோணிப் படைக்கு அபிமன்யு தலைமை தாங்க, சாகர் திட்டங்கள் வகுத்துக் கொடுப்பதிலும், தேவையான அஸ்திரங் களையும், சேனைகளையும் அமைத்துத் தருவதிலும் அவனுக்கு வலது கரமாக விளங்கினான். மூன்று சேனா சகோதரர்களும் நேரடியாகக் களத்தில் இறங்காமல் தங்கள்அசாத்தியத் திறமைகளால் பஞ்ச பூதங்களை இயக்கி உதவி செய்தார்கள். ஆர்ய வைஸ்யா யுவ சேனைக்குத் தேவையான தளவாடங்களை வருவித்தான். அருகே சாகர் இருந்தாலும் சகோதரி வர்ஷாவைக் கலப்புத் திருமணம் செய்துகொண்டதால் ஆர்ய வைஸ்யா அவனுடன் பேச ஆர்வம் காட்டவில்லை. சாகரும் கவலைப்படவில்லை.

முதல் நாள் போரில் அபிமன்யு தனது யுவ சேனையுடன் கடுமையான போரில் ஈடுபட்டான். அனைவரும் அபிமன்யுவையும், அவன் யுவ சேனையையும் பற்றியே பேசிக் கொண்டிருந்தனர். ஒரு கட்டத்தில் பீஷ்மரேகூட இளைஞன் அபிமன்யுவின் வீரத்தை மெச்சிப் பாராட்டினார். இருப்பினும் முதல் நாள் போரில் விராடனின் இரு மகன்களான உத்தரனும் ஸ்வேதனும் வீர மரணம் அடைந்தனர்.

இரண்டாம் நாள் போரில் அபிமன்யுவிடம் வசமாக லட்சண குமாரன் சிக்கிக்கொண்டான். ஆனால் ஆர்ய வைஸ்யன் குறுக்கே புகுந்து அவனைக் காப்பாற்றிப் பத்திரமாக அனுப்பிவைத்தான்.

துரியோதனன் மகன் லட்சண குமாரனைக் கொல்லும் நல்ல வாய்ப்பைக் கெடுத்ததற்காக ஆர்ய வைஸ்யனுக்கும் அபிமன்யுவுக்கும் முதல் முறையாக மனத்தாங்கல் ஏற்பட்டது.

மூன்றாம் நாள் கௌரவர்கள் கழுகு வியூகத்தையும் பாண்டவர்கள் பிறைச் சந்திரன் வியூகத்தையும் அமைத்துப் போரிட்டார்கள். ஒன்பதாம் நாள்வரை நடைபெற்ற போர்களில் கௌரவர்களும் பாண்டவர்களும் மாறி மாறி வெற்றி பெற்றனர். இருவர் தரப்பிலும் ஏராளமான வீரர்கள் கொல்லப்பட்டனர். பீமன் பத்துக்கும் அதிகமான கௌரவர்களைக் கொன்று குவிக்க, சோக நிகழ்வாக அன்று அர்ஜுனனின் மகன் அரவான் இறந்தான்.

பீஷ்மரின் ஆக்ரோஷமான போர்த் திறனைச் சமாளிக்க முடியாமல் பாண்டவர்கள் திணறினார்கள். பீஷமரை வெல்லும் வீரம் நிறைந்த ஆண்மகன் இனி பிறந்துதான் வர வேண்டும் என்பதை உணர்ந்து கொண்ட கிருஷ்ணன் திருநங்கையான சிகண்டியை முன்னிறுத்திப் போரிடுமாறு பாண்டவர்களுக்கு ஆலோசனை கூறினார். பெண்ணுடன் போரிடமாட்டேன் என்று பீஷ்மர் ஏற்கனவே செய்த சத்தியத்தைப் பயன்படுத்தி சிகண்டியைக் கேடயமாக நிறுத்தி அர்ஜுனன் கணைகளால் பீஷ்மரை வீழ்த்தினான். அம்புப் படுக்கை அமைத்து அதிலே பீஷ்மரைப் படுக்க வைத்தான். தலை தொங்காமல் இருக்கவும், தாங்கிப் பிடிக்கவும் மூன்று அம்புகளால் தலையணை அமைத்தான். தாகத்தைத் தணிக்கப் பூமியை அம்புகளால் துளைத்துப் பாதாள கங்கை நீரை அருந்தக் கொடுத்தான். விரும்பும்போது இறக்கும் வரத்தைப் பெற்றிருந்த பீஷ்மர் உத்தராயண காலம் வரும் வரை காத்திருந்து வீர சொர்க்கம் புகுந்தார்.

பீஷ்மர் வீழ்ந்ததைத் தொடர்ந்து பதினோராம் நாள் யுத்தத்துக்கு துரோணர் தலைமை தாங்கவே கர்ணன் போர்க்களத்துக்கு வந்தான். தருமரை உயிருடன் பிடிக்கப் போட்ட திட்டங்கள் அனைத்தையும் அர்ஜுனன் தனது வீரத்தால் வீழ்த்தித் தருமரைக் காப்பாற்றினான். அபிமன்யு தலைமையிலான கூட்டத்தில் சேனா சகோதரர்களும், சாகரும், ஆர்ய வைஸ்யாவும் பங்கேற்றனர். ஏற்கனவே லட்சண குமாரனைக் காப்பாற்றியதால் அவன் மீது அபிமன்யு கோபத்தில் இருந்தான். ஆகவே ஆர்யா ஐந்தாம் படையாக, கௌரவர்களின் கைக்கூலியாக, பாண்டவர்களைக் காட்டிக் கொடுக்கிறானோ என்று சாகர் ஐயப்பட்டான்.

அடுத்த நாள் நடைபெற்ற யுவ சேனை கூட்டத்தின்போது ஆர்ய வைஸ்யா மீது தனக்கிருக்கும் சந்தேகத்தை அவன் முன்னிலையிலேயே சில ஆதாரங்களுடன் சாகர் நிரூபித்தான்.

கண்கண் சிவக்கக் கோபத்தில் வெடித்தான் ஆர்ய வைஸ்யன். 'என் நேர்மையையும் நாணயத்தையும் சந்தேகிக்கும் அதிகாரத்தை உனக்குக் கொடுத்தது யார்? என் தந்தையைக் கொன்றவனின் மகனான நீ இப்போது என் மீது காட்டிக் கொடுக்கும் ராஜ துரோகக் குற்றத்தைச் சுமத்துகிறாயா? தாழ்ந்த குலத்தைச் சேர்ந்த நீ கள்ளம் கபடம் தெரியாத என் சகோதரியை ஆசை வார்த்தை சொல்லி ஏமாற்றித் திருமணம் செய்துகொண்டு நட்பைக் கொச்சைப்படுத்திய பாதகன். லட்சண குமாரனைக் கொல்ல அபிமன்யுவுக்கு ஆலோசனை கூறியவனும் நீதானே?' என்று திட்டித் தீர்த்தான்.

இருவரையும் சமாதானப்படுத்தச் சேனா சகோதரர்கள் எவ்வளவோ முயன்றும் முடியவில்லை. எதிரெதிர் திசையில் பயணிக்கும் இருவரை ஒரே நேர்கோட்டில் இணைப்பது சாத்தியமா என்ன? தொடர்ந்த அவ்வப்போது நடைபெறும் கூட்டங்களில் இருவரும் பங்கேற்றாலும் பார்ப்பதையோ பேசுவதையோ தவிர்த்தார்கள்.

துரோணர் திட்டமிட்டபடி யுதிஷ்டிரனை இன்னும் உயிருடன் பிடிக்க முடியவில்லை. அர்ஜுனன் அருகில் இருக்கும் வரை யுதிஷ்டிரனை உயிருடன் பிடிப்பது கடினம் என்பதால் அவனை எப்படியாவது தொலைதூரத்துக்கு அழைத்துச் சென்று வேறு யாருடனாவது போரிட வைக்கத் துரோணர் முடிவெடுத்தார். திரிகர்த்த தேச மன்னன் சுஷர்மா தனது 35 மகன்களுடன் கௌரவர்களுக்கு உதவ முன்வந்தார். வெற்றி அல்லது வீர மரணம் என்று துரோணருக்கு வாக்குறுதியும் தந்தார். போருக்கு அழைத்தால் சவாலை ஏற்றுக்கொண்டு போரிடுவதே உண்மையான சத்ரிய தர்மமாகும். இதைக் கருத்தில்கொண்டு அர்ஜுனனை போருக்கு சுஷர்மா அழைப்பது என்றும் போரை குருக்ஷேத்திர எல்லை தாண்டித் தொலை தூரத்தில் நடத்துவது என்றும் திட்டம் வகுத்தனர். இதன் மூலம் யுதிஷ்டிரனையும் அர்ஜுனனையும் பிரித்து விட்டால் பின்னர் யுதிஷ்டிரனை உயிருடன் பிடிப்பது எளிது என்பதே துரோணரின் வியூகம்.

போர் தொடங்கிய பன்னிரண்டாவது நாள். துரோணர் வகுத்துக் கொடுத்த வியூகத்தின்படி திரிகர்த்த நாட்டு மன்னன் சுஷர்மா தனது மகன்களுடன் அர்ஜுனன் பாசறைக்கு வெளியே நின்றுகொண்டு அவனைப் போருக்கு அழைத்தான். 'நீ கர்ணனோடு போரிடுவதைப் பிறகு பார்த்துக் கொள். முதலில் என்னையும் எனது 35 மகன்களையும் ஜெயித்த பிறகுதான் கர்ணன் மீது கை வைக்க முடியும். நம்

சண்டையைக் குருக்ஷேத்திர மைதானத்தைத் தாண்டி வெளியே வைத்துக் கொள்ளலாம். நீ சத்ரியன் என்றால் என்னை ஜெயித்துக் காட்டு' என்றெல்லாம் பேசி அர்ஜுனனை வீண் சண்டைக்கு அழைத்தான்.

யுதிஷ்டிரனை உயிருடன் பிடிக்க துரோணர் கடந்த சில நாள்களாகவே முயன்று வருவது அர்ஜுனனுக்குத் தெரியும். அவன் அருகே இருந்தால்தான் யுதிஷ்டிரனைக் காப்பாற்ற முடியும் என்பதையும் அறிந்தே இருந்தான். இருந்தாலும் போருக்கு அழைக்கும்போது சவாலை ஏற்றுக் கொள்ளாவிட்டால் சத்ரியனுக்கு அவமானம் என்பதாலும், மிக எளிதாக சுஷர்மாவையும் அவன் மகன்களையும் கொன்றுவிட்டு உடனடியாக குருக்ஷேத்திரம் திரும்பிவிடலாம் என்றும் கணக்குப்போட்டுப் போருக்குக் கிளம்பினான் அர்ஜுனன். தனது கணக்குத் தப்பாகும் என்றும், துரோணரின் திட்டம் வெற்றி பெறும் என்பதையும் அப்போது அவன் அறியவில்லை.

பதிமூன்றாவது நாள். யுதிஷ்டிரனை உயிரோடு பிடிக்கிறேன் என்று துரோணர் சொல்லி மூன்று நாள்கள் கடந்துவிட்டன. திட்டப்படி அர்ஜுனனையும் களத்தை விட்டுத் தொலை தூரத்துக்கு அனுப்பிய பிறகும் யுதிஷ்டிரன் பிடிபடாதது குறித்து துரோணரிடம் தனது அதிருப்தியை வெளிப்படுத்தினான் துரியோதனன். ஒருவேளை ஆச்சாரியார் பாண்டவர் மீதுள்ள பாசத்தால் யுதிஷ்டிரனைக் கைது செய்யாமல் காலம் கடத்துகிறாரோ என்றும் சந்தேகப்பட்டான்.

கடைசி முயற்சியாகத் துரோணர் சக்கர வியூகத்தை அமைத்தார். சக்கர வியூகம் என்பது லட்சக் கணக்கான வீரர்களைக்கொண்டு சுருள் சுருளாக ஒன்பது வளையங்களாக அமைக்கப்படும் வியூகமாகும். வீரர்கள் அனைவரும் சிவப்பு நிற மாலையையும் ஆடையை அணிந்திருப்பார்கள். ரத்தத்தில் குளித்த தாமரை மலர்போல் அது மேலிருந்து பார்க்கும்போது தென்படும். வியூகத்தை உடைத்து உள்ளே செல்வது எத்தனை கடினமோ அதை விடப் பன்மடங்கு கடினம் உள்ளிருந்து வெளியே வருவது. சக்கர வியூகத்தை அமைக்கவும், உடைக்கவும், வெளியேறவும் தெரிந்தவர்கள் கிருஷ்ணர், துரோணர் மற்றும் அர்ஜுனன் ஆகிய மூவர் மட்டுமே. கிருஷ்ணர் போரிடாததால் அவரால் நேரடியாகக் களமிறங்க முடியாது. அர்ஜுனனைத் தொலைதூரத்துக்கு அனுப்பியாகி விட்டது. எனவே சக்கர வியூகம் அமைத்து யுதிஷ்டிரனை எளிதில் பிடித்துவிடலாம் என்பதே துரோணரின் திட்டமாகும்.

சக்கர வியூகத்தின் வாயிலில் துரோணரும் அடுத்தடுத்த வளையங்களைப் பாதுகாக்க துரியோதனன், கர்ணன், துச்சாதனன்,

அசுவத்தாமன், சகுனி, கிருதவர்மர், சல்லியன், பூரிஸ்ரவஸ் உள்ளிட்ட ஆற்றலும் திறமையும் நிறைந்த மாவீரர்கள் நிறுத்தப் பட்டிருந்தனர். துரோணர் மிகச் சாமர்த்தியமாக அர்ஜுனன் இல்லாத தருணம் பார்த்து அன்றைய தினம் சக்கர வியூகத்தை அமைத்துப் பாண்டவர்களைப் போருக்கு அழைத்தார்.

துரோணர் அன்றைய போருக்கு சக்கர வியூகத்தை அமைத்திருந்தது யுதிஷ்டிரனுக்குத் தெரிய வந்தது. போர் தொடங்குவதற்கான சங்கு முழங்கவே யுதிஷ்டிரர் குழம்பினான். சக்கர வியூகத்தை உடைத்து உள்ளே சென்று மீண்டும் வெளியேறும் வித்தை அர்ஜுனன் மட்டுமே அறிவான். இப்போது அவனும் சுஷர்மாவை எதிர்த்துப் போரிடக் கிருஷ்ணனுடன் தென் திசை நோக்கித் தொலைதூரம் சென்றுள்ளான். போரில் பங்கேற்காவிட்டால் தோற்றுவிட்டோம் என்றாகிவிடும் என்று கலங்கியபோது அபிமன்யு உதவிக்கு வந்தான். அவனுக்குச் சக்கர வியூகத்தை உடைத்து உள்ளே நுழைய மட்டுமே தெரியுமே தவிர வெளியே வரும் யுக்தி தெரியாது என்பதை யுதிஷ்டிரனும் அறிவான்.

மேலும் அபிமன்யு - உத்தரை திருமணம் சமீபத்தில் நடந்து முடிந்திருந்ததால் புது மாப்பிள்ளையான அவனை அந்த வியூகத்துக்குள் அனுப்பவும் தயங்கினார். அவன் உயிருக்கு ஏதேனும் நேர்ந்தால் அர்ஜுனனுக்கு யார் பதில் சொல்வது என்றும் அஞ்சினார்.

அர்ஜுனன், கிருஷ்ணன் நீங்கலாக யுதிஷ்டிரர், பீமன், நகுலன், சகாதேவன், துருபதன், திருஷ்டத்யும்னன், பிரத்யும்னன் ஆகியோர் அவசர ஆலோசனையில் ஈடுபட்டனர். சாகர் துணையிருக்க சக்கர வியூகத்தை அபிமன்யு உடைத்துக்கொண்டு உள்ளே செல்வது என்றும் அவனை மற்ற மாவீரர்கள் அவனுக்குப் பாதுகாப்பாகப் பின்தொடர்ந்து உள்ளே செல்வது என்றும் முடிவானது. பரத்வாஜரின் மகனான பூமிசேனன் பூமியைப் பிளந்து உள்ளே சென்று சக்கர வியூகத்தின் நடுவிலிருந்து வெளியே வருவது என்றும் திட்டமிடப் பட்டது. ஆனால் இவர்கள் யாருமே சக்கர வியூகத்தை உடைத்துக் கொண்டு உள்ளே சென்று வெளியே வரும் வித்தையை முழுமையகக் கற்கவில்லை என்பது குறிப்பிடத்தக்கது.

அபிமன்யு ரதத்தில் அமர்ந்து கொள்ள அவனுக்கு உறுதுணையாக சாகரும் ஏறினான். போருக்குக் கிளம்ப எல்லாம் ஆயத்தமான நிலையில் ஒரு சந்தோஷமான செய்தி வந்தது. நிறைமாத கர்ப்பிணி யாக இருந்த சாகர் மனைவி வர்ஷா ஓர் அழகான ஆண் குழந்தையைப் பெற்றெடுத்த தகவல் வரவே அனைவரும் மகிழ்ச்சி அடைந்தனர். துணைக்கு யாருமற்ற நிலையில் சாகர் கண்டிப்பாக வர்ஷாவுடன் இருக்கவேண்டும் என்றும் தன்னோடு வரவேண்டாம் என்றும்

அபிமன்யு அன்புக் கட்டளை இட்டான். 'குழந்தை பிறந்ததற்காக மகிழ்ச்சி அடைவதா... போருக்கு உங்களைத் தனியே அனுப்புவதற்காக வருத்தப்படுவதா என்று தெரியவில்லை' என்று குழம்பிய சாகரைத் தேற்றி அனுப்பினான் அபிமன்யு.

பூமிசேனன், ஜலசேனன் மற்றும் வாயுசேனன் சகோதரர்களை அழைத்து 'நான் இல்லாத சூழலில் நீங்கள்தான் அபிமன்யுவைப் பத்திரமாகப் பாதுகாக்க வேண்டும். எப்போதும் அவன் அருகிலேயே இருங்கள். மேலும் நீங்கள் அனைவரும் ஒன்றாகவே இருக்க வேண்டும். ஒரு கணம் கூடத் தனித்தனியாகப் பிரியக் கூடாது' என்று சொல்லி விடை பெற்றான் சாகர்.

தனது ரதத்தை துரோணரை நோக்கி ஒட்டச் சொன்னான் அபிமன்யு. முதல் அஸ்திரம் அவரது பாதங்களுக்கு அருகே குத்திட்டு வணக்கத்தைத் தெரிவித்தது. தொடர்ந்து அக்னி அஸ்திரங்களைப் பிரயோகிக்க அந்தப் பிராந்தியம் முழுவதும் தீப்பிழம்புகளால் பற்றி எரிந்தது. கண்ணுக்கு எட்டிய தூரம் வரை புகை மண்டலம்.பதிலுக்கு துரோணர் ஜல அஸ்திரங்களைப் பிரயோகித்துத் தீயை அணைப்பதற்குள் அபிமன்யு சக்கர வியூகத்தின் முதல் வளையத்தை உடைத்துக்கொண்டு உள்ளே சென்றுவிட்டான். அபிமன்யு வீரத்தை மனதாரப் பாராட்டினார் துரோணர்.

ஆனால் கண் இமைக்கும் நேரத்தில் ஒரு விபரீதம் அரங்கேறியது. அபிமன்யு ஒவ்வொரு வியூகத்தையும் உடைத்தவுடன் பாண்டவர்கள் அவனுக்குத் துணையாகவும், பாதுகாப்பாகவும் உள்ளே நுழைய வேண்டும் என்பதுதான் திட்டம். ஆனால் புகை மண்டலமாக இருக்கும் சூழலைப் பயன்படுத்தி அபிமன்யுவைப் பின் தொடர்ந்து பாண்டவர்கள் உள்ளே நுழைவதற்கு முன்பு அவர்களைத் தனது படையுடன் தடுத்து நிறுத்தினான் ஜயத்ரதன். என்றேனும் ஒரு நாள் பாண்டவர் படையைத் தடுத்து நிறுத்தும் ஆற்றலும் வலிமையும் தனக்கு வேண்டும் என்று முன்பு சிவனிடம் பெற்ற வரத்தை ஜயத்ரதன் இப்போது பயன்படுத்திக்கொண்டான். அபிமன்யு இப்போது பாதுகாப்புக்கு யாருமின்றித் தன்னந்தனியாக சக்கர வியூகத்தை உடைத்துக்கொண்டு உள்ளே முன்னேறிக் கொண்டிருந்தான். ஆற்றின் சுழலும், புதை குழியும் எப்படி உள்ளே இழுத்துக் கொள்ளுமோ அதுபோல் சக்கர வியூகத்துக்குள் அபிமன்யுவை விதி இழுத்துச் சென்றது.

கௌரவர்களின் ஒரே சகோதரியான துச்சலையையின் கணவன் ஜயத்ரதனும் மாவீரன்தான். ஆனால் சிவன் முன்பு தந்த வரம் காரணமாக இன்றைக்கு அவனது வீரம் பல மடங்கு அதிகமாக வெளிப்பட்டது. பாண்டவ சேனையில் உள்ள எவராலும் அவனை

நெருங்க முடியவில்லை. பிரம்மாண்டச் சுவர்போல் தனது படைகளைக் குறுக்கே நிறுத்தியதால் பாண்டவர்களால் ஓர் அங்குலம்கூட நகர முடியவில்லை. அதற்குள் கௌரவ சேனையும் வந்துவிடவே அபிமன்யு உடைத்த சக்கர வியூகம் முன்பைப்போல் வலுவுடனும் உறுதியுடனும் மீண்டும் மூடிக்கொண்டது. இனி சக்கர வியூகத்துக்குள் யாரும் போகவும் முடியாது, வெளியே வரவும் முடியது.

முதல் வளையத்தை உடைத்துக்கொண்டு அபிமன்யு உள்ளே வருவதைக் கண்ட கௌரவத் தளபதிகள் அவனைக் கடைசி வளையம் வரை உள்ளே இழுக்க வேண்டும் என்னும் திட்டம் காரணமாகத் தீவிரமாகச் சண்டை போடாமல் அவனுக்கு வழிவிட்டனர். இளம் காளை பயமறியாது என்பதுபோல் பின்விளைவுகள் பற்றி யோசிக்காமல் அபிமன்யு ஒவ்வொரு வளையமாக உடைத்துக் கொண்டு முன்னேறினான். திறந்திருக்கும் பொறி விலங்கு சிக்கிக் கொண்டவுடன் தானாக மூடிக் கொள்வதுபோல் அபிமன்யு உடைத்த வளையங்கள் அவன் உள்ளே நுழைந்தவுடன் முன்பை விடவும் இன்னும் உறுதியாக மீண்டும் இணைந்துகொண்டன.

அர்ஜுனன் இல்லாததால் ஜயத்ரதனின் அதிரடித் தாக்குதலைச் சமாளிக்க முடியாமல் பாண்டவர்கள் திணறினர். பூமிசேனன், ஜலசேனன் மற்றும் வாயுசேனன் ஆகிய மூவரும் திசைக்கொரு வராகத் தடம் மாறிப் போனார்கள். இவர்கள் ஒன்றாக இருந்தால் மட்டுமே பஞ்ச பூதங்களைக் கட்டுப்படுத்தி இயக்கமுடியும் என்பதால், தனியாகப் பிரிந்தநிலையில், அவர்களால் பாண்டவர் களுக்கோ, உள்ளே நுழைந்த அபிமன்யுவுக்கோ எந்த உதவியையும் செய்ய முடியவில்லை. பூமியைக் குடைந்து உள்ளே சென்று சக்கர வியூகத்துக்கு நடுவே பிளந்துகொண்டு வெளியே வர வேண்டும் என்னும் பூமிசேனனின் திட்டமும் தோற்றது.

ஒன்பது வளையங்களையும் கடந்து கடைசி வளையத்துக்குள் வந்து நின்றான் அபிமன்யு. அவன் வந்து நின்றவுடன் கோழிக் குஞ்சைச் சுற்றிக் கழுகுகள் நிற்பதுபோல் கௌரவ சேனையின் மகாரதர்களான துரியோதனன், கிருபர், கிருதவர்மர், கர்ணன், அஸ்வத்தாமன், சகுனி, சல்லியன் ஆகியோர் அவனைச் சுற்றி வளைத்துக்கொண்டனர். சக்கர வியூகத்துக்குள் மாட்டிக் கொண்டோம் என்று உணர்வதற்கு அபிமன்யுவுக்கு வெகு நேரம் பிடிக்கவில்லை. எனினும் சத்ரியனுக்கு அழகு இறுதி வரை போரிடுவதே அன்றி அழுது புலம்புவதல்ல. எனவே அஸ்திரங்களைப் பிரயோகித்துத் தனியொருவனாக கௌரவத் தளபதிகளை நடுங்க வைத்தான். உடலெங்கும் குருதி பெருக்கெடுத்து ஓடிய நிலையிலும், அணையப்போகும் தீபம்

பிரகாசமாக எரிவதைப்போல், காலன் நெருங்கி வரும் தருணம் அபிமன்யு வீரத் திருமகனாக ஜொலித்துக் கொண்டிருந்தான்.

பூமிசேனன், ஜலசேனன், வாயுசேனன் ஆகியோர் முறையே துரியோதனன் மகன் லட்சண குமாரனிடமும், கர்ணன் மகன் விருட்சசேனனிடமும், துரோணர் மகன் அஸ்வத்தாமனிடம் தனித்தனியாக வசமாகச் சிக்கிக்கொண்டனர். மூவரும் ஒன்றாக இருந்தால் மட்டுமே பஞ்ச பூதங்களைக் கட்டுப்படுத்தி அவற்றின் உதவியை நாட முடியும். ஆனால் இப்போது தனித்தனியாக மாட்டிக்கொண்டு உயிரைக் காப்பாற்றக் கடுமையாகப் போராட வேண்டிய நிலைக்கு உள்ளானார்கள். சாகர் விடுத்த எச்சரிக்கையைப் புறக்கணித்துக் களமிறங்கியதற்காக வருத்தப்பட்டனர். ஆனால் இப்போது எண்ணி என்ன பயன்? சாகர் இல்லாத பெருங்குறையை அவர்கள் நன்றாகவே உணர்ந்தனர்.

சேனா சகோதரர்கள் தனித்தனியாகப் போரிடும் நிலைக்குத் தள்ளப்பட்டதால் பஞ்ச பூதங்களின் உதவியைப் பெற முடியவில்லை. துரோணரிடம் நேரடியாகப் பயிற்சி பெற்ற கௌரவர்களை எதிர்க்கும் அளவுக்குத் திறமையான வீரர்களும் அல்ல. எனவே சண்டை போடவும் முடியாமல், வியூகத்தை விட்டு வெளியேற வழியும் தெரியாமல் சோர்ந்து போன நிலையில் லட்சண குமாரன், விருட்சசேனன், மற்றும் அஸ்வத்தாமன் ஆகியோர் சரமாரியாக விடுத்த அஸ்திரங்கள் சேனா சகோதரர்கள் உடல்களைக் குத்திக் கிழிக்க இரத்த வெள்ளத்தில் சாய்ந்தனர்.

லட்சண குமாரன் களத்தில் பேயாட்டம் ஆடினான். சேனா சகோதரர்களின் சாவு அவனது தலைமையில் நடைபெற்ற போரின் வீரத்துக்கான அடையாளமாகிப் போனது. இப்போது அவனது ஒரே இலக்கு உள்ளே மாட்டிக்கொண்ட அபிமன்யுவையும் கொன்றுவிட வேண்டும் என்பதுதான். வெறியுடன் புறப்பட்ட அவனைக் கண்டவுடன் கௌரவ சேனை கடைசி வளையம் வரை நுழைய வழிவிட்டுப் பின்னர் மூடிக்கொண்டது. அபிமன்யுவைச் சுற்றி ஏற்கனவே உள்ளே இருந்த துரோணர், துரியோதனன், கிருபர், கிருதவர்மர், கர்ணன், அஸ்வத்தாமன், சகுனி, சல்லியன் ஆகியோருடன் லட்சண குமாரனும் சேர்ந்துகொண்டான். மற்றவர்கள் ஒதுங்கிக் கொள்ள அபிமன்யுவை வீழ்த்த நேரடியாகக் களமிறங்கினான் லட்சண குமாரன். துரியோதனன் தடுத்தும் கேளாமல் நான்தான் அபிமன்யுவைக் கொல்வேன் என்று கொக்கரித்தான்.

சக்கர வியூகத்தையே உடைக்கத் தெரிந்த அபிமன்யுவுக்கு லட்சண குமாரன் எம்மாத்திரம். சேனா சகோதரர்களைப்போல் எளிதில்

அபிமன்யுவையும் மாய்த்துவிடலாம் என்று எண்ணிய லட்சண குமாரன் அபிமன்யுவின் வில்லில் இருந்து புயலெனப் புறப்பட்ட அம்புகளுக்கு பதிலடி கொடுக்க முடியாமல் தடுமாறினான். கண் இமைக்கும் நேரத்தில் அபிமன்யு விடுத்த அம்புகள் லட்சண குமாரின் கழுத்தைக் கிழித்துக்கொண்டு வெளியே விழுந்தன. லட்சண குமாரன் கழுத்து அறுபட்டுக் கீழே விழுந்து இறந்தான். கண் முன்னே மகன் இறந்ததைக் கண்ட துரியோதனன் அதிர்ச்சியில் உறைந்தான்.

துரோணர் ஒரு முடிவுக்கு வந்தார். இப்போதைய சூழலில் அபிமன்யுவுடன் நேருக்கு நேர் சண்டையிட்டுக் கொல்வது என்பது சாத்தியப்படாது. எனவே அனைவரும் சேர்ந்து அவனைக் கொல்வதுதான் ஒரே வழி என்றார். சுற்றி நின்ற பாதகர்கள் தன்னந் தனியாகப் போரிடும் பாலகன் என்றும் பார்க்காமல், எல்லாத் திசைகளிலிருந்தும் அம்புகளை எய்ததால் அபிமன்யு உடல் முழுவதும் அவை குத்தி நின்றன. நிலமெல்லாம் ரத்தம் வழிந்தோட அடிபட்ட வேங்கையாக அபிமன்யு உறுமிக் கொண்டிருந்தான். போர் விதிகளை மீறுகிறோம் என்று தெரிந்தே கௌரவத் தளபதிகள் இந்தக் கொடூரமான செயலை அரங்கேற்றிக் கொண்டிருந்தனர்.

வில், கதை, வாள், கேடையம் எனப் போர் விதிகளை மீறி ஆளுக்கொரு ஆயுதத்தால் அபிமன்யுவைத் தாங்கினார்கள். ஒற்றை வீரனாக எத்தனை நேரம்தான் சண்டை போட முடியும். கைகால்கள் சோர்ந்தன. நிராயுதபாணியாக நின்றான். கண் முன்னே யார் நிற்கிறார்கள் என்று கூடத் தெரியாத வகையில் நெற்றியில் வழிந்த ரத்தம் விழிகளை மறைத்தது. மூக்கிலும், செவிகளிலும் ரத்தம் கசியத் தொடங்கியது. மரணம் நெருங்கிக் கொண்டிருக்கிறது என்பதை உணர்ந்த அபிமன்யு உயிர் பிரியும் நேரத்தில்கூட 'அப்பா! எங்கிருக்கிறீர்கள்? என் வீரத்தைப் பார்க்காமல் போனீர்களே? என்னைச் சுற்றி எத்தனை மகாரதர்கள் தெரியுமா? அனைவரையும் ஒற்றை வீரனாகச் சமாளித்தேன். உங்கள் மடியில் சாக ஆசைப் பட்டேனே' என்று முணுமுணுத்தான்.

அடுத்த வினாடி துச்சாதனன் மகன் துர்முகன் பின் பக்கமாகச் சென்று கதாயுதத்தால் அபிமன்யுவின் பின் மண்டையில் ஓங்கி அடித்துக் கபாலத்தைப் பிளந்தான். ஆம். தேவர்கள் பூமாரி பொழிய அபிமன்யு வீர சொர்க்கம் புகுந்தான்.

கௌரவர்கள் ஆனந்தக் கூத்தாடினார்கள். விஷயம் தெரிந்த பாண்டவர்கள் வேதனைத் தீயில் வெந்து துடித்தனர். அர்ஜுனன் இன்னும் பாசறைக்குத் திரும்பவில்லை. ஆனால் சுஷர்மாவைத் தோற்கடித்துவிட்டுத் திரும்பிக் கொண்டிருக்கிறான் என்ற தகவல்

மட்டும் கிடைத்தது. ‘வந்தவுடன் என மகன் அபிமன்யு எங்கே என்று கேட்டால் என்ன பதிலைச் சொல்வது. யுதிஷ்டிரன், பீமன், நகுலன், சகாதேவன், துருபதன், திருஷ்டத்யும்னன், பிரத்யும்னன் என இத்தனை மகாரதர்கள் இருந்தும் என் மகனைக் காப்பாற்ற முடிய வில்லையா என்று கேட்பானே? அர்ஜுனனை எப்படிச் சமாளிப்பது என்று புலம்பினர். உத்தரை கண்ணீரும் கம்பலையுமாக அழுது கொண்டிருக்க, ஆறுதல் சொல்ல வார்த்தைகள் இல்லாமல் திரௌபதியும் சுபத்ராவும் தவித்துக் கொண்டிருந்தனர்.

அபிமன்யு இறந்துவிட்டான் என்ற செய்தி கேட்டு சாகருக்கு மயக்கம் வராத குறைதான். முக்கியமான தருணத்தில் நான் இல்லாமல் போய்விட்டேனே என்று குமுறினான். சேனா சகோதரர்களின் மரணம் அவனை இன்னும் சங்கடத்தில் ஆழ்த்தியது. குருதேவ் பரத்வாஜர் தன்னிடம் அவர்களை ஒப்படைக்கும்போது சொன்ன வார்த்தைகள் ஞாபகம் வந்தன.

‘மூவருக்கும் பதினைந்து வயதில் கண்டம் உள்ளது. எனவே நடைபெறவுள்ள குருக்ஷேத்திரப் போருக்கு அனுப்பினால் மரணம் நிச்சயம். அவர்களைப் பாதுகாக்க வேண்டியது உன் கடமை’ என்று எச்சரித்தாரே. நான் இல்லாத நேரம் பார்த்து அபிமன்யுவுடன் சேர்ந்து போருக்குச் சென்று மரணத்தைத் தழுவியதற்கு யார் காரணம்? ஆனால் கொடுத்த வாக்கைக் காப்பாற்றவில்லை என்று குருதேவ் என்னைத்தானே பொறுப்பாக்குவார்’ என்று கலங்கினான்.

குரு பரத்வாஜரிடம் சென்று அனைத்தையும் விளக்கினான். நான் போர்க்களத்தை விட்டு வெளியேறிய பிறகே அனைத்தும் நடந்துள்ளது. நான் இருந்திருந்தால் நிச்சயம் உங்கள் பிள்ளைகளைப் போருக்குச் செல்லாமல் தடுத்திருப்பேன். நேரடிப் பொறுப்பு இல்லாவிட்டாலும், தார்மிகப் பொறுப்பேற்றுக் கொள்கிறேன். என்னை மன்னியுங்கள் குருதேவரே’ என்று கெஞ்சினான்.

‘என் பிள்ளைகள் ஆசீர்வதிக்கப்பட்டவர்கள். கண்டத்திலிருந்து தப்பித்திருந்தால் பெயருக்கேற்ப பூமியிலும், கடலிலும், ஆகாயத்திலும் சாதனை படைத்துச் சீரும் சிறப்புமாக நெடுங்காலம் வாழ்ந்திருப்பார்கள். புத்திர சோகத்தின் வலியை உனக்குச் சொல்லிப் புரியவைக்க முடியாது. அனுபவித்தால்தான் தெரியும். என் பிள்ளைகளின் மரணத்துக்கு நீதான் பொறுப்பு. அவர்கள் போருக்குச் செல்லாமல் எப்படியாவது நீதான் தடுத்திருக்க வேண்டும். அதைச் செய்யத் தவறி விட்டாய். இதற்கு மன்னிப்பே கிடையாது. செய்த பாவத்துக்கான தண்டனையை அனுபவித்தே தீர வேண்டும் என்று சாபமிட்டார் பரத்வாஜர்.

‘என் பிள்ளைகள் மும்மடங்கு காலம் அதாவது இன்னும் நாற்பத்தைந்து ஆண்டுகள் அதாவது அறுபது வயது வரை ஒவ்வொருவரும் வாழ்ந்திருப்பார்கள். அவர்கள் ஒவ்வொருவரின் மீதமுள்ள நாற்பத்தைந்து ஆண்டுகளை நீதான் வாழப் போகிறாய். ஆனால் தொடர்ச்சியாக நூற்றி முப்பதைந்து ஆண்டுகள் அல்ல. என்னுடைய ஒவ்வொரு மகனுக்கும் மூன்று பிறவிகள் என்ற கணக்கில் மொத்தம் ஒன்பது பிறவிகள் எடுப்பாய். சக்கர வியூகத்தில் மொத்தம் ஒன்பது வளைவுகள். ஒவ்வொரு வளைவும் ஒவ்வொரு பிறவியைக் குறிக்கும். ஒவ்வொரு பிறவியிலும் பதினைந்தே ஆண்டுகள் மட்டுமே வாழ்வாய். என் மகன்களுக்கு பூமி, கடல் மற்றும் ஆகாயத்தில் இருந்த அசாத்திய சக்திகள் உனக்கும் இருக்கும். எல்லாப் போரிலும் நீயே வெற்றி பெறுவாய். ஆனால் உன்னால் அவற்றின் பலன்களை அனுபவிக்க முடியாது. என் மகன்களைப் போலவே அற்ப ஆயுளில் இறப்பாய். இதுவே என் சாபம்’ என்றார் பரத்வாஜர்.

சாபத்தைக் கொடுத்த பரத்வாஜர் ஆழ்ந்த யோசனையில் ஆழ்ந்தார். ‘தெய்வீக மாம்பழத்தைக் கொடுத்த மார்க்கண்டேய ரிஷி இதன் மூலம் பிறக்கும் குழந்தைகள் பூமி, கடல் மற்றும் ஆகாயத்தில் அசாத்திய சக்திகளுடன் நீடூழி வாழ்வார்கள் என்று ஆசீர்வதித்தாரே. அவரது வாக்கு பொய்யாகி விட்டதா அல்லது எங்கேனும் தவறு நிகழ்ந்ததா? என்று தனக்குள் கேட்டுக்கொண்டார். அவரைக் கண்டு விளக்கம் கேட்கவும் கிளம்பினார்.

வீடு திரும்பிய சாகர் தூக்கம் பிடிக்காமல் புரண்டு கொண்டிருந்தான். என்னை மகனாகவே பாவித்த பரத்வாஜர் வாயால் சாபம் பெறும் பாவியாகிவிட்டேனே என்று அழுதான். சேனா சகோதரர்கள் ஒன்றாக இருந்தால் மட்டுமே பஞ்ச பூதங்களைக் கட்டுப்படுத்தி இயக்க முடியும் என்னும் ரகசியம் ஆர்ய வைஸ்யாவுக்கும் தெரியும். அப்படியானால் இந்த ரகசியத்தைச் கௌரவர்களிடம் சொல்லி அவர்களைத் தனித்தனியாகப் பிரித்தது ஆர்ய வைஸ்யனாக இருக்குமோ? அவனுக்கு என் மேல் இருக்கும் கோபத்தை என் மீது காட்டுவதுதானே முறை. ஆனால் ரகசியத்தை எதிரிகளிடம் கசிய விட்டதன் மூலம் அபிமன்யு, பூமிசேனன், ஜலசேனன், வாயுசேனன் ஆகிய நால்வரின் மரணத்துக்கும் காரணமாகிவிட்டானே? ஆர்ய வைஸ்யா ஏன் அப்படிச் செய்தான்? மண்டையே வெடித்துவிடும் போலிருக்கிறதே’ பித்துப் பிடித்தவன்போல் பிதற்றினான் சாகர்.

19

பழிக்குப் பழி

சுஷர்மாவையும் அவனது முப்பத்தைந்து மகன்களைக் கொன்று விட்டுப் பாசறைக்குத் திரும்பிக் கொண்டிருந்தான் அர்ஜுனன். வழியெங்கும் அவன் கண்ணில் பட்ட சகுனங்கள் எதுவுமே சரியாகப்படவில்லை. 'கிருஷ்ணா எல்லாம் கெட்ட சகுனங்களாகவே இருக்கின்றன. நான் இல்லாத நேரத்தில் ஏதாவது நடந்திருக்குமோ' என்று கவலையுடனும் அச்சத்துடனும் கேட்டான். எல்லாம் அறிந்தும் கிருஷ்ணர் பதிலேதும் சொல்லாமல் அமைதியாகத் தேரை ஓட்டிக் கொண்டிருந்தார்.

அர்ஜுனன் உள்ளே வரும்போது படை வீரர்களிடம் வழக்கமாகக் காணப்படும் உற்சாகம் காணப்படவில்லை. அவனை வரவேற்கச் சகோதரர்கள் யாருமே வாசலுக்கு வரவில்லை. கண்ணில் பட்ட சிலரும் முகத்தை மறைத்துக்கொண்டு ஒதுங்கிப் போனார்கள். முக்கியமாக ஆருயிர் மைந்தன் அபிமன்யு ஓடி வந்து கட்டிக் கொள்ளவில்லை. வழிமேல் விழி வைத்துக் காத்திருக்கும் திரௌபதியும் சுபத்ராவும் எங்கிருக்கிறார்கள் என்றே தெரியவில்லை. 'வாருங்கள் மாமா' என்று அன்பொழுக அழைக்கும் உத்தரையையும் காணவில்லை. அர்ஜுனன் உள் மனசு ஏதோ அசம்பாவிதம் நடந்துவிட்டது என்பதை உணர்ந்தது.

முதலில் யுதிஷ்டிரனின் பாசறைக்குச் சென்று அவரை வணங்கிவிட்டு மற்ற வேலைகளைப் பார்க்கலாம் என்று உள்ளே நுழைந்தான். எங்கும் கும்மிருட்டு. ஒரேயொரு தீப்பந்த விளக்கின் ஒளியில் கலங்கிய விழிகளுடன் யுதிஷ்டிரன் அமர்ந்து கொண்டிருப்பதைப் பார்த்தான்

அர்ஜுனன். 'தயவு செய்து சொல்லிவிடுங்கள். என்னதான் ஆயிற்று?' என்று கேட்டு முடிப்பதற்குள் 'என்னை மன்னித்துவிடு அர்ஜுனா. உன் மகன் அபிமன்யுவைப் போருக்கு அனுப்பி அவன் சாவுக்கு நானே காரணமாகிவிட்டேன். அவன் வீர மரணம் அடைந்துவிட்டான்' என்றான் விசும்பிக் கொண்டே.

'ஆச்சாரியார் அமைத்த சக்கர வியூகத்தை உடைக்கவா அபிமன்யுவை அனுப்பினீர்கள்? அவனுக்கு உடைக்க மட்டுமே தெரியும், வெளியே வரத் தெரியாது என்ற விவரம் அறிந்துமா இதைச் செய்யத் துணிந்தீர்கள்... அண்ணா தவறு செய்துவிட்டீர்களே' என்னதான் சத்ரியனாக இருந்தாலும் புத்திர சோகத்தில் கொட்டித் தீர்த்தான் அர்ஜுனன்.

'சரி. அவன்தான் உடைத்துக்கொண்டு உள்ளே போனான். நீங்கள், பீமன், நகுலன், சகாதேவன், துருபதன், திருஷ்டத்யும்னன், பிரத்யும்னன் ஆகிய மகாரதர்கள் பின் தொடர்ந்து அவனைக் காப்பாற்றி இருக்கலாமே?'

'எங்கள் திட்டமும் அதுதான் அர்ஜுனா. ஆனால் எங்கிருந்தோ திடீரென எங்களுக்கும் அபிமன்யுவுக்கும் இடையே நுழைந்த ஜயத்ரதன் தனது படையைக் குறுக்கே நிறுத்தி எங்களைத் தடுத்து விட்டான். ஜயத்ரதன் ஜெயிக்க முடியாத வீரனில்லை. பலமுறை நம்மிடம் தோற்றவன்தான். ஆனால் ஏனோ இன்றைக்கு வரம் வாங்கி வந்தவன்போல் ஒற்றை வீரனாக மிகக் கடுமையாகப் போரிட்டான். நாங்கள் அனைவரும் ஒன்று சேர்ந்தும்கூட அவனை எதுவுமே செய்ய முடியவில்லை. அந்த வரத்தை அன்று ஒரேயொரு முறை மட்டுமே பயன்படுத்த சிவ பெருமானிடமிருந்து பெற்றான் என்று கேள்விப்பட்டோம். சிவ சக்தியை மீறி எங்களால் என்ன செய்ய முடியும்? அதற்குள் அபிமன்யு சக்கர வியூகத்தின் எல்லா வளையங்களையும் உடைத்தெறிந்து கடைசி வளையத்துக்குள் புகுந்து விட்டான். உள்ளே தன்னந்தனியாக மாட்டிக்கொண்டு வீரத்துடன் போரிட்டான்.'

'துரியோதனன் மகன் லட்சண குமாரனை நேருக்கும் நேர் நடந்த சண்டையில் கொன்றான். ஆனால் தர்மத்தை மீறி துரோணர், துரியோதனன், துச்சாதனன், கிருபர், கிருதவர்மர், கர்ணன், சகுனி, சல்லியன், துச்சாதனன் மகன் துர்முகன் ஆகியோர் அவனைச் சுற்றி வளைத்துக் கொன்றுவிட்டனர். அபிமன்யுவை அனுப்பியது தவறுதான். மன்னிக்க மாட்டாய் என்று தெரியும். ஆனால் ஜயத்ரதன் மட்டும் குறுக்கே வந்து தடுக்காமல் இருந்திருந்தால் அபிமன்யுவை நாங்கள் கட்டாயம் பின் தொடர்ந்து உள்ளே சென்று அவன்

மரணத்தைத் தவிர்த்திருப்போம். எல்லாவற்றுக்கும் ஜயத்ரதன் தான் காரணம்' என யுதிஷ்டிரன் யுதிஷ்டிரன் திக்கித் திணறிச் சொல்லி முடித்தான்.

'அப்படியெனில் அபிமன்யுவுக்குத் துணையாகச் சென்றவர்கள் யார் யார்?

'நாங்கள் யாருமே செல்லவில்லை. அபிமன்யுவின் யுவ சேனையைச் சேர்ந்த வீரர்களும் நண்பர்களும் மட்டுமே சென்றனர்.'

சிங்கத்தின் கர்ஜனைபோல், யானையின் பிளிறலைப்போல், ஈரேழு பதிநான்கு லோகங்களும் நடுங்க அலறினான் அர்ஜுனன். 'நாளை சூர்ய அஸ்தமனத்துக்குள் என மகன் அபிமன்யு மரணத்துக்குக் காரணமான ஜயத்ரதனைக் கொல்வேன். அப்படி இல்லையெனில் தீயை மூட்டி என் உயிரை மாய்த்துக் கொள்வேன். இது பஞ்ச பூதங்கள் மீதும், உற்றார், உறவினர்கள் மீதும் இறந்து போன என் மகன் அபிமன்யு மீதும் ஆணை' என்று சத்தியம் செய்தான்.

யுதிஷ்டிரருக்குக் கவலை இரு மடங்கானது. ஜயத்ரதனைக் கொல்வேன் அல்லது உயிரை விடுவேன் என்று சபதமெடுத்ததால் இனி கௌரவர்கள் உஷாராகிவிடுவார்கள். நாளை சூரிய அஸ்தமனத்துக்குள் ஜயத்ரதனைக் காப்பாற்ற எல்லா முயற்சிகளையும் எடுப்பார்கள். எங்கேயென்று ஜயத்ரதனைப் போய்த் தேடுவது. ஏற்கனவே அபிமன்யுவை இழந்து தவித்துக் கொண்டிருக்கும் நிலையில் உணர்ச்சிவசப்பட்டு அர்ஜுனன் எடுத்த சபதம் அவரைக் கலவரப்படுத்தியது. ஒருவேளை சூரிய அஸ்தமனத்துக்குள் ஜயத்ரதனைக் கண்டுபிடிக்க முடியாவிட்டால் .....நினைக்கவே யுதிஷ்டிரர் நெஞ்சு துடித்தது.

ஜயத்ரதனைக் கொல்ல அர்ஜுனன் எடுத்த சபதம் கௌரவர்கள் காதுகளை எட்டியது. ஜயத்ரதனை மட்டும் நாளை சூரிய அஸ்தமனம் வரை மறைவாக ஒளித்து வைத்தால் போதும், அர்ஜுனன் தோல்வியை ஒப்புக்கொண்டு சொன்ன சொல்லைக் காப்பாற்ற அக்னி குண்டத்தில் குதித்து உயிரை விடுவான். ஆஹா! அர்ஜுனன் தானாக வாயைக் கொடுத்துச் சிக்கிக்கொண்டானே. அவனைச் சுலபமாகச் சாகடிக்க இதைவிட வேறு சிறந்த வழி கிடையாது என்று கௌரவர்கள் குதூகலித்தனர். ஜயத்ரதனைப் பாதுகாக்கும் யோசனையில் இறங்கினர்.

ஜயத்ரதன் மாவீரன் என்பதுடன் கௌரவர்களின் ஒரே தங்கை துச்சலையின் கணவனும் ஆவான். எனவே மைத்துனர் என்ற உறவின் முறையிலும் அவனைக் காப்பாற்ற வேண்டிய கட்டாயம் துரியோதனனுக்கு இருந்தது. 'கவலை வேண்டாம். கர்ணன், சாலன்,

சல்லியன், சித்திரசேனன், பூரிஸ்ரவஸ், கிருபர், போஜன், விகர்ணன், துச்சாதனன், அஸ்வத்தாமன், சகுனி, விந்தன், அனுவிந்தன், துர்முகன் என எண்ணிலடங்கா மகாரதர்கள் உனக்குப் பாதுகாப்பாக இருப்பார்கள். நாளை சூரிய அஸ்தமனம் வரை உன்னை வீட்டு ஒரு கணம்கூட நீங்க மாட்டார்கள். அவர்களைத் தாண்டி வந்துதான் உன்னைக் கொல்ல முடியும். துரோணர் சக்கர வியூகம் அமைத்தபோது ஒற்றை வீரனாக தர்மன், பீமன், நகுலன், சகாதேவன், துருபதன், திருஷ்டத்யும்னன், சாத்யகி, பிரத்யும்னன் ஆகிய அனைவரையும் சமாளித்தாயே. நாங்கள் இருக்கிறோம்' என்று ஜயத்ரதனுக்கு ஆறுதலும் தைரியமும் கூறினான்.

'ஜயத்ரதனைக் காப்பாற்றும் திட்டத்தை விளக்கினார் துரோணர். சகட வியூகம், சக்கர வியூகம் அதற்குள்ள சுசிமுக வியூகம் என மூன்று வியூகங்களை ஒன்றுக்குள் ஒன்றாக அமைக்கப் போகிறேன். இம்மூன்று வியூகங்களுக்கு நடுவே 10x10 அடி குழி தோண்டி சக வசதிகளுடன் உன்னை உள்ளே பாதுகாப்பேன். மூன்று வியூகங்களை அர்ஜுனன் உடைப்பதற்குள் பொழுது சாய்ந்துவிடும். அப்படியே உடைத்தாலும் பூமிக்கு அடியில் உள்ள உன்னைப் பிடிப்பது சாத்தியமே இல்லை. சூரிய அஸ்தமனத்துக்குப் பிறகு நீ தைரியமாக வெளியே வரலாம். வெளியில் நடக்கும் விஷயங்கள் உனக்கு அவ்வப்போது தெரிவிக்கப்படும். மூன்று வியூகங்களுக்கும் காவலாக நானே இருப்பதால் அர்ஜுனன் என்னை மீறித்தான் உள்ளே வர முடியும்' என்றார்.

ஜயத்ரதன் நிம்மதிப் பெருமூச்சுவிட்டான். சூரியன் அஸ்தமனத்துக்குப் பிறகு என்னைக் கண்டுபிடிக்க முடியாத அவமானத்தில் அர்ஜுனன் தீ மூட்டி அதில் விழுந்து இறக்கும் காட்சியைக் கண்டு ரசிக்கவேண்டும்' என்றும் ஆசைப்பட்டான்.

வனவாசத்தில் இருக்கும்போது சிவபெருமான் பாசுபதாஸ்திரத்தை வழங்கி அர்ஜுனனை ஆசீர்வதித்தார். அதை எப்போது வேண்டுமானாலும் கேட்டுப் பெறலாம் என்னும் வரத்தையும் தந்தார். தற்போதைய இக்கட்டான சூழலில் வலிமை வாய்ந்த பாசுபதாஸ்திரம் கைவசம் இருப்பது நல்லது என்றெண்ணிய அர்ஜுனன் மீண்டும் சிவனை வணங்கித் தேவைப்படும்போது தருமாறு வேண்ட அவரும் அவ்வாறே அருளினார்.

அபிமன்யுவுக்குத் துணையாகப் போருக்குச் செல்லாததால் அவனது இறப்புக்குத் தானும் ஒரு வகையில் காரணம் என்ற குற்ற உணர்வில் உழன்று கொண்டிருந்த சாகருக்கு மீண்டும் ஒரு வாய்ப்பை அர்ஜுனனின் சபதம் ஏற்படுத்தித் தந்தது. 'இந்த முறை கண்டிப்பாக

அர்ஜுனனுடன் போருக்குச் சென்று ஜயத்ரதனைக் கொல்ல உதவுவேன் அல்லது அவருடன் நானும் அக்னிக் குண்டத்தில் இறங்குவேன். அபிமன்யுவையும் சேனா சகோதரர்களையும் காப்பாற்ற முடியாமல் போனதுக்கு இதுவே சரியான பரிகாரம்' என்று வர்ஷாவிடம் கூறினான். ஆசை மகனை உச்சி மோந்து 'ஒரு வேளை எனக்கு ஏதேனும் அசம்பாவிதம் நேர்ந்துவிட்டால் குழந்தையோடு வா. உங்களைக் கடைசி முறையாகப் பார்த்துவிட்டுத்தான் மண்ணிலிருந்து பிரிவேன்' என்றான்.

மூன்று வியூகங்களையும் அர்ஜுனன் உடைத்துச் சென்று முன்னேற சாகர் முழு மூச்சுடன் தோள் கொடுத்தான். அபிமன்யு மற்றும் சேனா சகோதரர்களின் சாவுக்குக் காரணமான ஜயத்ரதனைக் கொல்ல வேண்டும் என்ற வெறி அவனுக்குள்ளும் கொழுந்து விட்டு எரிந்து கொண்டிருந்தது. வியூகங்களை உடைத்த பின்பும் ஜயத்ரதன் இருக்கும் இடத்தை அர்ஜுனனால் கண்டுபிடிக்க முடியவில்லை. சூரியன் அஸ்தமிக்க இன்னும் ஒரு நாழிகைப் பொழுதே இருந்தது. குருகுலத்தில் படித்தபோது பூமிக்கு அடியில் நடக்கும் விஷயங்கள், நீரோட்டம், வாழும் உயிரினங்கள், அசைவுகள் ஆகியவை பற்றிப் பூமி சேனன் தனக்குச் சொல்லிக் கொடுத்ததை நினைவுபடுத்திக் கொண்டான். வியூகங்களுக்குள் அல்லது கொஞ்ச தூரத்தில் பூமிக்கு அடியில்தான் எங்கோ ஜயத்ரதன் ஒளிந்து கொண்டிருக்கவேண்டும் என்ற முடிவுடன் தரையில் காதுகளை அழுத்தி உன்னிப்பாகக் கேட்டான் சாகர்.

பூமிக்குள் குறிப்பிட்ட இடத்தில் நிலவும் சில அசைவுகளையும் உள்ளிருந்து வெளியேறும் மூச்சுக் காற்றையும் கணக்கிட்ட சாகர் இது மனிதனின் அசைவு என்றும் அவன் விடும் மூச்சுக் காற்று என்றும் துல்லியமாகக் கணித்தான். உடனே அர்ஜுனனிடம் குறிப்பிட்ட இடத்தைச் சுட்டிக்காட்டி அங்கு ஜயத்ரதன் ஒளிந்திருக்கக் கூடும் என்றும் சொன்னான். சூரிய அஸ்தமனம் வேறு நெருங்கிக் கொண்டிருந்ததால் நஞ்சு கலந்து வாயு அஸ்திரத்தை பூமிக்குள் அர்ஜுனன் செலுத்த உள்ளே இருந்த ஜயத்ரதனுக்கு மூச்சு முட்டியது. இருந்தாலும் சூரியன் அஸ்தமித்த பிறகு வெளியே வர முடிவெடுத்து மூச்சைப் பிடித்துச் சமாளித்தான். சூரியன் அஸ்தமிக்க இன்னும் அரை நாழிகை நேரம் மீதம் இருந்தது. அதற்குள் ஜயத்ரதனைக் கண்டுபிடிக்காவிட்டால் அர்ஜுனன் அக்னி குண்டம் இறங்க வேண்டும்.

அந்த நேரம் பார்த்து கிருஷ்ணர் ஓர் உபாயம் செய்தார். கையிலிருந்த சக்ராயுதத்தால் சூரியனை மறைத்தார். கதிரவன் மறைய எங்குள்

இருள் கவ்வத் தொடங்கியது. மகன் சாவுக்குக் காரணமான ஜயத்ரதனைக் கொல்ல முடியவில்லையே என்று அர்ஜுனன் வெட்கித் தலை குனிந்தான். எடுத்த சபதம் முடிக்காவிட்டால் தீ மூட்டி விழுந்து இறப்பேன் என்று சொன்னதை நிறைவேற்ற அக்னி குண்டம் வளர்க்க உத்தரவிட்டு அதில் விழுந்து உயிரை மாய்க்கவும் தயாரானான்.

கிருஷ்ணன் அருகில் வந்து 'அர்ஜுனா! சூரியன் இயற்கையாக மறைவதற்கு இன்னும் சில நிமிடங்களே உள்ளன. நான் எனது சக்ராயுதத்தால் இப்போது செயற்கையாகக் கதிரவனை மறைத்துக் கொண்டிருக்கிறேன். இதை நிஜம் என்று நம்பி ஜயத்ரதன் வெளியே வந்து தலையைக் காட்டுவான். நான் எனது சக்ராயுதத்தை விலக்கிக்கொண்டவுடன் சூரியன் மீண்டும் வெளிப்பாடுவான். அஸ்மிக்கவிருக்கும் சில வினாடிகளுக்குள் நீ ஜயத்ரதன் தலையைத் துண்டிடுத்துவிடு. அப்படிச் செய்யும்போது தலை கீழே விழாமல் அந்தரத்திலேயே நிறுத்தி வை. பிறகு என்ன செய்ய வேண்டுமென அப்போது சொல்கிறேன்' என்றான்.

செயற்கை அஸ்தமனம் மாயக் கண்ணனின் விளையாட்டு என்று தெரியாமல் துரியோதனன் உள்ளிருந்த ஜயத்ரதனுக்குச் செய்தி அனுப்பி வெளியே வரச் சொன்னான். சூரியன் மறைவதற்கு இன்னும் சில வினாடிகள் மீதமிருக்கையில் இது ஏதோவொரு தந்திரம் என்பதை உணர்ந்து கொண்ட துரோணர் அவனை வெளியே வர வேண்டாம் என்று சொல்லிப் பார்த்தார். ஆனால் துரியோதனனும் கேட்கவில்லை; ஜயத்ரதனையும் கேட்கவிடவில்லை. அக்னி குண்டத்தில் அர்ஜுனன் இறங்குவதைக் கண்டு மகிழ ஜயத்ரதன் குழியை விட்டு வெளியே வந்து தலையை நீட்டினான்.

கொழுந்து விட்டெறியும் நெருப்பு ஜ்வாலையில் ஜயத்ரதன் முகம் தெள்ளத் தெளிவாகத் தெரிந்தது. ஆனால் என்ன செய்ய அர்ஜுனன் கண்ணுக்குத் தெரியவில்லையே என்று அவன் தவித்தபோது கிருஷ்ணன் சக்ராயுதத்தை விலக்கிக்கொள்ள செக்கச் சிவந்த சூரியன் இன்னும் அஸ்தமிக்காமல் அடிவானத்தை நோக்கி மெல்ல நகர்ந்து கொண்டிருந்தான். மீண்டும் சூரியன் தோன்றுவதை எதிர்பார்க்காத துரியோதனன் அலறினான். ஜயத்ரதனோ அதிர்ச்சியில் உறைந்தான். துரோணர் நெற்றிப் பொட்டை இரு விரல்களால் தேய்த்தவாறே 'கண்ணா இதுவும் உன் மாய லீலைதானா?' என்று மனத்துக்குள் சொல்லிக்கொண்டார்.

'அர்ஜுனா! அதோ பார் ஜயத்ரதன். சூரியன் அஸ்தமித்து விட்டது என்ற நினைத்துக்கொண்டு நீ அக்னி குண்டத்தில் இறங்குவதைக்

காண வெளியே வந்துவிட்டான். சற்றும் தாமதிக்காமல் அவன் தலையைத் துண்டித்துவிடு. நான் எச்சரித்தபடி அந்தத் தலையைத் தரையில் விழாமல் அந்தரத்திலேயே நிறுத்து' என்றான் கிருஷ்ணன். ஓடவும் முடியாமல், ஒளியவும் முடியாமல் வசமாகச் சிக்கிக்கொண்ட ஜயத்ரதனின் தலையை அர்ஜுனன் ஒற்றை அம்பினால் கொய்து கிருஷ்ணன் சொன்னபடி தரையில் விழாமல் அந்தரத்திலேயே நிறுத்தினான்.

'ஜயத்ரதன் மாவீரன் என்பதுடன் பல வரங்கள் பெற்றவனும் கூட. எனவே நீ நினைப்பதுபோல் அவ்வளவு எளிதாக அவனைக் கொல்ல முடியாது. தந்தை விருதாக்ஷரனுக்குப் பல வருடங்கள் கழித்துப் பிறந்தவன். ஜாதகத்தைக் கணித்த வேதியர் 'சூரிய சந்திர அம்சங்களுடன் பிறந்த இவன் வில் வித்தையில் சிறந்த ஒருவனால் கொல்லப்படுவான்' என்றார். அதைக் கேட்ட விருதாக்ஷரன் 'யாருடைய அஸ்திரத்தால் என் மகன் தலை தரைமீது அவன் தலை அந்த நிமிடமே சுக்கு நூறாக உடையும்' என்று சாபமிட்டதை அர்ஜுனனுக்கு நினைவுபடுத்தினார். 'இப்போது விருதாக்ஷரன் காட்டில் தவம் செய்து கொண்டிருக்கிறார். ஜயத்ரதன் தலையைக் கீழே விழாமல் அப்படியே அந்தரத்தில் பறக்கவிட்டு அவன் தந்தையின் மடியிலேயே விழச்செய். அவர் என்னவோ ஏதோவென்று பதறி எழ அவர் மடியிலிருந்தே அவர் மகன் தலை கீழே விழும். ஆக அவர் கொடுத்த சாபத்தின்படி அவரிடமிருந்து ஜயத்ரதன் தலை விழுவதால் அவரது தலையே சுக்கு நூறாக வெடித்துச் சிதறும். இது நடக்கும். சொன்னபடிச் செய்' என்று ஆலோசனை வழங்கினார் கிருஷ்ணர்.

கிருஷ்ணர் வழிகாட்டியதுபோல் ஜயத்ரதன் தலையை வானத்தில் பறக்கவிட்டு விருதாக்ஷரன் மடியில் விழ வைத்தான் அர்ஜுனன். பிறகென்ன... விருதாஷரன் அலறிப் புடைத்துக்கொண்டு எழுந்து கொள்ள அவர் மடியிலிருந்து ஜயத்ரதன் தலை விழுந்ததால் அவர் தலையே சுக்கு நூறாக வெடித்துச் சிதறியது. ஜயத்ரதன் தலை மண்ணில் உருளவும், சூரியன் அஸ்தமிக்கவும் மிகச் சரியாக இருந்தது. ஆக... அர்ஜுனன் சபதம் போட்டதுபோல் சூரியன் அஸ்தமிப்பதற்குள் ஜயத்ரதனைக் கொன்று தன் பழியைத் தீர்த்துக்கொண்டான்.

அபிமன்யு மற்றும் சேனா சகோதரர்கள் சாவுக்குக் காரணமான ஜயத்ரதன் இறந்ததில் சாகரும் மகிழ்ச்சி அடைந்தான். பூமிக்கு அடியில் ஜயத்ரதன் மறைந்திருந்ததைக் கண்டுபிடித்துச் சொன்னது சாகர்தான் என்று அர்ஜுனன் எல்லோரிடமும் சொல்லிப் பாராட்டிப்

பெருமைப்பட்டான். அபிமன்யு மற்றும் சேனா சகோதரர்களைக் காப்பாற்ற முடியாமல் போனாலும் ஜயத்ரதனைக் கொல்வதற்காவது அர்ஜுனனுக்கு உதவியாக இருந்தோமே என்று சந்தோஷப்பட்டான் சாகர். எல்லோரும் அவரவர் பாசறைகளுக்குத் திரும்பிக் கொண்டிருந்தனர். சாகரும் பாசறைக்குத் திரும்பிக் கொண்டிருக்கும் போது மெல்லிய குரலில் யாரோ தன்னை அழைப்பது போலிருந்தது.

திரும்பிப் பார்த்தால் பீமனுக்கும் இடும்பிக்கும் பிறந்த கடோத்கஜன் நின்று கொண்டிருந்தான். ஆகாயத்தில் பறக்கும் சக்தியுடன், இரவு நேரத்திலும் பார்க்கும் திறன் கொண்டவன். மந்திர தந்திரங்கள் தெரிந்தவன். ‘சாகர்! உங்களைப் பற்றிக் கேள்விப்பட்டிருக்கிறேன். நிழல்போல் எப்போதும் என் தம்பி அபிமன்யுவைப் பின் தொடர்ந்து கொண்டிருப்பீர்கள் என்று சொல்லிக் கேட்டிருக்கிறேன். நீங்கள் மட்டும் அவனுடன் இருந்திருந்தால் ஒருவேளை பிழைத்திருக்கலாம். எங்கள் பாண்டவ வம்சத்தின் பெருமை அவன். அவனை வஞ்சகமாகக் கொன்றவர்களை நானும் வஞ்சகமாகவே கொன்று பழி தீர்க்கப் போகிறேன். இரவு நேரத்தில் என் தாக்குதல் தொடங்கும்’ என்றான் கடோத்கஜன்.

‘கடோத்கஜா! என்ன சொல்கிறாய்? இரவு நேரத்தில் போரிடுவது விதிகளுக்குப் புறம்பானது. தூங்கிக் கொண்டிருப்பவர்களைக் கொல்வது நியாயம் அல்ல. சூரியன் அஸ்தமனமானதைத் தொடர்ந்து சங்கு ஊதப்பட்டு எல்லோரும் பாசறைகளுக்குத் திரும்பிவிட்டனர். இந்த ராத்திரி நேரத்தில் போரை மீண்டும் ஆரம்பிப்பது போர் தருமம் அல்ல. நீதி நெறியும் ஆகாது’ என்றான் சாகர்.

‘நடந்த எல்லாவற்றையும் மறந்துவிட்டாயா சாகர்? என் தம்பி அபிமன்யுவைக் கொல்லும்போது போர் தர்மத்தையும், நியாயங்களை யும் யாராவது பார்த்தார்களா? நிராயுதபாணியாகத், தன்னந்தனியே நின்ற அவனை மகாரதர்கள் அனைவரும் சூழ்ந்துகொண்டு தாக்கினார்களே. நேருக்கும் நேர் சண்டை போடாமல் ஆளாளுக்கு வெவ்வேறு ஆயுதங்களால் வெட்டிச் சாய்த்தார்களே? அப்போ தெல்லாம் நீங்கள் சொல்லும் நீதி, நேர்மை, எங்கே போயிற்று. சின்னஞ்சிறு பாலகன் என்றும் பாராமல் துடிக்கத் துடிக்கச் சாகடித்து ஆனந்தக் கூத்தாடினார்களே. பழிக்குப் பழி. ரத்தத்துக்கு ரத்தம். அவர்களைப் போலவே நானும் நீதி, நேர்மை, நியாயம், தர்மம் ஆகியவற்றை மீறி நள்ளிரவில் போரைத் தொடங்கப் போகிறேன்.’

‘பறக்கும் சக்தி எனக்கு இருப்பதால் ஆகாயத்திலிருந்து எதிரிகளைத் தாக்கி வீழ்த்துவேன். சூர்ய அஸ்தமனத்துடன் இன்றைய போர்

முடிந்துவிட்டது என்று தூங்கிக் கொண்டிருக்கும் கௌரவப் படைகளைத் துவம்சம் செய்வேன். என்ன நடக்கிறது, எங்கிருந்து யார் தாக்குகிறார்கள் என்று சுதாரிப்பதற்குள் அனைவரையும் கொன்று குவிப்பேன். அதர்மமான முறையில் போரிட்டவர்களை அதே அதர்ம வழியில்தான் பழி வாங்கவேண்டும். எனக்குத் துணையாக இரு. அதுபோதும். மற்றதை நான் பார்த்துக் கொள்கிறேன்' என்றான் கடோத்கஜன்.

'கடோத்கஜா நீ சொன்னதை நானும் வழிமொழிகிறேன். நீதி, நேர்மை பேச இப்போது நேரமில்லை. அநியாயமாக என் ஆருயிர் நண்பர்கள் அபிமன்யு மற்றும் சேனா சகோதரர்களைக் கொன்றவர்களை நானும் அதே அநியாய வழியில்தான் கொல்லப்போகிறேன். தாழ்ந்த குலத்தில் பிறந்த என்ன இந்த சமூகம் ஒதுக்கித் தள்ளியபோது என்னை ஆதரித்து அரவணைத்துக்கொண்டவன் அபிமன்யு. உயர்ந்த பதவியைக் கொடுத்து அழகு பார்த்தவன்.

'என்னைப் பின் தொடராதே, நான் உனக்குத் தலைவன் அல்ல. அதேபோல் எனக்கு முன்னாலும் செல்லாதே, நான் யாரையும் அடியொற்றி நடக்க மாட்டேன். என்னோடு வா. எனக்கு இணையாக வா. என் தோளோடு தோள் சேர்ந்து வா' என்று எனக்குச் சரியாசனம் கொடுத்துச் சமமாக நடத்தியவன். சாகர் என் உடன்பிறவா சகோதரன். எனக்குக் கொடுக்கும் அதே மதிப்பு, மரியாதையை இவனுக்கும் கொடுக்கவேண்டும் என உத்தரவு போட்டவன். எத்தனை பிறவி எடுத்தால் அபிமன்யுவுக்கு நான் பட்ட கடன் தீராது. அவனது சாவுக்கு நான் பதிலடி கொடுத்தே தீருவேன் அல்லது மரணத்தைத் தழுவுவேன்' என்றான் சாகர் நா தழுதழுக்க.

கடோத்கஜன் - சாகர் கூட்டணி நள்ளிரவில் பொழிந்த அஸ்திரங்கள் தரையிலும் வானத்திலும் வர்ணஜாலம் காட்டின. இடியும் மழையும் இல்லாமல் விண்ணில் தோன்றிய அஸ்திர மின்னல்களைக் கண்டு தூங்கிக் கொண்டிருந்த கௌரவ சேனை மிரண்டது. ஆனால் என்ன ஏது என்று சுதாரிப்பதற்குள் அவை அவர்களைப் படுக்கையிலேயே பரலோகம் அனுப்பின. ஏற்கனவே மகன் லட்சண குமாரனையும் மைத்துனன் ஜயத்ரதனையும் இழந்த சோகத்தில் வாடிக் கொண்டிருந்த துரியோதனனுக்கு அர்த்த ராத்திரியில் கடோத்கஜன் நடத்தும் ராக்ஷச யுத்தத்தைத் தடுத்து நிறுத்தத் தனது ஆருயிர் நண்பன் கர்ணனை அழைத்தான்.

'எதையாவது செய்து அவனைக் கொன்றுவிடு. இல்லையென்றால் விடிவதற்குள் நம் சேனை முழுவதையும் அழித்துவிடுவான். அவன் பீமன் மகன் கடோத்கஜன். ராக்ஷச அம்சம். ஆகவே சாதாரண

அஸ்திரங்களால் அவனைச் சாகடிக்க முடியாது. ஏதேனும் விசேஷ ஆயுதம் இருந்தால் உடனே பிரயோகப்படுத்து. தாமதிக்கும் ஒவ்வொரு நாழிகைப்பொழுதும் ஆயிரக்கணக்கான வீரர்களை இழந்து கொண்டிருக்கிறோம்'.

அர்ஜுனனைக் கொல்வதற்காக இந்திரனை நோக்கித் தவம் செய்து கர்ணன் பெற்ற அஸ்திரம்தான் 'இந்திராஸ்திரம்'. ஒரேயொரு முறைதான் பயன்படுத்த முடியும் என்னும் நிபந்தனையுடன் அதை வழங்கினான் தேவர்களின் தலைவன். இப்போது இதைப் பயன்படுத்திவிட்டால் பிறகு அர்ஜுனனைக் கொல்ல இதை மீண்டும் இதை உபயோகப்படுத்த முடியாதே என்று தயங்கினான்.

'கர்ணா! உன் பிரச்னை எனக்குப் புரிகிறது. இந்திராஸ்திரத்தைப் பயன்படுத்தி அர்ஜுனனைக் கொல்ல வேண்டும் என்பது என் ஆசையும்கூட. ஆனால் கடோத்கஜனை இப்படியே விட்டால் நாளைக் காலை வரை நாம் இருப்பதே சந்தேகமாகிவிடும். அர்ஜுனனைக் கொல்ல வேறு ஏதேனும் அஸ்திரங்களைப் பயன்படுத்து. இப்போது இந்திராஸ்திரத்தைப் பயன்படுத்தி கடோத்கஜனை கொல்வாயாக' என்று உத்தரவிட்டான் துரியோதனன்.

கர்ணனின் வில்லிலிருந்து புறப்பட்ட இந்திராஸ்திரம் தீப் பிழம்புகளைக் கக்கிக்கொண்டு விண்ணில் பறந்தது. ஒற்றைப் பிரம்மாஸ்திரம் இரண்டு, நான்கு, எட்டு என ஆயிரக்கணக்கில் பெருகி கடோத்கஜனின் பிரம்மாண்ட உடலைச் சல்லடையாகத் துளைத்தது. வான் உயரத்துக்கு மலையாக உருவெடுத்துப் போர் புரிந்த கடோத்கஜன் உடலெங்கும் அம்புகளால் குத்தப்பட்டுக் கிழிந்த நாராகச் சரிந்தான். திரேதா யுகத்தில் இராவணன் மகன் இந்திரஜித்தைக் கொல்ல இதே இந்திராஸ்திரத்தைத்தான் லக்ஷ்மணன் பயன்படுத்தித்தான்.

அங்கே சாகருக்கும் அதேநிலைதான். கடோத்கஜனை மட்டுமின்றி வீரத்துடன் போர் புரிந்த சாகரையும் பிரம்மாஸ்திரம் விட்டு வைக்காமல் பதம் பார்த்தது. பிரம்மாஸ்திரத்தால் உயிர் இழந்த ஆயிரக்கணக்கானோரில் சாகரும் ஒருவன். போர்க் களத்தில் ரத்தத்தில் மிதந்து கொண்டிருந்த சாகர் யாருடைய வருகைக்கோ காத்திருந்தான். ஆம். மனைவியிடம் சில விஷயங்களைக் கேட்க வேண்டும், குழந்தையையும், கடைசி முறையாகப் பார்க்க வேண்டும் என்னும் ஆசையுடன் உயிரைக் கையில் பிடித்துக் கொண்டிருந்தான்.

கைக்குழந்தையுடன் வர்ஷா மூச்சிறைக்கக் கண்ணீரும் கம்பலையு மாக ஓடி வந்தாள். குழந்தையைக் காட்டி அவன் மார்பு மீது விழுந்து அழுது புரண்டாள்.

20

சந்தேகங்கள் தெளிவடைந்தன

ஒரு கையில் குழந்தையை அணைத்தவாறே மறு கையால் வர்ஷாவின் தலையைக் கோதிவிட்டான். 'மனிதனின் மூச்சு நிற்கும் தருணம் வாழ்க்கையில் நடந்த அத்தனை விஷயங்களும் நெஞ்சில் நிழலாடும். ஊரார் ஆயிரம் புகழ்ந்தாலும், கட்டிய மனைவி புரிந்துகொள்ள வேண்டும், பெற்ற மகன் பெருமைப்பட வேண்டும், சொல்லித் தந்த ஆசான் வாழ்த்த வேண்டும். இவர்களின் அங்கீகாரமும், பாராட்டும் கிடைக்க வேண்டும். ஆனால் என் வாழ்க்கையில் இவை எதுவுமே நடக்கவில்லையே? கௌரவ சேனையிடம் யுவ சேனைத் திட்டங்கள் பற்றியும், சேனா சகோதரர்கள் நடமாட்டம் பற்றி உளவு சொன்னது யார்? கூட இருந்தே குழி பறித்தது யார்? பழி ஓரிடம் பாவம் ஓரிடமென நான் அவமானப்பட்டு நிற்கிறேன்' சாகர் கூனிக் குறுகினான்.

'என் குழந்தைகளைப்பற்றி அவர் கணித்தது பொய்யாகுமா? மாம்பழத்தைக் கொடுத்துச் சாப்பிடச் சொன்னபோது குழந்தைகளைப் பஞ்ச பூதங்களும் பாதுகாக்கும். நீடித்த ஆயுளுடன் வாழ்வார்கள் என்று ஆசீர்வதித்தாரே. அது உண்மையெனில் ஏன் அற்ப ஆயுளில் மூவரும் செத்துப் போனார்கள்?' மனத்தில் எழுந்த பல சந்தேகங்களுக்கு விடை தெரிய மார்க்கண்டேய மகரிஷியின் குடிலை அடைந்தார் பரத்வாஜர்.

'நீ எதற்காக வந்திருக்கிறாய் என்று தெரியும்? என்ன சந்தேகம் இருந்தாலும் தயங்காமல் கேள்?

'குருதேவரே! பூரண ஆயுளுடன் நீங்கள் ஆசிர்வதித்துக் கொடுத்த மாம்பழங்களைச் சாப்பிட்டுத்தான் என் மனைவிகள் கருவுற்று மூன்று

புத்திரரர்களைப் பெற்றெடுத்தனர். ஆனால் மூவரும் அற்ப ஆயுளிலேயே மரணமடைந்ததன் காரணம் என்ன?

'மாம்பழத்தை என்ன செய்தாய்?'

'ஒருத்தி மாம்பழத்தின் மேல் தோலை உண்டாள். இன்னொருத்தி அதன் சாற்றைப் பருகினாள். மூன்றாமவளோ முகர்ந்து மட்டுமே பார்த்தாள்.'

'பரத்வாஜரே! தவறு இங்கேதான் நிகழ்ந்துள்ளது. ஒருத்தியே முழுப் பழத்தையும் சாப்பிட்டிருக்கவேண்டும். அது திரௌபதிக்காகக் கொடுத்த பழம். அப்படிச் சாப்பிட்டிருந்தால் அவளுக்குப் பிறந்த மகன் பூமி, கடல் மற்றும் ஆகாயத்தில் மிகச் சிறந்த வீரனாகி இருப்பான். அவள் வேண்டாம் என்று மறுத்து உங்களிடம் கொடுக்க உங்கள் மனைவியர் அதை மூன்றாகப் பிரித்துச் சாப்பிட்டிருக் கின்றனர். அதன்படி தோலைச் சாப்பிட்டவளுக்குப் பிறந்த குழந்தை பூமிசேனனாகவும், சாற்றைப் பருகியவளுக்குப் பிறந்த குழந்தை ஜலசேனனாகவும், பழத்தை மோந்து பார்த்தவளுக்குப் பிறந்த குழந்தை வாயுசேனனாகவும் பிறந்தனர்.

மாம்பழத்தை ஒருத்தியே உண்டிருந்தால் பூமி, கடல், ஆகாயம் உள்ளிட்ட பஞ்ச பூதங்களையும் கட்டுப்படுத்தும் அசாத்தியத் திறமை பெற்ற ஒரு குழந்தையைப் பெற்றெடுத்திருப்பாள். ஆனால் மாம்பழத்தை மூன்று பெண்கள் உண்டதால் பூமி, கடல், ஆகாயம் என மூன்று சக்திகளுடன் மூன்று குழந்தைகள் பிறந்தன. இதன் காரணமாக மூவரும் ஒன்றாக இருந்தால் மட்டுமே பஞ்ச பூதங்களும் கட்டுப்படும் என்ற நிபந்தனையை மீறி குருக்ஷேத்திர யுத்தத்தில் மூவரும் தனித்தனியே போரிட்டதால் பஞ்ச பூதங்களைக் கட்டுப்படுத்த முடியவில்லை. மாம்பழத்தைப் பிரித்து உண்டதால், அதன் சக்தியும், குழந்தைகளின் ஆயுளும் குறைந்துவிட்டது. இப்போது உனக்கு எல்லாம் விளங்கியிருக்கும் என்று நினைக்கிறேன்' என்றார் மார்க்கண்டேய மகரிஷி.

மாம்பழத்தைப் பிரித்துக்கொடுத்தது தன்னுடைய தவறு, போரிடும் போது மூவரும் ஒன்றாக இருக்கவேண்டும் என்னும் நிபந்தனையை மீறிப் பிரிந்தது பிள்ளைகள் தவறு என்பதை பரத்வாஜர் உணர்ந்து கொண்டார். 'சாகர் உன் மீது எந்தத் தவறும் இல்லை. குரு ஸ்தானத்தில் இருந்தாலும் புத்திர சோகம் கண்ணை மறைத்து விட்டது. உண்மையைப் புரிந்து கொள்ளாமல் உன் மீது வீண் பழி சுமத்தி மனத்தைக் காயப்படுத்தி விட்டேன். உன்னிடம் நேரில் மன்னிப்புக் கேட்டால்தான் என் மனம் ஆறுதல் அடையும்' என்று சாகரைச் சந்திக்கப் போர்க்களம் புறப்பட்டார் பரத்வாஜர்.

‘மகனே! நான் தாழ்ந்த குலத்தில் பிறந்தேன். ஊராரின் ஏச்சுக்கும் பேச்சுக்கும் இலக்கானேன். இந்தச் சமூகம் என்னை வாழவும் விடாமல் சாகவும் விடாமல் தொடர்ந்து துரத்தியது. ஆனால் நீ உயர்சாதிப் பெண்ணின் கருவிலிருந்து தோன்றியவன். ஆகவே உன்னை யாரும் ஒதுக்க முடியாது. நீ வளர்ந்து பெரியவனான பிறகு உயர்சாதி அம்மாவுக்குப் பிறந்தவன் என்ற ஆணவத்தில் யாரையும் இகழாதே. கேவலப்படுத்தாதே. சமூகத்தில் எல்லோரையும் சமமாகக் கருதப் பழகு. குருக்ஷேத்திரப் போர் தர்மத்துக்கும், அதர்மத்துக்கும் இடையே நடைபெறும் போர். பிராமணன், சத்ரியன், வைஸ்யன், சூத்திரன் ஆகிய நான்கு வர்ணங்களைச் சேர்ந்தவர்களும் இப்போரில் இரு பக்கங்களிலும் பங்கேற்றுத் தங்கள் உயிரை இழந்துள்ளனர்.

இன்னும் சொல்லப் போனால் மற்ற மூன்று வர்ணங்களை விடவும் தாழ்த்தப்பட்ட வர்ணத்தைச் சேர்ந்தவர்களின் வீர மரணம் மிகவும் அதிகமாகும். வாழும்போது உயர்ந்த ஜாதி, தாழ்ந்த ஜாதி என்று பிரித்துப் பேசியவர்கள் போரில் செத்து ஒரே மண்ணில்தான் விழுந்துள்ளனர். நான்கு வர்ணங்களைச் சேர்ந்தவர்களின் ரத்தமும் ஒன்றாகக் கலந்து ஓடும்போது இது எந்த ஜாதியின் ரத்தம் என்று கண்டுபிடிக்க முடியுமா? இறந்த உடல்களை ஒன்றாகச் சேர்த்துத் தீயிட்டுக் கொளுத்தும்போது ஜாதிகளைப் பிரித்துக்காட்ட இயலுமா? போர்க்களமும் சுடுகாடுமே ஜாதிகளற்ற சமரசம் உலாவும் இடங்களாகும். வாழும்போது கிடைக்காத சமத்துவம் இங்கேதான் நிலவுகிறது. தனி மனிதன் இனத்தால் பேசப்படும் பெருமை ஒழிந்து குணத்தால் போற்றப்பட வேண்டும். எல்லோருக்கும் எல்லா உரிமையும் கிடைக்க வேண்டும். மகனே! அத்தகைய ஜாதிகளற்ற சமுதாயத்தில் நீ வாழ வேண்டும். அதற்காகப் பாடுபட வேண்டும் என்பதே என் ஆசை’ என்றவாறே குருதி வழிந்த நெஞ்சைப் பிடித்துக் கொண்டே குழந்தையைக் கொஞ்சி முத்தமிட்டான் சாகர்.

அழுது கொண்டிருந்த வர்ஷாவை அருகில் அழைத்து ‘நீ உயர்ந்த வைஸ்ய ஜாதியில் பிறந்தவள். நான் கடைநிலை ஜாதி என்பதால்தான் ஆரம்பத்தில் உன் காதலைத் தவிர்த்தேன். என்னைத் திருமணம் செய்துகொண்டு என்னோடு சேர்ந்து நீயும் கஷ்டப்பட வேண்டாம் என்றுதான் ஒதுங்கிப் போனேன். ஆனால் நீதான் துரத்தித் துரத்தி என்னைக் காதலித்தாய். இப்படிக்கூட ஒரு பெண்ணால் காதலிக்க முடியுமா என்று நானும் மயங்கினேன். ஆனால், உன் காதல் நிலையானதாக இருக்கவில்லை. நீ என்னை ஏனோ வெறுக்கத் தொடங்கிவிட்டாய். செத்த பிறகுதான் நெஞ்சில் கொள்ளி வைப்பார்கள். ஆனால் நீ என் மேல் அன்பாக இருப்பதுபோல் நடித்து

என்னை ஏமாற்றி வாழும் போதே நெஞ்சில் கொள்ளி வைத்து விட்டாய். ஏன்? உண்மையைச் சொல்' சாகர் கெஞ்சினான்.

'அப்படியெதும் இல்லை. யாரோ என்னைப் பற்றித் தப்புத்தப்பாகச் சொல்லியிருக்கிறார்கள்' வர்ஷா சமாதானப்படுத்தப் பார்த்தாள்.

'நடிப்பை நிறுத்திக் கொள் வர்ஷா. எனக்கு எல்லாம் தெரியும். ஒரு ஒற்றன் மூலம் அனைத்துத் தகவவல்களையும் எதிர்த்தரப்பினருக்குப் பரிமாறிக் கொண்டிருக்கிறாய். நமக்குக் குழந்தை பிறந்த சந்தோஷச் செய்தியைக் கேட்டவுடன் உன்னைக் காண நான் வீட்டுக்கு வந்தபோது உள்ளே பேச்சுக் குரல் கேட்டது. அவர் வெளியே வந்த பிறகு உள்ளே வரலாம் என்று காத்திருந்த நேரத்தில், ஒற்றனுடன் நீ பேசிக் கொண்டிருந்தது எதேச்சையாக என் காதில் விழுந்தது. யுவ சேனை குறித்து நான் உன்னிடம் சொன்ன அனைத்தையும் நீ அவரிடம் பகிர்ந்து கொண்டதற்கு உனக்கு நன்றி சொன்னதையும் கேட்டேனே. ஏன் இந்தத் துரோகம். நீ யார்? எப்போது உன் மனம் மாறியது? ஏன்? சொல்... சாகும் போதாவது நிம்மதியாகச் சாகிறேன்.'

இனியும் மறைத்துப் பயனில்லை என்பதை உணர்ந்துகொண்ட வர்ஷா தனது பொய் முகத்தைக் கலைத்தாள். 'உங்கள் கேள்விகளுக்கு நான் பதிலளிப்பதற்கு முன் என்னுடைய ஒரே கேள்விக்கு மட்டும் பதில் சொல்லுங்கள். என் அண்ணன் ஆர்ய வைஸ்யனை நீங்கள் ஏன் ஓரங்கட்டினீர்கள்? நமது காதலை அவன் ஏற்றுக்கொள்ளவில்லை என்பது உண்மைதான். உங்கள் மீதான இழிவான பார்வையல்ல; என் மீதான பாசமே அதற்கு முக்கிய காரணம். உங்களைப் போன்ற தாழ்நிலையில் இருக்கும் ஒருவருடன் என் போன்ற உயர் குலத்தில் பிறந்தவரால் சந்தோஷமாக வாழ முடியாது என்பதால் அவன் நம் காதலை எதிர்த்தான். ஆனால், நீங்களோ அவனை படையில் சேரக்கூடாதென்று அனைவர் முன்னால் அவமானப்படுத்தினீர்கள். அதை என்னால் தாங்க முடியவில்லை. எனவே, எனது அண்ணனை ஜெயிக்க வைப்பதென்றும் உங்கள் சேனையை வீழ்த்துவதென்றும் முடிவு செய்தேன். அண்ணனுக்கு ஒற்றம் மூலம் உங்கள் சேனையின் அனைத்து வியூகங்களையும் சொல்லி அனுப்பினேன்.

யுவ சேனையைப் பற்றியும், சேனா சகோதரர்களின் பிறப்பு ரகசியம், திறமை ஆகியவற்றை உங்கள் மூலம் தெரிந்துகொண்டு ஒற்றர் மூலம் என் அண்ணனுக்குச் செய்தி அனுப்பினேன். அதை அவர் கௌரவர்களிடம் சொல்லி சேனா சகோதரர்களைத் தனித்தனியே பிரித்துக் கொன்றுவிட்டார்கள். சேனா சகோதரர்களின் இறப்புக்கான காரணம் நீ என்று நினைத்து பரத்வாஜர் உன்னைச் சபித்தார்'.

‘உன்னுடைய பழிவாங்கும் எண்ணத்துக்கு நம் புனிதமான பந்தத்தைப் பயன்படுத்திக்கொண்டாயே? ஒரு வார்த்தை என்னிடம் நேரடியாகக் கேட்டிருந்தால் நானே நடந்தவற்றைச் சொல்லி இருப்பேனே? ஆர்ய வைஸ்யனை என் படையில் ஏன் இருக்க வேண்டாம் என்று சொன்னேன் என்பதை நீ புரிந்துகொள்ளத் தவறி விட்டாயே. அவனை அவமானப்படுத்த வேண்டும் என்ற எண்ணம் என் மனதில் ஒரு துளிகூட இருந்திருக்கவில்லை. ஒரு குழுவில் இருப்பவர்கள் அனைவரும் ஒரேவித மனதுடன் ஒத்திசைவுடன் இருந்தால்தான் அந்தக் குழுவுக்கும் நல்லது. அதில் இருக்கும் ஒவ்வொருவருக்கும் நல்லது. உன் அண்ணன் என் மீது கடும் கோபத்துடன் இருந்தான். எனவே, அவனால் ஒருபோதும் என் சேனையில் சிறப்பாகச் செயல்படவே முடியாது. அது என் சேனையின் வெற்றியையும் பாதிக்கும் என்று அஞ்சித்தான் அவனை வேறு சேனைக்கு அனுப்பினேன். அவனை அவமானப்படுத்தும் நோக்கம் துளியும் இல்லை. உன் மேல் நான் வைத்த அன்பைப் பயன்படுத்தி என்னை வீழ்த்தியதுடன், சேனா சகோதரர்களையும் வீழ்த்தி விட்டாயே. மேலும் அவர்களின் இறப்புக்கு நான்தான் காரணம் என்று என் குருதேவர் பரத்வாஜர் நம்பவைத்து எனக்கும் என் குடும்பத்துக்கும் தீராத களங்கத்தையும் ஏற்படுத்திவிட்டாயே’.

இதைக் கேட்ட பரத்வாஜர் அதிர்ச்சி அடைந்தார். ‘மாம்பழத்தைப் பிரித்துக் கொடுத்துப் பிள்ளைகளின் மரணத்துக்குக் காரணமானேன். இப்போது, சீடன் சாகரின்மீது தவறாக சாபம் கொடுத்தும் விட்டேனே என்று வருந்தினார்.

விரைந்து அவர்கள் முன் சென்ற பரத்வாஜர் ‘சாகர்... என்னை மன்னித்துவிடு. உண்மை தெரியாமல் உன்னைச் சபித்துவிட்டேன். உனக்கு மட்டுமல்ல இந்த உலகத்துக்கே இன்னொரு உண்மையையும் சொல்லப் போகிறேன். இதுவரை இந்த விஷயத்தை யாரிடமும் சொல்லாமல் ரகசியமாகப் பாதுகாத்து வந்தேன். ஆனால் இவ்வளவு நடந்த பிறகு இந்த உண்மையை உலகறியச் சொல்லியே தீர வேண்டும் என்ற கட்டாயம் ஏற்பட்டுள்ளது’ என்று பரத்வாஜர் சொல்ல அனைவரும் அவரையே பார்த்தனர்.

‘மத்ஸ்யனும் அவரது மனைவியும் கரையில் ஒதுங்குவதற்கு முன்னால் என் கையில் ஒரு குழந்தை கிடைத்தது என்று சொன்னேன் அல்லவா. அது அவர்களின் குழந்தை என்று சொல்லி அதற்குப் பெயரும் வைத்தேன். ஆனால் நடந்தது என்னவெனில் என் கையில் குழந்தை இறந்தே கிடைத்தது. முதலில் மயக்கம் தெளிந்த மத்ஸ்யன் என்னிடம் வந்து ‘வேதியரே. என் மனைவிக்கு இன்னும் மயக்கம் தெளியவில்லை. அவளுக்குப் பிறந்த குழந்தை இறந்துவிட்டது

என்று தெரிந்தால் மீண்டும் தற்கொலை செய்து கொள்ள முற்படுவாள். அவள் மயக்கம் தெளிவதற்குள் ஏதாவது உபாயம் செய்து வேறு குழந்தைக்கு ஏற்பாடு செய்யுங்கள்' என்று மன்றாடினான்.

நானும் அருகிலுள்ள அநாதைக் குழந்தைகள் விடுதிக்குச் சென்றேன். அங்கே கணவனை இழந்த நிறைமாதச் சத்ரியப் பெண் ஓர் ஆண் குழந்தையைப் பெற்றெடுத்த விவரம் தெரிய வந்தது. கணவனும் இறந்து குடும்பத்தாரும் கைவிட்ட நிலையில் தன்னால் மகனை வளர்க்க முடியாது என்றும் 'எங்கிருந்தாலும் என் பிள்ளை நன்றாக வாழ வேண்டும்' என்று சொல்லி என்னிடம் ஒப்படைத்துவிட்டு எங்கோ சென்றுவிட்டாள். நான் அந்தக் குழந்தையை மத்ஸ்யனிடம் கொடுத்து அவன் மனைவி மயக்கம் தெளிந்தவுடன் கையில் கொடுத்துச் சாகர் என்று பெயருமிட்டேன். நான் சொல்ல வந்த உண்மை இதுதான். நீங்கள் நினைப்பதுபோல் சாகர் தாழ்ந்த குலத்தைச் சேர்ந்தவன் அல்ல. அவன் சத்ரிய வம்சம்' என்று உரக்கச் சொன்னார் பரத்வாஜர்.

நாடித் துடிப்பு அடங்கிக் கொண்டிருக்கும் நேரத்தில் பரத்வாஜர் தனது பிறப்பு பற்றிச் சொன்ன அனைத்தையும் சாகர் கேட்டான். ஆனால் அவனால் முழுமையாகச் சந்தோஷப்பட முடியவில்லை. 'இழிச் சொல்லும், பழிச் சொல்லும் வாழ்க்கை முழுவதும் தன்னைத் துரத்திக் கொண்டே இருப்பதை எண்ணி வருந்தினான். மண்ணில் கிடைக்கும் வைரத்தை யாரும் வேண்டாம் என்று சொல்வதில்லை. சேற்றில் முளைக்கும் செந்தாமரையை யாரும் பூஜைக்கு உகந்ததில்லை என்று ஒதுக்குவதில்லை. ஆனால் மனிதன் மட்டும் அவன் பிறந்த குலம் காரணமாக அவமானத்துக்கு உள்ளாகிறான். ஏன் இந்த ஓரவஞ்சனை' ஆயிரம் கேள்விகள் சாகரை அலைக்கழித்தன.

'குருதேவா! சத்ரிய குலத்தில் பிறந்தும் சூத்திரன் என்ற சொல்லுக்கு ஆளானேன். என் மனைவியின் தவறான புரிதலால் ஏமாற்றப் பட்டேன். உங்கள் பிள்ளைகளின் மரணத்துக்குக் காரணம் யார் என்று தெரியாமலேயே உங்களால் சபிக்கப்பட்டேன். இந்த இழிவும் பழியும் ஏன் என்னை நிழல்போல் தொடர்ந்து வந்து கொண்டே இருக்கின்றன. இந்த அவமானம் என்னோடு போகட்டும். இனி இந்த மண்ணில் பிறக்கும் யாரும் ஜாதி இன பேதங்களால் ஒதுக்கப்படக் கூடாது. எல்லோருக்கும் சம வாய்ப்பு வழங்க வேண்டும்' என்று ஈனக் குரலில் முனகினான்.

வர்ஷாவை அருகில் அழைத்தார் பரத்வாஜர் 'சாகரை நீ காதலித்துத் திருமணம் செய்துகொண்டாலும் கடைசியில் அவனுக்குத் துரோகம் செய்த குற்றத்துக்காக அடுத்த பிறவியில் போர்க்கைதியாக அவனது உதவிக்காகக் கெஞ்சுவாய். உன் கணவனைச் சந்திப்பாய். அவன்

படைத் தளபதியாகச் சிறையிலிருந்து மீட்டு உன்னைக் காப்பாற்றுவான். அடுத்த பிறவியிலாவது உன் கணவனை உண்மையாகவே காதலித்து அவன் மீது அன்பு செலுத்து' என்றார்.

'குருஜி! நான் தவறு செய்யவில்லை என்பது உங்களுக்கு இப்போது புரிந்திருக்கும். எனக்குக் கொடுத்த சாபத்தைத் திரும்பப் பெற்றுக் கொள்ளலாமே?' என்றான் சாகர்.

'சாகர். அவசரப்பட்டு நான் உன்னைச் சபித்ததற்கு மனதார மன்னிப்புக் கோருகிறேன். ஆனால் கொடுத்த சாபம் கொடுத்ததுதான். வில்லில் இருந்து எய்த அம்பை மீண்டும் எப்படி அழைத்துக் கொள்ள முடியாதோ அப்படித்தான் கொடுத்த சாபத்தையும் திரும்பப் பெற இயலாது. ஆனால் ஒன்பது பிறவிகளிலும் அற்ப ஆயுளில் 15 வயதில் இறப்பாய் என்ற சாபம் தந்த கணக்கை வேண்டுமானாலும் சற்று அதிகரிக்க முடியும். ஒவ்வொரு பிறவியிலும் இரு மடங்காக அதாவது 30 ஆண்டுகள் சீரும், சிறப்புடனும், பெருமைப்படத்தக்க வாழ்வு வாழ வரமளிக்க முடியும்'என்று வாழ்த்தினார் பரத்வாஜர்.

சாகரைப் பற்றிய முழு விவரங்களையும் அறிந்துகொண்டு அர்ஜுனனும் வந்து சேர்ந்தான். 'சாகர். துரோணரின் வியூகங்களை உடைக்கும் எனது பணியில் நீயும் உடனிருந்து மகத்தான உதவி செய்தாய். ஜயத்ரதன் பூமிக்கு அடியில் இருப்பதைக் கண்டுபிடித்துச் சொன்னதே நீதான். நீ இல்லாவிட்டால் சூரிய அஸ்தமனத்துக்குள் ஜயத்ரதனை என்னால் கொன்றிருக்க முடியாது. என் மகனும் இணைந்து நீ உருவாக்கிய யுவ சேனை குறித்து நான் பெருமைப் படுகிறேன். நீ மிகப் பெரிய போர் வீரன். குருக்ஷேத்திர யுத்தம் ஜாதி பேதமின்றி அனைத்து வர்ணங்களையும் ஒன்றிணைத்துள்ளது. இனி மீனவ சமுதாயம் சத்ரிய குலமாக அங்கீகரிக்கப்படும். அவர்கள் வாழும் பகுதி மத்ஸ்ய நாடு என்று பெயரிடப்படும். உனது மகன் மத்ஸ்ய நாட்டு மன்னனாவான். இதுவே என் சாசனம். என்னுடைய உத்தரவு உடனடியாக அமலுக்கு வரும்' என்று ஆணையிட்டான்.

சாகரின் நாடித் துடிப்பு மெல்ல மெல்ல அடங்கத் தொடங்கியது. கண்கள் சொருகிக்கொண்டன. சாகரை எரியூட்ட விறகுக் கட்டைகள் அடுக்கி வைக்கப்பட்டுத் தீ மூட்டப்பட்டது. கணவர் செய்யாத தவறுக்கு அவரைத் தண்டித்த குற்ற உணர்ச்சியில் துடித்த வர்ஷா தனது சகோதரன் ஆர்ய வைஸ்யாவை அழைத்துக் குழந்தையை அவனிடம் ஒப்படைத்தாள். 'என் கணவருடன் நானும் வீர சொர்க்கம் புகப் போகிறேன். நான் செய்த தவறுக்கு இதுவே பிராயச்சித்தம். என் குழந்தையை, வீர சிரஞ்சீவியை நல்லபடியாக வளர்த்து ஆளாக்குவாய்' என்று சொல்லிக்கொண்டே தீயில் குதித்து உயிரைவிட்டாள்.

முடிவுரை

ஐம்பது ஆண்டுகள் கழித்து... வீர சிரஞ்சீவியின் மத்ஸ்ய அரசு அரண்மனை வாசலில் கட்டப்பட்டுள்ள பிரம்மாண்ட மணியைக் காண இந்தியாவின் பல பாகங்களிலிருந்தும் அன்றாடம் ஆயிரக் கணக்கான மக்கள் வந்த வண்ணம் இருந்தனர். வந்தவர்களுள் அங்க தேசத்துக் கோசல்ராமும் ஒருவன். பிரம்மாண்டமாக இருந்தாலும் ஒரு சிறு குழந்தைகூட அந்த மணியை அடிக்கும் வகையில் தாழ்வாகவே அமைக்கப்பட்டிருந்தது. அந்த மணியின் பெயர் 'சாகர் ஒலி' ஆகும். அப்படி என்ன அந்த மணியின் விசேஷம் என்று அவனுக்குத் தெரிந்து கொள்ள ஆசை.

மணி தொங்கிக் கொண்டிருந்த இடத்துக்கு அருகே உள்ள கடையில் வயதான ஒருவரிடம் விவரம் கேட்டான் கோசல்ராம். 'உனக்கு இது சாதாரண மணியாகத் தோன்றலாம். ஆனால் எங்களைப் பொறுத்த வரை இது தெய்வத்துக்குச் சமான, கோயிலில் வைத்துப் பூஜிக்கத்தக்க 'ஆலய மணி'. அதர்மம், அக்கிரமம், அநீதி, அநியாயம், வன்முறை, கொலை, கொள்ளை ஆகியவை எங்கு நடந்தாலும் இந்த மணியை அடித்து அரசுக்குத் தெரிவிக்கலாம். இது எங்கள் மன்னர் வீர சிரஞ்சீவியின் தந்தையும், மாவீரருமான 'சாகரின்' குரலாகும்.

ஐம்பது ஆண்டுகளுக்கு முன்பு எங்கள் மன்னரின் தந்தை சாகர் போர்க்களத்தில் இறக்கும் தருணத்தில் ஜாதி, வர்ணம், நிறம் பேதமற்ற சமுதாயம் அமைக்கப்பட வேண்டும். அனைவருக்கும் நீதியும், சமத்துவமும் கிடைக்க வேண்டும் என்றார். எங்கள் மன்னர் குழந்தையாக இருந்ததால் அப்போது அவருக்கு எதுவும் புரியவில்லை. அவரது மாமா ஆர்ய வைஸ்யா இந்த மணியை நிறுவி எங்கள் மன்னரின் அப்பா சாகரின் வேண்டுகோளை உறுதிப்படுத்தி உள்ளார்.

‘சாதி, வர்ணம், நிற பேதம் எங்கேனும் காணப்பட்டாலோ, யாரேனும் பாதிக்கப்பட்டாலோ இந்த மணியை அடித்து நியாயம் வேண்டலாம். ஒரு முறை அநாதைக் குழந்தையை அண்டை நாட்டுப் பயணி ஒருவன் கிண்டலடித்துக் கேவலப்படுத்தினான். அந்தக் குழந்தை இந்த மணியை அடித்து முறையிடவே அவன் கைது செய்து தண்டிக்கப்பட்டான். இங்கு தகுதி அடிப்படையில் மட்டுமே கல்வி, வேலை வழங்கப்படும். திறமைக்கு மட்டுமே இங்கு மதிப்பு. எல்லோருக்கும் சம வாய்ப்பு வழங்கப்படும். தாயின் கருவறை விதியை நிர்ணயிக்காது. திறமையும், தகுதியும் மட்டுமே மக்களுக்கான அடையாளமாகும். மனிதர்களுக்கு மட்டுமின்றி விலங்குகளுக்கும், மரம் செடி கொடிகளுக்கும் இங்கு முழு சுதந்திரம் உண்டு. அரசு அனுமதியின்றி எந்த மரத்தையும் வெட்ட முடியாது. விலங்குகளைக் கொடுமைப்படுத்த முடியாது. தெரு நாய் என்று கேவலமாக நினைத்துக் கல்லெறிய முடியாது’.

‘ஒரு முறை எங்கள் நாட்டுத் தளபதியின் மகன் மிக வேகமான தேரை ஓட்டிச் செல்லும்போது எதிர்பாராமல் குறுக்கே வந்த கன்றுக் குட்டியின் மீது மோதிவிட்டான். தேர்ச் சக்கரம் அதன் மீது ஏறவே இறந்துவிட்டது. அந்தத் தாய் பசு இதோ இந்த மணியின் கயிற்றை மன்னர் வரும் வரை இழுத்துக் கொண்டே இருந்தது. பிறகு அனைவரும் அதைப் பின் தொடர இறந்து கிடத்தத் தனது கன்றின் முன் கண்ணீர் வழிய நின்றது. அருகே நின்று கொண்டிருந்தவர் களிடம் மன்னர் விஷயத்தைக் கேட்டறிந்தார்.

கன்றுக் குட்டியின் மீது தேரை ஏற்றிக் கொன்றதற்காகத் தளபதியின் மகன் என்றும் பாராமல் அவனுக்குத் தக்க தண்டனை அளித்தார். அந்தப் பசு கோசாலையின் சேர்க்கப்பட்டது. அதன் பராமரிப்புச் செலவு முழுவதையும் அவனையே ஏற்க வைத்தார். இதுதான் இந்த மணியின் விசேஷம்’ என்று அந்தப் பெரியவர் விளக்கினார்.

அவர் மேலும் தொடர்கையில் ‘மணி கட்டப்பட்ட புதிதில் அடிக்கடி யாரேனும் புகார் தெரிவித்துக்கொண்டே இருந்ததால் ஒலித்துக் கொண்டே இருக்கும். ஆனால் இப்போதெல்லாம் இந்த மணி ஒலிப்பதில்லை. மணி அடித்து நீண்ட காலம் ஆகிவிட்டது. காரணம் எங்கள் மத்ஸ்ய நாட்டில் ஜாதி, வர்ண பேதமில்லை. ஏற்றத் தாழ்வு இல்லை. எங்கும் எதிலும் நீதி, நேர்மை, நியாயம், சமத்துவம், சமாதானம் மட்டுமே உண்டு. அடுத்த வாரம் எங்கள் வீர சிரஞ்சீவி மன்னரின் ஐம்பதாவது பிறந்தநாள் ஆகும். எல்லா வளமும் பெற்று அவர் நீடூழி வாழ மத்ஸ்ய நாடே தவமிருக்கிறது’ என்று பெரியவர்

சொல்ல கோசல்ராம் இப்படியும் ஒரு நாடா, இப்படியும் ஒரு ராஜாவா என்று வியந்தான்.

உலவிக் கொண்டிருக்கும் சாகர் மற்றும் வர்ஷாவின் ஆத்மாக்கள் மீண்டும் மண்ணில் பிறவி எடுக்கச் சரியான நேரத்தை எதிர்பார்த்துக் காத்துக் கொண்டிருந்தன. இரு ஆத்மாக்களின் புதிய பயணம் இதோ ஆரம்பிக்கப் போகிறது. சாகர் ஆத்மாவின் ஆதரவுக்காகப் போர்க் கைதியாக வர்ஷாவின் ஆத்மா அதனிடம் கெஞ்சப் போகிறது. அவர்கள் மீண்டும் எப்போது எங்கு எப்படிச் சந்திப்பார்கள்? அடுத்த பிறவியில் அவர்கள் யாராகப் பிறக்கப் போகிறார்கள்?

முழு விவரங்களை எங்களது அடுத்த வெளியீடான 'இண்டஸ் சேலஞ்ச்' நூலைப் படித்துத் தெரிந்து கொள்ளக் காத்திருங்கள்.

ஆசிரியரின் இணைய தளங்கள்

Facebook:

DrDurgadoss / DurgaiDasan

Website:

www.drdd.co.in

Youtube channel:

https://youtube/AUAoPP8Wu0w,

https://youtu.be/x3BY6SHasv8

www.ingramcontent.com/pod-product-compliance
Lightning Source LLC
LaVergne TN
LVHW060447051026
849518LV00002B/657